THỨC TỈNH • TỰ DO CẤP TIẾN • CÁNH TẢ • TOÀN CẦU HÓA

MẦM BỆNH TƯ TƯỞNG THỨC TỈNH

Dịch bệnh tư tưởng đang hủy hoại nền văn minh Tây Phương và cách ngăn chặn chúng

T.S. DIXON

LỜI ĐỀ TẶNG

Ước nguyện của tôi là con trai mới sinh của tôi sẽ lên trong một thế giới tự do và thịnh vượng như thế giới mà chúng ta đã được hưởng trong hai trăm năm rưỡi qua.

Tôi đề tặng cuốn sách này cho vợ tôi và con trai của chúng tôi.

The Woke Mind Viruses
by T.S. Dixon

The Vietnamese Edition "Mầm Bệnh Tư Tưởng Thức Tỉnh" by Vietnamese American Conservative Alliance.

Paperback ISBN: 979-8-9946608-0-5
E-BOOK ISBN: 978-0-9600591-9-5

Library of Congress Control Number: 2026932993

Translating team: Bé Bảy Nguyễn, Đại Phạm, Đinh Phạm Anthony, Phong Thu Nguyễn, Sơn Nghị, Trọng Phan, Truyết Mai, Vũ Linh.

Edited by: Đại Phạm, Liem Bui

MỤC LỤC

THƯ NGỎ CỦA NHÀ XUẤT BẢN

Nhà Xuất Bản Clover Leaves Publishing (tạm dịch: Nhà Xuất Bản Cỏ Ba Lá) trân trọng chào mừng quý độc giả đã đến với ấn bản tiếng Việt của tác phẩm Mầm Bệnh Tư Tưởng Thức Tỉnh, nguyên tác The Woke Mind Viruses của tác giả T.S. Dixon.

Cuốn sách này được dịch và ấn hành với mong muốn giúp độc giả Việt Nam — đặc biệt là cộng đồng Người Mỹ gốc Việt — hiểu rõ hơn về bức tranh toàn diện về văn hóa và chính trường Hoa Kỳ đương đại.

Nước Mỹ đang đứng trước một ngả rẽ lịch sử:

Một con đường dựa trên những niềm tin sai lạc và chủ nghĩa toàn cầu cực đoan, dẫn đến sự Tự Do bị mục nát;

Và một con đường khác, dựa trên sự thật, Hiến Pháp, và các giá trị nền tảng Phương Tây, bảo tồn Giấc Mơ Hoa Kỳ cho các thế hệ mai sau.

Chúng tôi xin trân trọng cảm ơn Liên Minh Bảo Thủ Mỹ Gốc Việt (VACA) và Bác sĩ Liêm Phạm, cùng Ban Chấp Hành, đã đảm nhận trọng trách truyền đạt những tư tưởng và sự thật quan trọng này đến cộng đồng người Việt tại Hoa Kỳ và trên toàn thế giới.

Chúng tôi cũng xin cảm ơn đội ngũ dịch thuật và hiệu đính, với tâm huyết học giả, sự dấn thân và chân thành, đã giúp chuyển tải một tác phẩm biên khảo và chính trị phức tạp sang tiếng Việt một cách trung thực. Nếu không có những nỗ lực của đội ngũ dịch thuật, cuốn sách này sẽ không thể đến được với độc giả Việt Ngữ.

Trước và sau khi đọc sách, chúng tôi xin mời quý độc giả tự đặt cho mình hai câu hỏi:

1. Quý vị có mong muốn sống trong một xã hội bị kiểm soát bởi chủ nghĩa toàn cầu và những ý thức hệ cực đoan hay không?

2. Quý vị có mong muốn con cháu mình tiếp tục được sống trong tự do, thịnh vượng, và Giấc Mơ Hoa Kỳ như suốt hơn 250 năm qua?

VACA và Clover Leaves Publishing cam kết luôn đồng hành cùng quý độc giả trên con đường sự thật, tự do, và trách nhiệm công dân tại Hoa Kỳ.

Trân trọng,
Thay mặt Nhà Xuất Bản Clover Leaves Publishing
Bùi Hữu Liêm
Florida, tháng 2 năm 2026

PUBLISHER's LETTER

Clover Leaves Publishing is honored to present the Vietnamese edition of Mầm Bệnh Tư Tưởng Thức Tỉnh, the authorized translation of The Woke Mind Viruses by T.S. Dixon.

This publication was undertaken to help Vietnamese readers — especially Vietnamese Americans — gain a clearer understanding of the broader political and cultural landscape of the United States today. America stands at a historic crossroads:

One path leads toward false narratives and radical globalist ideologies that erode freedom;

The other is grounded in truth, constitutional principles, and foundational Western values, preserving the American Dream for future generations.

We extend our sincere gratitude to the Vietnamese American Conservative Alliance (VACA) and Dr. Liem Pham, along with its leadership, for their commitment to bringing these important ideas and truths to the Vietnamese community in the United States and beyond.

We also wish to thank our translation and editorial team, whose scholarly rigor, dedication, and integrity made it possible to faithfully render this complex political and philosophical work into Vietnamese. Without their efforts, this book would not be accessible to Vietnamese-speaking readers.

Before and after reading this book, we invite readers to reflect on two essential questions:

1. Do we wish to live in a society governed by globalist control and radical ideological systems?

2. Do we want our children and future generations to continue living in freedom, prosperity, and the American Dream that has endured for over 250 years?

VACA and Clover Leaves Publishing remain committed to standing with our readers in defense of truth, liberty, and civic responsibility in the United States.

Respectfully,
On behalf of Clover Leaves Publishing
Liem Huu Bui
Florida, February 2026

MẦM BỆNH TƯ TƯỞNG 'THỨC TỈNH'

Có điều gì đó đang rất sai lạc trong thế giới của chúng ta — Từ giờ đọc chuyện của nghệ sĩ giả trang giới tính (drag queen) cho trẻ em, việc cắt bỏ bộ phận sinh dục cho trẻ em chuyển giới, lạm phát phi mã, các đại dịch phát sinh từ phòng thí nghiệm sinh học, những loại dược phẩm thử nghiệm bị áp đặt lên công chúng, thực phẩm độc hại, một cuộc khủng hoảng y tế quốc gia, những cuộc chiến triền miên, các biên giới mở toang, tội phạm gia tăng, thao túng bầu cử, xâm phạm các quyền lợi, cho đến những lời dối trá không ngừng từ truyền thông và chính quyền.

Có điều gì đó sai lạc — và nó được phối hợp. Cuộc xung đột nguy hiểm này đang iến dần đến điểm sôi bỏng tại Phương Tây.

Cuốn sách này phơi bày bốn chứng bệnh tư tưởng khuynh tả đang thúc đẩy một nghị trình làm băng hoại và xâm chiếm các quốc gia Tây Phương, như một loại vi khuẩn. Cuốn sách này vạch trần những lịch sử bị che giấu của chúng, những chương trình hành động cực đoan, và những bí mật mà họ không chúng ta biết đến — những thông tin đã bị loại bỏ khỏi hệ thống giáo dục Tây Phương.

Đây là một lời cảnh tỉnh dành cho tất cả những người bảo thủ, những người Phương Tây đặt nền tảng trên đức tin, và những người Tự Do ôn hòa phơi bày các thế lực đang xâm nhập vào trường học, các định chế và các chính quyền của chúng ta. Bằng cách vạch rõ các phong trào này — những nguồn gốc, chiến thuật thao túng, những nhân vật khai sinh ra chúng — cuốn sách này đưa ra một khuôn khổ để thoát ra khỏi những điều kiện của chúng, vạch ra một con đường rõ ràng để thoát khỏi sự điều khiển của chúng, nhằm bảo vệ nước Mỹ và toàn thể thế giới Tự Do Tây Phương.

Trong trận chiến tư tưởng của thời đại hôm nay, ngu dốt đồng nghĩa với đầu hàng. Hãy tự trang bị cho mình bản thiết kế này để kháng cự lại các thế lực đang đe dọa những giá trị và quyền Tự Do của Tây Phương. Kiến thức này có thể sớm trở thành đối tượng bị kiểm duyệt. Hãy đọc nó, gìn giữ nó, và lan truyền sự thật mà họ sợ hãi nhất — bởi vì việc sở hữu và chia sẻ cuốn sách này có thể sớm trở thành một hành động bất tuân dân sự trong cuộc chiến bảo tồn Phương Tây.

DẪN NHẬP

SỨC MẠNH CỦA Ý THỨC HỆ

Chúng ta đang dấn thân vào cuộc chiến trường kỳ bảo vệ nền Văn Minh Tây Phương - một tập thể của khoảng sáu mươi quốc gia cộng hòa lập hiến Tự Do và vận mệnh của thế giới đang nằm trên bàn cân. Trong cuộc thư hùng để bảo tồn văn minh Tây Phương, chúng cần phải hiểu đối phương tin tưởng điều gì và tại sao họ tin như vậy? Quan trọng hơn thế, chúng ta phải phân định được niềm tin nào là chân lý và niềm tin nào là tà thuyết; nếu không, hệ thống ấy sẽ nuốt chửng chúng ta.

Giới cầm quyền đương thời đang lừa dối chúng ta. Chỉ có sự thật mới chiến thắng được gian dối. Cuốn sách này bàn về các ý thức hệ thiện và ác đang đối đầu kịch liệt trong cuộc tranh đấu cho tự do.

Trong thời đại chúng ta, Ý Thức Hệ là tất cả, vì là nơi hội tụ các tư tưởng liên đới với nhau để hình thành một thế giới quan và xác lập sứ mệnh. Chỉ cần một ý tưởng tốt trong tâm trí một cá nhân đúng tầm vóc sẽ đem phước lành cho nhân loại, trong khi một ý tưởng đặt sai chỗ có thể hủy diệt cả địa cầu.

Tư tưởng có sức mạnh mãnh liệt hơn cả nguyên tử và hiệu nghiệm hơn bất kỳ phương thuốc nào. Thật vậy, trước khi bom nguyên tử hay những phương thuốc cứu người ra đời, chúng vốn dĩ chỉ tồn tại như những ý tưởng trong trí tưởng tượng của các nhà khoa học.

Vậy ý thức hệ đến từ đâu? Nó khởi nguồn từ các phong trào ý thức hệ.

Phong trào ý thức hệ là gì? Đó là một biến cố mà trong đó hệ thống những tư tưởng được lan truyền nhanh chóng khắp xã hội, trở nên phổ quát và từ đó thúc đẩy những thay đổi lớn lao.

Các phong trào này vận hành ra sao? Thông thường, chúng bắt đầu từ những cá nhân lập thuyết giúp định hình các tư tưởng đó. Các vị này chính là cha mẹ về mặt trí thức của ý thức hệ.

Sau đó, các tư tưởng này được quảng bá sâu rộng trong quần chúng do một lãnh tụ có sức lôi cuốn. Lãnh tụ này giúp truyền bá ý thức hệ đó đến người dân và dần làm thay đổi bộ mặt xã hội. Người đó có thể xem như bậc cha mẹ tinh thần của phong trào.

Minh chứng hùng hồn nhất cho điều này chính là sự bành trướng của chủ nghĩa Hy Lạp Hóa (Hellenism) hay nền văn hóa Hy Lạp trong thế giới cổ đại. Ý thức hệ này vẫn còn tồn tại đến ngày nay và là nền tảng cho các học thuyết về Dân Chủ và thể chế Cộng Hòa.

Những vị cha đẻ trí thức của phong trào đó là Socrates, Plato và Aristotle. Họ là những triết gia Hy Lạp viết nên những tác phẩm định hình các tư tưởng đó.

Sau đó, Alexander Đại Đế, một môn sinh của Aristotle, người chinh phục thế giới thời bấy giờ, truyền bá ngôn ngữ, văn hóa và triết học Hy Lạp đến mọi quốc gia và người dân mà ông bình định được. Qua đó, Alexander Đại Đế đã trở thành người cha tinh thần của phong trào ý thức hệ Hy Lạp Hóa.

Chính nhờ Alexander Đại Đế mà những người Do Thái cùng thời Chúa Giêsu đã dùng tiếng Hy Lạp, và toàn bộ Tân Ước được viết bằng tiếng Hy Lạp thay vì tiếng Do Thái.

Trong thời đại tân tiến, nhiều phong trào ý thức hệ khác đã nhào nặn thế giới và văn hóa của chúng ta, mang cả khuynh hướng thiện lẫn ác.

Làm thế nào để nhận diện một ý thức hệ? Chúng ta có thể nhận diện bằng cách phân giải chúng dựa trên những lý luận căn bản từ tư tưởng gốc.

Tại sao chúng ta phải làm như vậy? Vì nếu chúng ta hiểu được niềm tin của một ai đó, chúng ta sẽ biết điều gì thúc đẩy họ và cách thức họ hoạt động. Nếu họ mang dã tâm nhắm đến con người, thì sự hiểu biết này chính là chìa khóa giúp chúng ta ngăn chặn họ.

Hãy thử nghĩ xem, nếu dân tộc Nga thực sự hiểu rõ ý thức hệ của giới cộng sản kiên trung, hay người dân Trung Hoa thấu hiểu triệt để những tín điều cộng sản cực đoan của Mao Trạch Đông, liệu cuộc cách mạng vô sản ở hai xứ này có khác đi không?

Đó là lý do tại sao việc thấu triệt ý thức hệ là điều sinh tử trong cuộc đấu tranh bảo vệ hơn sáu mươi quốc gia cộng hòa Tự Do làm nên thế giới Tây Phương.

Chúng ta phải tỉnh thức, phải hiểu rõ căn tính dân tộc của mỗi chúng ta và hiểu rõ kẻ thù. Đây chính là thời điểm của Sự Thức Tỉnh.

CHƯƠNG 1

Ý THỨC HỆ BỆNH HOẠN

Trong cuốn sách này, tôi lập luận rằng Ý Thức Hệ Bệnh Hoạn là hình thức bệnh tật bạo lực và nguy hiểm nhất của nhân loại. Thế giới Tây phương, dưới sự dẫn dắt của Hiệp Chủng Quốc Hoa Kỳ, đã mắc phải một chứng bệnh ý thức hệ — một loại vi khuẩn chết người của tâm trí.

Thực vậy, văn hóa của chúng ta đã bị lây nhiễm bởi bốn loại bệnh như thế, và đáng buồn thay, sự tiên liệu là tử vong.

Trong những trang viết này, tôi còn đi xa hơn khi cho rằng chúng ta hiện đang ở giai đoạn thứ hai của căn bệnh ấy, đứng trước ngưỡng cửa của giai đoạn thứ ba. Nếu tiến đến giai đoạn thứ tư, nền văn minh của chúng ta sẽ không còn đường cứu vãn. Tôi sẽ trình bày rõ hơn điều này ở phần sau.

Trong thời đại hiện nay, con người đã hiểu khá rõ về các loại bệnh như ung thư, bệnh di truyền, vi khuẩn và siêu vi. Những căn bệnh này tác động đến não bộ và thân thể. Tuy nhiên, chúng ta hiếm khi suy xét đến mức độ chết chóc, nguy hại, và đổ máu mà một căn bệnh ý

1

thức hệ — tác động đến toàn thể một quốc gia — có thể gây ra.

Khi một xã hội mắc phải những hệ tư tưởng đen tối, các triệu chứng có thể trở nên trầm trọng, và mức độ tử vong to lớn hơn. Hãy nhìn vào văn hóa Đức, từng bị lây nhiễm bởi ý thức hệ Chủ Nghĩa Xã Hội Quốc Gia, còn gọi là Chủ Nghĩa Quốc Xã Nazism.

Chúng ta đều biết hậu quả của thảm họa diệt chủng Holocaust, diễn ra sau một cuộc thế chiến đầy bạo lực. Hệ thống niềm tin ấy là một chứng bệnh ý thức hệ cực độc. Chính căn bệnh này đã dẫn đến cả Holocaust lẫn Thế Chiến Thứ Hai.

Thế Chiến ấy, suy cho cùng, là một cuộc chiến chống lại một ý thức hệ, nhằm bảo vệ phần còn lại của nhân loại khỏi sự lây lan tiếp tục.

Chúng ta cũng đã thấy khi các quốc gia khác bị mắc phải chứng bệnh ý thức hệ của Chủ Nghĩa Cộng sản trong thập niên 1990s: Nga, Trung Hoa, Cuba và Bắc Hàn, chỉ kể tên một tên thôi. Những người bất đồng chính kiến, những nông dân, địa chủ, thương gia và các đối thủ chính trị của chế độ mới đã không sống sót. Hàng chục triệu người đã chết đói khi các chế độ ấy lên nắm quyền và căn bệnh ý thức hệ này tiếp tục lan rộng.

May mắn cho thế giới Tây Phương, cho đến nay chúng ta vẫn tránh được những chứng bệnh hoành hành ấy. Trong quá khứ, chúng ta từng bị lây nhiễm, nhưng đã kịp thời hình thành các kháng thể cần thiết để đẩy lùi chúng. Những căn bệnh ấy đã thất bại không thể lây lan ca chúng ta như đã từng lây nhiễm nhiều quốc gia to lớn khác.

Ngày nay, nền Văn Minh Tây Phương đang phải đối

diện với một mối đe dọa mới. Với tư cách là một tập hợp các quốc gia, chúng ta đã bị lây nhiễm bởi bốn chứng bệnh ý thức hệ mới, với mực nguy hại cao. Những biến thể mới này hiện được biết đến dưới các tên gọi đã được tái định danh: Chủ Nghĩa Tự Do Cực Đoan, Chủ Nghĩa Cánh Tả, Chủ Nghĩa "Thức Tỉnh", và Chủ Nghĩa Toàn Cầu.

Tôi không sử dụng phép ẩn dụ hay lối nói ví von khi khẳng định rằng đây là những căn bệnh tương tự như một loại vi khuẩn điện toán. Những chuỗi thông tin này đã làm băng hoại bộ phận chính của ý thức trong tâm thức văn hóa tập thể của chúng ta. Nếu chúng ta không hình thành được phản ứng đề kháng cần thiết và tự chữa lành, chúng sẽ hủy diệt chúng ta.

Trong cuốn sách này, chúng ta sẽ định nghĩa đầy đủ và phơi bày các sự lây nhiễm của ý thức hệ ấy — từ nguồn gốc, những người cha khai sáng, các ý niệm cốt lõi, cho đến những nghị trình của các quốc gia chúng ta.

Sau cùng, chúng ta sẽ đi sâu vào các chiến thuật của chúng. Nhưng chúng ta sẽ không dừng lại ở đó. Biết được vấn đề vẫn là chưa đủ — chúng ta còn phải trình bày về sự đáp ứng của kháng thể.

Bằng cách đó, chúng ta sẽ vạch ra nghị trình và các biện pháp đối phó nhằm đánh bại các chiến thuật chính trị của những nhóm hệ tư tưởng này, để bảo tồn Tự Do và thịnh vượng cho chính chúng ta và cho các thế hệ mai sau — như bao thế hệ trước đã từng làm, phụng sự các giá trị Tây Phương.

May mắn thay cho chúng ta, đây là một cuộc tranh đấu về ý thức hệ, một cuộc tranh đấu chính trị. Tôi không cổ súy cho chiến tranh bạo lực tại Tây Phương, hay bất cứ hình thức bạo lực nào. Đây là một cuộc chiến của ý niệm và hệ tư tưởng, nhằm bảo vệ sự mạnh khỏe của các quốc gia chúng ta, một cuộc đấu tranh chính trị cho Tự Dovà sự thịnh vượng của Văn Minh Tây Phương.

Tây phương đã là nền văn minh vĩ đại duy nhất nhất mà nhân loại từng kiến tạo, và sẽ là một niềm hổ thẹn sâu xa cho chúng ta nếu chúng ta để mất nó ngay trong thời đại của chính mình. Người cha tinh thần của Phong Trào Tự Do, Thomas Jefferson, đã cô đọng cuộc tranh đấu không ngày tháng này, đồng thời chỉ ra con đường để chiến thắng:

"Vấn đề hôm nay cũng là vấn đề như trong suốt dòng lịch sử: Hoặc con người sẽ tự quản trị lấy đời mình, Hay sẽ bị cai trị bởi một thiểu số nắm quyền."
—Thomas Jefferson

"Hãy giáo dục và thông tin đến toàn thể quần chúng — Họ là chỗ dựa duy nhất chắc chắn cho việc bảo tồn Tự Do của chúng ta."
—Thomas Jefferson

CHƯƠNG 2

MẦM BỆNH TƯ TƯỞNG 'THỨC TỈNH'

TRÌNH DIỄN 'DRAG QUEEN' CHO TRẺ EM TẠI DALLAS

Vào tháng Sáu năm 2022, các phóng viên điều tra đã lén vào một buổi trình diễn dành cho trẻ em được tổ chức tại một quán bar đồng tính kiêm câu lạc bộ trình diễn "drag queen" ở Dallas, tiểu bang Texas. Theo các phóng viên này, tại sự kiện ấy, nhiều bà mẹ theo khuynh hướng "thức tỉnh" (woke) đã xếp hàng đưa con nhỏ, trong độ tuổi từ khoảng hai đến mười tuổi, vào câu lạc bộ để xem một buổi trình diễn "drag queen" được quảng bá là dành cho trẻ em.

Các phóng viên sử dụng máy quay giấu kín đã ghi lại cảnh một số người trình diễn "drag queen" cởi bỏ y phục, phô bày bộ ngực giả, rồi nhảy múa trên sàn diễn (catwalk) trước mặt các em nhỏ, trong khi những bà mẹ đứng bên dưới reo hò và ném tiền lên sân khấu.

Trên bức tường phía sau của câu lạc bộ tối tăm và nhơ bẩn, có một bảng đèn neon phát sáng với dòng chữ: "It's Not Going To Lick Itself." Đây rõ ràng là một môi trường không an toàn, không thích hợp, và mang tính bất hợp pháp đối với trẻ em.

Một phóng viên tên Taylor Hanson, người lén xâm nhập buổi trình diễn, thuật lại rằng ông nhìn thấy một bé trai rất nhỏ, có lẽ chỉ khoảng năm tuổi, cúi mặt xuống đất, che mắt lại, như cố tránh nhìn cảnh tượng những người đàn ông đang thoát y trước mặt em. Em tỏ ra bị rối trí và khó chịu trước điều mà mẹ em đã đưa em tới chứng kiến.

Tại một thời điểm, cậu bé phân trần với người pha chế rượu gần đó:

"Con không phải là đồng tính; mẹ con chỉ đưa con tới đây thôi."

Người mẹ liền đáp lại:

"Đúng, nó là đồng tính. Nó là đồng tính đó. Đừng nghe nó. Nó là đồng tính."

Theo tường thuật của Hanson, những người chuyển giới ăn mặc hở hang, mang ngực giả và quần lót, tiếp tục uốn éo và thoát y trước khán giả gồm các bà mẹ đang cổ vũ và những đứa trẻ ngơ ngác. Một số người còn mời vài em nhỏ bước lên sàn diễn để "nhìn tường tận" buổi trình diễn ở khoảng cách gần.

Về sau, các phóng viên điều tra cho biết họ phát giác rằng trong số những người trình diễn hôm ấy có người từng là tội phạm tình dục đối với trẻ em. Liệu đây có phải là một dạng "nghi thức nhập môn," nhằm đưa trẻ em bước vào lối sống đồng tính và chuyển giới? Có thể chăng một số bà mẹ "thức tỉnh" mong muốn biến con trai và con gái của mình thành đồng tính hoặc chuyển giới?

Khi một làn sóng phản ứng ngắn ngủi xuất hiện từ các kênh truyền thông bảo thủ độc lập về sự kiện này, truyền thông dòng chính nhanh chóng dập tắt câu chuyện. Những người lên tiếng phản đối bị mô tả là đạo đức giả, lỗi thời, và quá khắt khe. Rõ ràng truyền thông đứng về phía buổi trình diễn và bênh vực những người trình diễn, cùng với các bà mẹ "thức tỉnh," một hành động làm băng hoại trẻ em.

Sự kiện này không phải là một trường hợp cá biệt. Những giờ kể chuyện "drag queen," các buổi trình diễn, hòa nhạc, và diễn hành Pride đang diễn ra tại nhiều quốc gia Tây Phương, theo ông, gây ảnh hưởng đến nhận thức và ấn tượng giới tính của trẻ em với quy mô rất lớn.

Không chỉ vậy, đồng tính luyến ái và chuyển giới còn đang được áp đặt lên trẻ em thông qua hệ thống trường công theo khuynh hướng Tự Do và tả khuynh, cũng như qua các sách trong thư viện có nội dung minh họa khiêu dâm đồng tính. Nghị trình này đang trực tiếp nhắm vào trẻ em trên khắp các châu lục Tây Phương.

Một năm sau, vào tháng Sáu năm 2023, trong một cuộc diễn hành tại thành phố New York, một đoạn video được ghi lại cảnh đoàn người hô vang khẩu hiệu: "CHÚNG TÔI ĐÂY, CHÚNG TÔI LÀ NGƯỜI ĐỒNG TÍNH, CHÚNG TÔI ĐẾN ĐỒNG HÓA CON CÁI CỦA QUÝ VỊ!"

Những lời hô này gây rùng mình.

Tháng Bảy năm 2021, Dàn Hợp Xướng Nam Đồng Tính tại San Francisco đã đăng tải một video ca nhạc trực tuyến với tựa đề "Thông Điệp từ Cộng Đồng Người Đồng Tính" "A Message From the Gay Community." Trong bài hát, họ hát những câu như: "Bạn nghĩ rằng chúng tôi sẽ làm băng hoại con cái bạn nếu nghị trình của chúng tôi không bị kiểm soát. Lần này thì bạn đúng."

Và: "Chúng tôi sẽ cải biến con cái bạn, từng chút một, âm thầm và tinh vi, và bạn hầu như sẽ không nhận ra."

Điệp khúc của bài hát lặp lại thông điệp: "Chúng tôi sẽ cải biến con cái bạn… Chúng tôi sẽ đồng hóa chúng."

Khi một số cơ quan truyền thông đối chiếu tên các thành viên trong dàn hợp xướng với cơ sở dữ liệu tội phạm tình dục trẻ em, đã có những trường hợp trùng khớp được phúc trình.

Rõ ràng có điều gì đó rất tồi tệ đang xảy ra tại nước Mỹ và nhiều quốc gia Tây Phương, và điều đó đang nhắm trực tiếp vào trẻ em với tư tưởng đồng tính luyến ái và chuyển giới. Điều gì xảy ra trong nền văn hóa của chúng ta, khiến nó ngày càng giống số phận hai thành Sodom và Gomorrah (bị lửa và diêm sinh thiêu hủy) chứ không còn là Hiệp Chủng Quốc Hoa Kỳ nữa?

Câu trả lời là: một mầm bệnh.

Nền văn minh của chúng ta đã bị ô uế. Như đã trình bày trong phần Giới Thiệu, mầm bệnh này tồn tại để hủy diệt chúng ta và chấm dứt nền văn minh như chúng ta từng biết.

Thế thì tên của kẻ sát hại mang tính văn minh ấy là gì — thứ đã khiến một xã hội đặt nền trên truyền thống Do Thái-Kitô Giáo, hiến định và luân lý, đánh mất lý trí và đạo đức tập thể?

Thưa, tên của nó là: Mầm Bệnh Tư Tưởng "Thức Tỉnh."

TÌM HIỂU VỀ MẦM BỆNH TƯ TƯỞNG "THỨC TỈNH"

Một biến đổi mới đã xảy ra đối với Chủ Nghĩa Tự Do

tại Hoa Kỳ, Anh, Pháp, Úc, Canada và phần còn lại của thế giới Tây Phương. Một dạng cuồng tín chính trị mới đã xuất hiện bên trong các chủ thuyết Tự Do cấp tiến, tự gọi mình là "Woke."

"Woke" chỉ là một nhãn hiệu mới dành cho một tầng lớp Tự Do cấp tiến lâu đời — đó là những kẻ cuồng tín. Trong mọi phong trào tả khuynh, luôn tồn tại những nhóm cực đoan trẻ tuổi. Trong Chủ Nghĩa Tự Do và Chủ Nghĩa Tả Khuynh, đó chính là những người Dấn Thân bạo lực cách mạng.

Tại Trung Hoa từng có "cách mạng mang sắc màu khác nhau." Ở Đức từng có lực lượng "áo nâu." Trước khi lực lượng SS nắm quyền kiểm soát chính quyền Đức, họ chỉ là một nhóm người trẻ tuổi hoạt động chính trị tả khuynh với tính cách bạo động. Ban đầu, họ là một câu lạc bộ chính trị. Sau đó, họ trở thành giai cấp quyền lực.

Những người Bolshevik cũng hành động theo cách tương tự. Họ có những "binh sĩ xung kích" — những người cực đoan nhất, cuồng tín nhất. Đó chính là các phần tử cách mạng.

Đây là phần quan trọng trong việc hình thành các phong trào tả khuynh.

Xây dựng phong trào tả khuynh gồm nhiều tầng lớp:

Thứ nhất là người dân.

Đây là lực lượng có lá phiếu đi bầu — những người có khả năng đưa một chế độ tả khuynh lên nắm quyền thông qua lá phiếu.

Thứ hai là tầng lớp lãnh đạo.

Đây là những người tả khuynh "thực sự" — các phần tử Mác-xít. Họ là những người theo đuổi hệ tư tưởng thuần túy, đồng thời là những kẻ dối trá và tuyên truyền chuyên nghiệp.

Thứ ba là những người bị lừa.

Đó là những đi theo Chủ Nghĩa Tự Do cấp tiến — những người khờ dại tin vào Năm Điều Dối Trá, và vì thế ủng hộ nghị trình tả khuynh mà không nhận thức được bản chất của nó.

Cuối cùng là lực lượng phá hoại.

Đây là các "binh sĩ dưới đất," các phần tử cấp tiến, những người cách mạng. Họ là những kẻ sẵn sàng hành động, gây áp lực, và làm công việc "bẩn" cho phong trào.

Chính lực lượng xung kích này đã tự đặt cho mình một cái tên mới trong Chủ Nghĩa Tự DoPhương Tây:Woke.

Những người "Woke" đã sẵn sàng tin vào các ý niệm cực đoan nhất mà các học thuyết xã hội chủ nghĩa giảng dạy. Họ say sưa và kích động bởi những niềm tin ấy.

Họ không chấp nhận con đường thay đổi từng bước. Họ không chấp nhận "cuộc trường chinh qua các định chế" theo kiểu Fabian. Họ quá cuồng nhiệt, không kiên nhẫn để chờ đợi.

Họ muốn lật đổ hệ thống ngay bây giờ. Họ muốn cách mạng ngay bây giờ.

Họ muốn thiên đường xã hội chủ nghĩa ngay bây giờ.

Và đây là câu hỏi: Cơn phẫn nộ này đến từ đâu? Vì sao những người "Woke" lại căm ghét cội rễ và quốc gia Tây Phương của họ đến vậy? Điều gì đang thúc đẩy mầm bệnh tư tưởng này xé nát kết cấu của nền văn minh vĩ đại nhất mà nhân loại từng tạo dựng, đồng thời làm băng hoại nhận thức giới tính của trẻ em?

Đây chính là những câu hỏi trọng tâm cần được khảo

sát khi truy tìm nguồn gốc của Mầm Bệnh Tư Tưởng "Thức Tỉnh."

NGUỒN GỐC CỦA MẦM BỆNH TƯ TƯỞNG "THỨC TỈNH

"Woke" có thể được nhìn qua hai lăng kính khác nhau.

Lăng kính thứ nhất: Phong trào cách mạng của các phần tử cấp tiến

Trước hết, "Woke" là một phong trào cách mạng của những phần tử cấp tiến. Đây là lớp người trẻ mang trong mình năng lượng chính trị mạnh mẽ nhất của toàn bộ phong trào tả khuynh.

Chính họ là những người sẵn sàng xuống đường, gây rối loạn, phá vỡ trật tự, và tạo áp lực trực tiếp lên xã hội.

Lăng kính thứ hai: Năm Điều Dối Trá của Chủ Nghĩa Tự Do

Đây là Năm Điều Dối Trá của Chủ Nghĩa Tự Do, những mệnh đề cung cấp sức sống cho phong trào "Woke" bằng một sự cuồng nhiệt cấp tiến.

Năm Điều Dối Trá này bao gồm: (1) Công bằng xã hội, (2) Quyền phụ nữ cấp tiến, (3) Thuyết Chủng Tộc Phê Phán, (4) Phong Trào LGBT, và (5) Thay Đổi Khí Hậu.

Năm Điều Dối Trá này sẽ được phân tích sâu hơn ở phần cuối của Chương 2 và trong Chương 3 – "Tự Do Cấp Tiến Là Gì?"

Những người theo Chủ Nghĩa Tự Do thông thường quan tâm sâu sắc đến Năm Điều Dối Trá, bởi chúng định hình cách họ nhìn thế giới. Họ vận động, quyên góp, than phiền và bỏ phiếu cho các chính trị gia hứa sẽ giải quyết các vấn đề ấy.

Một người Tự Do ôn hòa sẽ không phóng hỏa một trung tâm hỗ trợ thai phụ để cổ súy phá thai, cũng không đốt rừng để "chấm dứt biến đổi khí hậu."

Chính tại điểm này, năng lượng của Woke xuất hiện.

Những người "Woke" cảm nhận Năm Điều Dối Trá với cường độ mạnh hơn nhiều so với người Tự Do bình thường. Đối với họ, đây không phải là các vấn đề có thể thảo luận từ tốn.

Trong tâm thức "Woke," đây là vấn đề sống còn. Họ tin rằng phải hành động ngay lập tức, nếu không hậu quả sẽ mang tính hủy diệt toàn cầu.

"Công lý ngay bây giờ! Cách mạng ngay bây giờ!

Không chờ đợi, không tranh luận!"

Đó chính là thế giới quan của "Woke."

Điều mà những người "Woke" không nhận ra là không hề có một tình trạng khẩn cấp thực sự nào. Năm Điều Dối Trá chỉ đơn giản là dối trá — không điều nào phản ánh sự thật.

Các "ông chủ" toàn cầu và tả khuynh đang thao túng những người "Woke," tương tự như cách Mao đã thao túng và lừa dối các đám trẻ Hồng vệ binh thiếu suy nghĩ trong cuộc "cách mạng màu sắc".

Đây chính là cùng một chiến thuật chính trị đang được khai triển tại Phương Tây ngày nay.

NHỮNG NGƯỜI CHA TRÍ THỨC CỦA "THỨC TỈNH" (WOKE)
MAX HORKHEIMER VÀ TRƯỜNG PHÁI FRANKFURT

Câu chuyện của phong trào "Thức Tỉnh" (Woke) bắt đầu tại nước Đức. Vào thập niên 1930, một nhóm giáo sư nghiên cứu xã hội hợp tác với Đại học Frankfurt (Đức) đã thành lập một nhóm trí thức theo khuynh hướng Mác-xít và tự gọi mình là Trường Phái Frankfurt.

Max Horkheimer là một trong những giáo sư Mác-xít nổi bật nhất của nhóm này. Ông là người phát triển khái niệm Lý Thuyết Phê Phán (Critical Theory) — nền tảng tư tưởng cốt lõi tạo nên triết lý "năm lời dối trá" của chủ nghĩa Thức Tỉnh cực đoan.

Các giáo sư Mác-xít tại Trường phái Frankfurt đang đối diện với một vấn đề rắc rối trầm trọng.

Chủ Nghĩa Mác đã thành công tại Nga, nhưng mọi nỗ lực nhằm tạo ra một cuộc cách mạng cộng sản tại Hoa Kỳ và các quốc gia Tây Phương đều thất bại.

Những người cộng sản kiên định này không hài lòng với Chủ Nghĩa Tự Do (Liberalism) — thứ mà họ coi là "Mác-xít phiên bản nhẹ" dành cho người Mỹ. Họ muốn một cuộc cách mạng cộng sản toàn diện, nhưng bằng cách nào đó, điều đó đã không thể xảy ra. Chủ nghĩa Mác đơn thuần không thích ứng với nước Mỹ.

Họ xác định nguyên nhân cốt lõi của sự thất bại này: thành công của Chủ Nghĩa Tư Bản trong việc mang lại sự thịnh vượng thực sự cho tầng lớp lao động.

Chủ nghĩa Mác là một "tôn giáo chính trị" được xây dựng trên hai trụ cột: đấu tranh giai cấp và công bằng xã hội.

Để thiết lập mô hình Mác-xít, cần khiến tầng lớp lao động tin rằng họ đang bị giới giàu có bóc lột và áp bức. Khi đó, họ sẽ xuống đường đòi "công bằng xã hội" và đưa một chế độ độc tài cộng sản lên nắm quyền.

Đây chính là bản thiết kế trong Tuyên Ngôn Cộng Sản — cuộc đối đầu nổi tiếng giữa "tư sản" và "vô sản".

Nhưng tại Hoa Kỳ, tầng lớp công nhân không mắc bẫy cộng sản như đã từng xảy ra ở Nga. Chủ Nghĩa Tư Bản, cùng với các cải cách của Tổng Thống Theodore Roosevelt vào cuối thế kỷ 19, đã giúp người lao động Mỹ có đời sống ổn định và khá giả.

Phần lớn công nhân Mỹ có thể mua được một căn nhà trung bình, nuôi sống gia đình, và trang trải cuộc sống bằng tiền lương lao động phổ thông. Quan trọng hơn, họ có niềm tin mạnh mẽ vào một tương lai tốt đẹp hơn cho con cái mình — giấc mơ Mỹ muôn thuở.

Chính vì điều kiện sống của người lao động Mỹ vượt xa so với Nga, mọi nỗ lực kích động cách mạng vô sản tại Hoa Kỳ đều thất bại thảm hại.

Thực tế này khiến Horkheimer và các đồng sự tại Frankfurt vô cùng thất vọng. Họ miệt mài thảo luận, tranh luận thâu đêm bên bảng viết, cố tìm ra một lối đi mới. Và rồi, một ý tưởng xuất hiện.

Horkheimer nhận ra rằng mô hình "người nghèo chống người giàu" không hiệu quả tại Phương Tây. Tuy nhiên, xã hội Phương Tây vẫn tồn tại những điểm yếu khác có thể bị khai thác để phá vỡ cấu trúc xã hội và mở đường cho một chế độ độc tài cộng sản.

Ông quan sát phong trào đòi quyền bầu cử của phụ nữ và nhận thấy sự bất mãn thực sự tồn tại giữa nữ giới và nam giới trong xã hội Phương Tây. Đây là những mầm mống đầu tiên của chủ nghĩa nữ quyền. Horkheimer tin rằng điểm yếu xã hội này có thể bị khai thác sâu hơn.

Ông cũng nhận thức rõ lịch sử đen tối của chế độ nô lệ tại Phương Tây và sự oán giận còn tồn tại trong một bộ phận người da đen đối với người da trắng — đặc biệt trong bối cảnh các đạo luật Jim Crow mang tính phân biệt đối xử ở miền Nam Hoa Kỳ. Đây là một bất công xã hội mà Karl Marx chưa từng tính đến trong học thuyết ban đầu của mình.

Horkheimer kết luận rằng các "điểm gây áp lực" trong xã hội Phương Tây vẫn tồn tại, chỉ là chúng khác với những điểm đã từng hiệu quả tại nước Nga.

Chiến lược mới này được gọi là Chủ Nghĩa Mác Văn Hóa, được thể hiện qua một luận thuyết mới mang tên Lý Thuyết Phê Phán (Critical Theory).

Khác với chủ nghĩa Mác truyền thống, Mác Văn Hóa khai thác sự khác biệt văn hóa để tạo ra các nhóm xã hội đối nghịch mới, từ đó khơi dậy đấu tranh giai cấp theo cách gián tiếp hơn.

Ý tưởng trung tâm của Lý Thuyết Phê Phán là: Hoa Kỳ và Phương Tây phải bị chỉ trích, chứ không được ngưỡng mộ hay ca ngợi. Lý thuyết này phớt lờ mọi thành tựu tích cực, tiến bộ, hay cải thiện mà xã hội Phương Tây đã đạt được. Thay vào đó, nó tập trung khai thác những mặt tiêu cực — thổi phồng chúng thành những khuyết tật nghiêm trọng trong tâm thức quần chúng, ngay cả khi những sự kiện đó đã xảy ra từ hơn một thế kỷ trước.

Đây chính là Lý Thuyết Phê Phán: tìm kiếm mọi điểm yếu trong xã hội Mỹ và không ngừng công kích chúng, nhằm chia rẽ đất nước thành các giai cấp đối đầu dựa trên văn hóa — tương tự như cách đã từng xảy ra trong nước Nga Bolshevik.

Trong nhiều thập niên tiếp theo của thế kỷ 20, Lý Thuyết Phê Phán âm thầm lan rộng trong giới học thuật, phát triển và tích tụ sức mạnh dưới bề mặt nhận thức của công chúng.

Sau đây là tóm tắt đóng góp của Horkheimer vào hệ tư tưởng Woke.

1. Lý Thuyết Phê Phán (Critical Theory)

Mục tiêu tối hậu là một cuộc cách mạng cộng sản tại Phương Tây. Tuy nhiên, phương thức nổi dậy của giai cấp công nhân không hiệu quả tại Hoa Kỳ do sự thành công của Chủ Nghĩa Tư Bản. Vì vậy, cần phải chia rẽ xã hội theo các ranh giới văn hóa, liên tục chỉ trích và làm xói mòn niềm tin của công chúng vào chính quốc gia và nền văn minh của họ, nhằm tạo ra đấu tranh giai cấp cần thiết cho cách mạng.

HERBERT MARCUSE
CHỦ NGHĨA CỰC TẢ MỚI

Một trong những người đặt nền móng cho chủ nghĩa thức tỉnh là giáo sư và học giả Herbert Marcuse. Ông là một người cộng sản Đức, bắt đầu sự nghiệp tại Trường Phái Frankfurt, tham gia trực tiếp vào việc phát triển và mở rộng học thuyết phê phán (Critical Theory).

Sau đó, Marcuse di cư sang Hoa Kỳ và giảng dạy tại nhiều đại học danh tiếng như Columbia University, Brandeis University và University of California, San Diego trong các thập niên 1940– 1960.

Herbert Marcuse là một người lưỡng tính (bisexual), thường xuyên lang thang ban đêm tại New York để tìm thỏa mãn tình dục với những người đàn ông đồng tính, trong khi ông vẫn có vợ và con ở nhà. Đời sống cá nhân này phản ánh trực tiếp hệ tư tưởng mà ông cổ vũ, đặc biệt là việc phá bỏ các THƯỚC ĐO đạo đức và luân lý truyền thống của văn minh Phương Tây.

Marcuse nhanh chóng trở thành một nhân vật có ảnh hưởng lớn trong thế giới người theo tư tưởng cánh tả. Truyền Thông Tự Do cấp tiến ca ngợi ông là "Cha Đẻ của Cánh Tả Mới" (Father of the New Left).

Marcuse là người ủng hộ mạnh mẽ học thuyết phê phán (Critical Theory) và kịch liệt phê phán văn minh Phương Tây, cho rằng xã hội Phương Tây đã biến con người thành những kẻ tiêu dùng vô thức. Ông căm ghét Chủ Nghĩa Tư Bản.

Theo Marcuse, phong trào cánh tả lúc bấy giờ đã trở nên "quá ôn hòa" và không còn đủ tính cách mạng. Ông cho rằng cần phải khơi dậy lại tinh thần cấp tiến, nổi loạn và cách mạng trong xã hội Mỹ. Chính vì vậy, Marcuse trở thành nguồn cảm hứng trí thức cho các phong trào phản kháng và bạo loạn trong thập niên 1960.

Marcuse đề xướng nhiều khái niệm then chốt, trong đó có: "Khoan dung phe Ta đàn áp phe đối lập" (repressive tolerance), "Giải phóng tình dục", Bác bỏ các giá trị và truyền thống của văn minh Tây Phương, và Nhu cầu về chủ nghĩa cấp tiến cánh tả.

Khái niệm "khoan dung đàn áp" đặc biệt quan trọng. Theo chiến thuật này, khi phe cánh tả nắm quyền, họ sẽ bỏ qua hoặc dung túng các hành vi sai trái, thậm chí tội phạm, của phe mình; trong khi đó, họ sẽ dùng toàn bộ sức mạnh pháp luật để trấn áp đối thủ chính trị.

Nhiều người bảo thủ ngày nay cảm thấy không

hiểu trước hệ thống công lý hai tầng đang diễn ra. Tuy nhiên, điều họ không nhận ra là chiến thuật này đã được Marcuse giảng dạy cho các nhà hoạt động cấp tiến từ thập niên 1960 — những người hiện đang nắm giữ nhiều vị trí quyền lực trong xã hội.

Marcuse cũng là nhân vật khiến phong trào cánh tả bắt đầu tập trung mạnh vào đồng tính luyến ái và lưỡng tính.

Ông dạy rằng, để tạo ra cách mạng, cần phải hình thành một liên minh của những thành phần bị xem là "bên lề xã hội". Chiến lược này kết hợp với việc bác bỏ các giá trị truyền thống của Tây Phương và hô hào giải phóng tình dục, trong đó có đồng tính luyến ái.

Có thể nói, Marcuse chính là người đặt nền móng cho chữ "LGB" trong khái niệm LGBT.

Các trước tác của Marcuse đã truyền cảm hứng cho một thế hệ các nhà hoạt động cánh tả, dẫn đến các cuộc biểu tình, bạo loạn và phong trào phản kháng lan rộng trong thập niên 1960. Phong trào này chính là khởi điểm của chủ nghĩa cấp tiến Mỹ, và từ đó tiếp tục biến hóa thành những hình thức cực đoan hơn trong các thập niên gần đây.

Không thể đánh giá thấp tầm ảnh hưởng của Marcuse. Phần lớn các lãnh đạo cánh tả hiện nay—từ các vị trí được bầu cử cho đến bổ nhiệm—đều trưởng thành về mặt tư tưởng từ làn sóng cấp tiến của thập niên 1960 mà Marcuse dẫn dắt. Hiểu được Marcuse là hiểu được nguồn gốc của sự đàn áp chính trị mà phe bảo thủ đang phải đối diện ngày nay.

Sau đây là tóm tắt đóng góp của Marcuse vào hệ tư tưởng Woke.

2. Chủ nghĩa Cấp tiến Tự do

Văn minh Phương Tây là xấu xa và các giá trị đạo đức của nó mang tính áp bức, biến con người thành những kẻ tiêu dùng vô thức. Cần phải bác bỏ các giá trị và luân lý Tây Phương, mở cửa cho mọi hình thức tình dục, và trở nên cấp tiến trong phong trào chính trị nhằm lật đổ Tây Phương và xây dựng một xã hội Mác-xít lý tưởng. Để đạt được điều này, cần hình thành một liên minh gồm những nhóm bị xem là bên lề như đồng tính nữ, đồng tính nam, lưỡng tính, phong trào nữ quyền và các nhóm cấp tiến da màu.

MICHEL FOUCAULT
CHỦ NGHĨA HẬU HIỆN ĐẠI

Làn sóng kế tiếp của các "người cha tư tưởng" của Woke xuất hiện tại Pháp vào thập niên 1970. Tại đây, một nhóm giáo sư và triết gia cánh tả cấp tiến nổi lên mạnh mẽ trong giới học thuật. Họ được gọi chung là những nhà Hậu Hiện Đại (Postmodernists).

Nhân vật tiêu biểu và có ảnh hưởng lớn nhất trong nhóm này là Michel Foucault.

Foucault là một tín đồ thuần thành của Khai Sáng Bóng Tối (Dark Enlightenment). Ông bác bỏ hoàn toàn Khai Sáng, đồng thời phủ nhận cả khái niệm hiện đại (modernity). Foucault phủ nhận sự tồn tại của chân lý, thực tại khách quan, đạo đức, lý trí và cả bản chất con người. Ông cũng là người thừa kế và mở rộng Critical Theory của Trường phái Frankfurt.

Foucault là một người cộng sản, đồng tính nam công khai và nghiện ma túy. Ông thường xuyên sử dụng chất kích thích và tham gia các hành vi BDSM với bạn tình đồng tính cũng như với những người lạ tại các nhà tắm đồng tính. Lối sống này khiến ông nhiễm HIV và sau đó qua đời vì AIDS, hậu quả của các quan hệ tình dục đồng giới không an toàn.

Năm 1977, Foucault ký tên vào một kiến nghị tại Pháp nhằm phi hình sự hóa quan hệ tình dục giữa người lớn và trẻ em dưới 15 tuổi.

Đóng góp chính của Foucault cho hệ tư tưởng Woke là lập luận rằng toàn bộ xã hội chỉ là một hệ thống các cấu trúc quyền lực, nơi chỉ tồn tại hai nhóm: kẻ áp bức và người bị áp bức.

Theo Foucault, thực tại khách quan không tồn tại. Mọi thứ — bao gồm dị tính luyến ái, giới tính, hay thậm chí hành vi ấu dâm — đều chỉ là "cấu trúc xã hội" do những kẻ nắm quyền áp đặt lên con người ngay từ khi sinh ra.

Nói cách khác, Foucault cổ võ quan điểm về tính dục, giới tính và ấu dâm không phải là những thực tại khách quan, những chân lý, hay những điều mang tính đạo đức tốt hay xấu. Không có điều gì là thiện hay ác một cách tuyệt đối, Không có tội lỗi đạo đức trong các hành vi tình dục, kể cả giữa người lớn và trẻ em.

Theo quan điểm này, mọi chuẩn mực đạo đức của Tây Phương đều là công cụ áp bức cần bị phá bỏ.

Từ tư tưởng của Foucault, phong trào cánh tả cấp tiến đã mở rộng vòng tay dung nạp cả những kẻ ấu dâm, xem họ là một "nhóm bị áp bức" cần được giải phóng.

Sau đây là tóm tắt đóng góp của Foucault vào hệ tư tưởng Woke.

3. Chủ nghĩa Tương đối về Tình dục
Không tồn tại chân lý, thực tại khách quan, đạo đức,

dị tính luyến ái, ấu dâm hay giới tính. Tất cả đều là những cấu trúc xã hội do tầng lớp áp bức dựng lên và áp đặt lên con người từ nhỏ. Chúng ta cần giải phóng con người khỏi các ràng buộc đạo đức Tây Phương liên quan đến đồng tính, chuyển giới, ấu dâm và các "chuẩn mực" khác đang kìm hãm tự do.

BETTY FRIEDAN
QUYỀN PHỤ NỮ CẤP TIẾN

Phong trào vì quyền phụ nữ ban đầu được gọi là women's suffrage – phong trào đòi quyền bầu cử cho phụ nữ. Đây là làn sóng đầu tiên, mang tính toàn cầu, trong đó phụ nữ và nam giới cùng xuống đường để yêu cầu phụ nữ được quyền bỏ phiếu và có thêm vị thế xã hội trong các quốc gia Tây Phương. Phong trào này đã đạt được mục tiêu.

Tuy nhiên, sau đó xuất hiện một phong trào thứ hai, được gọi là quyền phụ nữ làn sóng thứ hai (second-wave feminism), bắt đầu vào năm 1963. Phong trào này không còn tập trung vào quyền bầu cử nữa, mà chuyển sang chủ nghĩa Mác cấp tiến và nỗ lực phê phán, tháo dỡ nền văn minh Tây Phương, mà họ cho là đại diện cho "chế độ " trọng nam khinh nữ " (patriarchy).

Nhà văn Mác-xít thuộc học thuyết khai sáng bóng tối đầu tiên đưa ra luận điểm này là tác giả người Pháp Simone de Beauvoir, với tác phẩm The Second Sex xuất bản năm 1949. Trong đó, bà lập luận rằng phụ nữ là giới bị áp bức trong xã hội Tây Phương, bị kìm hãm và kiểm soát bởi "chế độ trọng nam khinh nữ ".

Sau này, Simone de Beauvoir bị mất chức giảng dạy do các cáo buộc lạm dụng tình dục sinh viên. Bà và người tình của mình, Jean-Paul Sartre, còn vận động tại Pháp để yêu cầu trả Tự Do cho những kẻ phạm tội lạm dụng tình dục trẻ em. Cả hai cũng là những người ký tên vào bản kiến nghị yêu cầu hợp pháp hóa ấu dâm bằng cách bãi bỏ luật độ tuổi đồng thuận tại Pháp.

Tác phẩm của Simone de Beauvoir được dịch sang tiếng Anh và xuất bản tại Hoa Kỳ vào năm 1953.

Tác phẩm này sau đó được nhà văn Mác-xít người Mỹ Betty Friedan tiếp nhận, và bà tiếp tục viết tác phẩm quyền phụ nữ nổi tiếng của mình là The Feminine Mystique vào năm 1963. Đây được xem là năm khai sinh của quyền phụ nữ cấp tiến tại Hoa Kỳ.

Phong trào này tuyên bố mục tiêu là "giải phóng phụ nữ" khỏi sự áp bức của chế độ trọng nam khinh nữ. Lập luận này có nguồn gốc trực tiếp từ Critical Theory của Trường phái Frankfurt do Max Horkheimer khởi xướng.

Tuy nhiên, mục tiêu thực sự của quyền phụ nữ làn sóng thứ hai không phải là giải phóng phụ nữ, mà là hủy hoại hôn nhân truyền thống, vai trò giới tính, và mô hình gia đình hạt nhân. Sứ mệnh của Betty Friedan không phải là trao quyền cho phụ nữ, mà là phá vỡ trật tự xã hội để mở đường cho cuộc cách mạng Mác-xít.

Bà là một người Mác-xít cấp tiến tự thừa nhận và tích cực cổ vũ cho tư tưởng này.

Sau đây là tóm tắt đóng góp của Betty Friedan vào hệ tư tưởng Woke, nhằm phá vỡ và hủy hoại gia đình Phương Tây.

4. Quyền phụ nữ cấp tiến

Phụ nữ là "giới tính thứ hai" – một giai tầng mới tách biệt khỏi nam giới – bị áp bức bởi chế độ đàn ông nắm quyền và bị buộc phải đảm nhận vai trò nội trợ và làm mẹ. Chúng ta phải giải phóng phụ nữ khỏi các chuẩn mực đạo đức và giá trị do chế độ phụ quyền Tây Phương áp đặt. Phụ nữ không nên bị ràng buộc bởi tình dục truyền thống, hôn nhân, vai trò giới tính hay khái niệm gia đình hạt nhân. Phụ nữ cũng phải có quyền phá thai theo ý muốn.

PAUL EHRLICH
HỌC THUYẾT NGÀY TẬN THẾ MÔI TRƯỜNG

Phong trào Woke sẽ không thể là Woke nếu thiếu đi lời dối trá thứ năm của phong trào Tự Do cấp tiến: thuyết biến đổi khí hậu do con người tạo ra.

Ý tưởng mang tính báo động này có nguồn gốc từ tận thế kỷ XVIII, bắt đầu với khái niệm "thảm họa Malthus" của Thomas Malthus, cho rằng nếu tầng lớp bình dân được phép sinh sản Tự Dothì xã hội sẽ đi đến sụp đổ.

Khái niệm cũ kỹ này của Phong Trào Khai Sáng Bóng Tối (Dark Enlightenment) luôn là một trụ cột trong hệ tư tưởng cánh tả, và từng truyền cảm hứng cho những nhân vật như Charles Darwin.

Ý tưởng đó sau này được một tác giả cực tả tên Paul Ehrlich tiếp nhận và phát triển trong cuốn sách mang tính ngày tận thế của ông, The Population Bomb, xuất bản năm 1968.

Giai đoạn này trùng khớp với thời kỳ cấp tiến cực đoan của thập niên 1960, chịu ảnh hưởng mạnh từ tư tưởng của Herbert Marcuse. The Population Bomb nhanh chóng trở thành sách bán chạy trong các vòng tròn trí thức cánh tả lúc bấy giờ.

Cuốn sách lập luận rằng nếu dân số tiếp tục tăng

theo tốc độ hiện tại, nhân loại sẽ phải đối mặt với một thảm họa môi trường toàn cầu và sự kết thúc của thế giới hiện đại.

Paul Ehrlich đã đưa ra hàng loạt dự đoán về ngày tận thế sắp đến — không một dự đoán nào trong số đó trở thành hiện thực. Rốt cuộc, ông cũng chỉ là một nhà tiên tri giả khác của Phong trào Chống Khai sáng. Tuy vậy, ý tưởng của ông chưa bao giờ rời khỏi phong trào này.

Ngày nay, viễn cảnh tận thế môi trường do dân số quá đông được tái định danh dưới cái tên "thuyết biến đổi khí hậu".

Học thuyết này cho rằng loài người đông đúc đang thải ra lượng lớn khí carbon dioxide, làm Trái Đất nóng lên, khiến mực nước biển dâng cao và cuối cùng sẽ dẫn đến sự hủy diệt của thế giới.

Cũng giống như Paul Ehrlich, không một dự đoán nào của phong trào biến đổi khí hậu từng trở thành hiện thực. Biến đổi khí hậu chỉ là một khởi đầu giả khác — bởi vì đó là một lời dối trá mang bản chất Mác-xít.

Nguồn gốc của phong trào này bắt nguồn từ phúc trình The Limits to Growth năm 1972 của Câu lạc bộ Rome, được tài trợ bởi Quỹ Rockefeller. Chúng ta sẽ phân tích sâu hơn vấn đề này trong phần nói về Chủ Nghĩa Toàn Cầu ở các chương sau.

Paul Ehrlich, phiên bản Thomas Malthus của thời hiện đại, đã để lại dấu ấn sâu đậm và lâu dài trong hệ tư tưởng Woke.

Sau đây là tóm tắt đóng góp của Paul Ehrlich vào hệ tư tưởng Woke.

5. Học Thuyết Ngày Tận Thế Môi Trường

Trái Đất có quá nhiều người. Sự bùng nổ dân số kết hợp với công nghiệp hóa tư bản đang hủy hoại môi trường và sẽ dẫn đến một ngày tận thế do con người tạo ra nếu chúng ta không hành động. Chúng ta phải hạn chế dân số, phi công nghiệp hóa — loại bỏ xe hơi, xăng dầu, điện năng và các tiện nghi hiện đại. Chúng ta phải tịch thu toàn bộ tư hữu và thiết lập chủ nghĩa Mác nếu còn muốn có cơ hội cứu lấy Trái Đất.

ANTONIO GRAMSCI
HỌC THUYẾT PHÊ PHÁN CHỦNG TỘC (CRT)

Mảnh ghép tiếp theo trong bức tranh Woke đến từ một nhà Mác-xít cộng sản người Ý, Antonio Gramsci, người đã viết ba mươi quyển sổ ghi chép đầy ắp lý thuyết chính trị trong thời gian bị giam cầm.

Ông trở thành một trong những nhà tư tưởng Mác-xít có ảnh hưởng lớn nhất của thế kỷ XX.

Đóng góp chính của Gramsci cho cấu trúc tư tưởng Woke, vốn được gọi là Lý Thuyết Phê Phán (Critical Theory), là khái niệm "văn hóa bá quyền" (cultural hegemony).

Gramsci bị cuốn hút bởi một quan sát quan trọng: những người cầm quyền tại Phương Tây không cần phải dùng đến bạo lực, cưỡng ép hay khủng bố để kiểm soát dân chúng, như thường thấy tại các quốc gia cộng sản và Mác-xít.

Ông tự hỏi vì sao lại như vậy, thông qua lăng kính của Lý Thuyết Phê Phán.

Kết luận của ông là: giai cấp thống trị – tầng lớp tư

sản – kiểm soát quần chúng không phải bằng vũ lực, mà bằng cách áp đặt một hệ thống các câu chuyện, diễn ngôn và tường thuật văn hóa lên xã hội thông qua giáo dục, truyền thông và ngôn ngữ chính trị.

Theo Gramsci, chính những câu chuyện văn hóa này đã trở thành kết nối chặt chẽ giữa xã hội Phương Tây và giai tầng lớp lãnh đạo tiếp tục nắm quyền, đồng thời khiến các xã hội Phương Tây đối kháng với cách mạng cộng sản.

Giải pháp của ông là tạo ra một thêu đệt trái chiều mới (counter-narrative) nhằm công kích và làm suy yếu văn hóa bá quyền cốt lõi của quốc gia.

Các trí thức Mác-xít tại Hoa Kỳ đã nhanh chóng nắm lấy khái niệm này và phát triển nó thành học thuyết được gọi là CRT – Critical Race Theory (Học Thuyết Phê Phán Chủng Tộc).

Học Thuyết Phê Phán Chủng Tộc hoàn thành mục tiêu của Gramsci bằng cách xây dựng một câu chuyện đối nghịch, khiến người nghe quay lưng lại với chính ý niệm về quốc gia Hoa Kỳ.

Theo Gramsci và những người kế thừa ông, câu chuyện truyền thống của nước Mỹ thường được kể như sau:

"Hoa Kỳ được thành lập bởi các thuộc địa đấu tranh giành Tự Do khỏi Đế Quốc Anh tàn bạo.

Họ thiết lập nền cộng hòa Dân Chủ đầu tiên dựa trên tự do, bình đẳng và quyền tự quản.

Họ từng mắc những sai lầm như chế độ nô lệ, nhưng đã trả giá cho điều đó và sửa chữa bằng Cuộc Nội Chiến nhằm giải phóng nô lệ – cuộc chiến đẫm máu nhất trong lịch sử nước Mỹ.

Hoa Kỳ sau đó trở thành quốc gia vĩ đại, tự do, sung túc và thịnh vượng nhất mà thế giới từng biết đến.

Đây là vùng đất của cơ hội, một xã hội trọng dụng năng lực thực sự, nơi con người có thể đi lên từ con số không, theo đuổi tiềm năng cá nhân và vượt qua tầng lớp kinh tế–xã hội nơi họ sinh ra.

Đây là xứ sở của Tự Do và quê hương của những con người dũng cảm."

Đó là một câu chuyện văn hóa đầy sức mạnh – và cũng là một câu chuyện đúng sự thật. Tuy nhiên, theo các Mác-xít của phong trào Dark Enlightenment, câu chuyện này là "vấn đề". Vì vậy, họ phải xây dựng một phản–tường thuật để phá vỡ bá quyền văn hóa đó.

Phản–tường thuật mới này được gọi là Học Thuyết Phê Phán Chủng Tộc, và nó được kể như sau:

"Hoa Kỳ là một quốc gia áp bức, không phải tự do. Người da trắng thống trị nước Mỹ. Người da trắng vốn dĩ là xấu xa và mang tính phân biệt chủng tộc ngay từ khi sinh ra.

Hoa Kỳ không bắt đầu vào năm 1776, mà bắt đầu từ năm 1619, khi những người da đen nô lệ đầu tiên bị đưa từ Châu Phi sang để bị áp bức và bóc lột suốt 400 năm.

Hoa Kỳ không phải là vùng đất của cơ hội. Tại đây, người da trắng đàn áp người da đen và kìm hãm họ.

Người da đen không có cơ hội công bằng, bởi các hệ thống của quốc gia này vốn mang tính phân biệt chủng tộc từ bản chất.

Sự bất công đó chính là phân biệt chủng tộc mang tính hệ thống.

Người da đen không có tương lai tại đây – đặc biệt là dưới tay cảnh sát, những kẻ mang tính phân biệt chủng tộc, luôn tìm cách lạm quyền, bắt giữ, giết hại người da đen hoặc nhốt họ vào nhà tù. Người da đen cần nổi dậy và cách mạng.

Người da trắng "thức tỉnh" và giới Tự Do cần phải thú nhận tội lỗi phân biệt chủng tộc của mình và làm bất cứ điều gì cần thiết cho cuộc cách mạng.

Im lặng chính là bạo lực."

Phản–tường thuật mới này của Học Thuyết Phê Phán Chủng Tộc đã được đưa vào văn hóa đại chúng và giới học thuật vào năm 1995 thông qua một số giáo sư và tác giả người Mỹ gốc Phi.

Sau đây là tóm tắt đóng góp của Gramsci vào hệ tư tưởng Woke.

6. Học Thuyết Phê Phán Chủng Tộc

Hoa Kỳ là một quốc gia không đạo đức, bất công và phân biệt chủng tộc. Quốc gia này được xây dựng trên lưng nô lệ kể từ thời điểm "thành lập thực sự" vào năm 1619. Người da trắng xấu xa thống trị xã hội và mang bản chất phân biệt chủng tộc ngay từ khi sinh ra. Người da đen không có cơ hội vì bị áp bức bởi phân biệt chủng tộc mang tính hệ thống và bạo lực của cảnh sát. Cảnh sát mang tính phân biệt chủng tộc và muốn giam giữ hoặc giết hại người da đen. Người da đen cần nổi dậy và cách mạng; còn người da trắng "thức tỉnh" và giới Tự Dophải hỗ trợ họ để chuộc lại tội lỗi vì đã là người da trắng.

KINSEY VÀ MONEY
HỌC THUYẾT QUEER VÀ GIỚI TÍNH

Khía cạnh đen tối và đáng lo ngại nhất của hệ tư tưởng Thức Tỉnh (Woke) cho đến nay chính là sự ám ảnh của nó đối với việc tình dục hóa và hủy hoại bộ phận sinh dục của trẻ em.

Những giáo điều khác trong hệ thống niềm tin này, thoạt nhìn, có thể khiến người ta lầm tưởng là mang tính "lý luận" hoặc "nhân văn", cho đến khi người đọc nhận ra nền tảng Mác-xít cộng sản ẩn giấu phía sau mỗi học thuyết.

Tuy nhiên, việc nhắm thẳng vào trẻ em là điều không thể dung thứ. Mảnh ghép cuối cùng của học thuyết Woke dựa trên hai ý niệm có liên hệ chặt chẽ với nhau: tình dục và giới tính.

Học Thuyết Queer thách thức quan niệm rằng con người sinh ra vốn mang khuynh hướng dị tính tự nhiên. Học thuyết này tìm cách bình thường hóa đồng tính luyến ái, song tính luyến ái, ấu dâm và các khuynh hướng tình dục lệch lạc khác.

Mục tiêu của học thuyết này là làm băng hoại trẻ em bằng cách cho chúng tiếp xúc với những khái niệm và tài liệu mang tính khiêu dâm ngay từ độ tuổi rất sớm.

Học Thuyết Giới Tính cũng mang bản chất tương tự. Nó cho rằng biểu hiện giới tính chỉ là một "cấu trúc xã hội", chứ không phải thực tại sinh học.

Học thuyết này tiếp tục nhắm vào trẻ em bằng cách phơi bày chúng trước những nội dung và hình ảnh nhạy cảm, nhằm dụ dỗ một số em bước vào quá trình can thiệp hóa học và phẫu thuật nhằm biến đổi thân thể.

Tất cả những điều này là sản phẩm bệnh hoạn của trào lưu Dark Enlightenment, khi hệ tư tưởng này hiện thực hóa chính nó trong văn hóa Tây Phương bằng cách tấn công nhóm yếu đuối nhất: trẻ em.

Alfred Kinsey – "Cha đẻ" của giải phóng tình dục hiện đại Người được xem là cha đẻ của phong trào "giải phóng tình dục" hiện đại là Alfred Kinsey, một nhà tâm lý học kiêm nghiên cứu tình dục học.

Kinsey trở thành anh hùng của phong trào cánh tả tại Hoa Kỳ sau khi xuất bản hai tác phẩm: *Sexual Behavior in the Human Male* và *Sexual Behavior in the Human Female*.

Hoạt động nghiên cứu của ông được Quỹ Rockefeller tài trợ, và năm 1947, ông thành lập Viện Nghiên Cứu Tình Dục tại Đại học Indiana.

Tại đây, Kinsey tiến hành và ghi hình những thí nghiệm tình dục bệnh hoạn.

Kinsey là người song tính, thường xuyên quay phim bệnh nhân và nhân viên của mình khi họ quan hệ tình dục, đặc biệt là các mối quan hệ đồng tính nam. Ông cũng bị ám ảnh bởi hành vi tình dục của trẻ em, ghi nhận "phản ứng cực khoái" của trẻ thông qua các cuộc phỏng vấn với những kẻ ấu dâm.

Người đàn ông này đã trở thành biểu tượng tình dục học của phong trào Tự Do cấp tiến tại Tây Phương.

Ông tìm cách bình thường hóa đồng tính, lưỡng tính và cả ấu dâm. Kinsey chính là nền móng cho việc tình dục hóa trẻ em trong phong trào Woke hiện đại.

Nhân vật tiếp theo trong hệ tư tưởng Woke đến từ Tân Tây Lan, là nhà tâm lý học và tình dục học John Money, giáo sư tại Đại học Johns Hopkins.

Ông đồng tác giả cuốn *Transsexualism and Sex Reassignment* (1969), được xem là cột mốc khởi đầu của phong trào chuyển giới hiện đại. Ông cũng viết *Gay,*

Straight, and In- Between: The Sexology of Erotic Orientation, trong đó phủ nhận tính quyết định sinh học của giới tính.

Money là người đặt ra các thuật ngữ "vai trò giới tính" và "xu hướng tình dục". Công trình của ông tập trung đặc biệt vào giới tính và tình dục của trẻ em.

Các học thuyết và thí nghiệm của Money xoay quanh khái niệm giới tính linh hoạt, cho rằng trẻ em có thể được "định hình" thành bất kỳ giới nào nếu can thiệp đủ sớm.

Trong giáo trình *Man and Woman, Boy and Girl*, Money mô tả thí nghiệm trên hai anh em sinh đôi, trong đó một em bị can thiệp chuyển giới từ nhỏ.

Đứa trẻ được nhắc đến trong sách là David Reimer. Sau một ca cắt bao quy đầu thất bại, Money thuyết phục cha mẹ David cho em chuyển giới và nuôi dạy như một bé gái.

Tinh hoàn của David bị cắt bỏ khi còn là trẻ sơ sinh. Sau đó, Money tiếp tục thuyết phục gia đình cho phẫu thuật tạo hình cơ quan sinh dục nữ.

Money cho hai anh em sinh đôi gặp riêng trong phòng làm việc, buộc họ diễn tập các hành vi tình dục, chụp ảnh và kiểm tra bộ phận sinh dục của cả hai.

Sự thật này chỉ được phơi bày khi họ trưởng thành.

Năm 14 tuổi, David được cha mẹ nói sự thật rằng mình sinh ra là nam giới. Em quay trở lại bản dạng nam, nhưng chịu tổn thương tâm lý nghiêm trọng.

Cả hai anh em sau đó đều tự sát.

Theo quan điểm của tôi, cần đối diện với khả năng là các "nhà khoa học" được tôn vinh như thế thực chất chỉ là những kẻ ấu dâm đồng tính, và cả phong trào "Khai sáng Bóng tối" (Dark Enlightenment) — vốn bao gồm Chủ nghĩa Cánh tả, Chủ nghĩa Tự do, Chủ nghĩa Woke và Chủ nghĩa Toàn cầu — tiềm tàng một mạch ngầm đầy thâm độc của nạn ấu dâm đồng tính, len lỏi vào hệ tư tưởng cũng như hàng ngũ của phong trào này.

Phong trào này, ở cốt lõi, tìm cách băng hoại và xâm hại trẻ em.

Đây chính là đóng góp của John Money đối với hệ tư tưởng Woke. Tập hợp các ý tưởng này chính là những gì mà Đảng Dân chủ và giới Tự do tại các quốc gia phương Tây hiện nay quyết định ủng hộ để thực hiện đối với trẻ em.

Nạn lạm dụng trẻ em phải là giọt nước tràn ly.

Sau đây là tóm tắt đóng góp của Kinsey và Money vào hệ tư tưởng Woke.

7. Học Thuyết Queer và Giới Tính

Dị tính luyến ái và giới tính nam–nữ là những "cấu trúc xã hội" bị áp đặt lên trẻ em từ nhỏ. Chúng ta phải "giải phóng" trẻ em khỏi sự áp bức này bằng cách cho chúng tiếp xúc với đồng tính và chuyển giới càng sớm càng tốt. Việc tiếp xúc này sẽ giúp trẻ "Tự Do lựa chọn" liệu pháp hormone và phẫu thuật chuyển giới. Nếu cha mẹ không ủng hộ, nhà nước sẽ can thiệp và tước quyền nuôi dạy con cái.

SỰ TIẾN HÓA CỦA PHONG TRÀO WOKE

Thuật ngữ "Woke" ban đầu là một khẩu hiệu trong cộng đồng người da đen từ thập niên 1930, mang ý nghĩa rằng một người da đen đã "tỉnh thức", hiểu rõ những nguy cơ xã hội liên quan đến nạn phân biệt chủng tộc.

Từ thập niên 1960 đến thập niên 1990, phong trào Lý Thuyết Phê Phán của Trường Phái Frankfurt đã âm thầm lan rộng trong giới học thuật. Hệ tư tưởng này được gieo mầm và giảng dạy cho sinh viên Phương Tây trong suốt bốn thập niên, dần dần tích tụ ảnh hưởng.

Đến đầu những năm 2000, phong trào bắt đầu lộ diện trên các khuôn viên đại học thông qua nhiều cuộc biểu tình của sinh viên, đặc biệt tại các trường có khuynh hướng Tự Do Cấp tiến.

Hệ tư tưởng này bắt đầu "mọc chân", tổ chức thành các phong trào biểu tình ngồi-lì phản đối các ngân hàng Phố Wall trong thời kỳ khủng hoảng tài chính, lấy tên là Occupy Wall Street. Tuy nhiên, vào thời điểm đó, phong trào vẫn chưa hội tụ thành một hệ tư tưởng rõ ràng có tên gọi chính thức.

Năm 2014, sau các cuộc bạo loạn tại Ferguson, thuật ngữ "Woke" bị các người theo Chủ Nghĩa Tự Do da trắng chiếm dụng để đại diện cho toàn bộ hệ niềm tin của Lý Thuyết Phê Phán bắt nguồn từ Trường Phái Frankfurt.

Nói cách khác, những người Tự Do "chống phân biệt chủng tộc" da trắng đã chiếm đoạt văn hóa của người da đen, lấy từ "Woke" – vốn đã thuộc về cộng đồng da đen suốt chín mươi năm – làm của riêng mình. Họ hoàn toàn không có chút ý thức trớ trêu nào về điều đó.

Cũng trong giai đoạn này, hai nhóm hoạt động đường phố bắt đầu nổi lên rõ rệt hơn. Một nhóm đại diện cho những người Mác-xít da đen, gọi là BLM – Black Lives Matter.

Nhóm còn lại là một tổ chức có lịch sử hơn một trăm năm, bắt nguồn từ nước Đức trước thời Đức Quốc Xã, mang tên Antifa (Chống Phát-xít). Đây vốn là các nhóm côn đồ cộng sản Đức từng tranh giành ảnh hưởng với Hitler vào đầu thế kỷ XX và đã thất bại.

Năm 2016, với việc Donald J. Trump – người mà đám đông Woke xem như hiện thân của "kẻ phản Chúa" – đắc cử tổng thống, phong trào Woke bùng nổ thành các cuộc tuần hành và bạo loạn.

Sau đó, đoạn video lan truyền về cái chết của George Floyd năm 2020 đã dẫn đến các cuộc bạo loạn "Mùa Hè Tình Yêu" tại các thành phố do phe Tự Dokiểm soát trên khắp nước Mỹ.

Chính vào thời điểm này, Woke thật sự bước vào dòng chính xã hội. Song song đó, các tập đoàn toàn cầu hóa giàu tiềm lực tài chính bắt đầu tài trợ mạnh mẽ cho hệ tư tưởng này trong giới doanh nghiệp Mỹ.

Các trường cao đẳng và đại học lúc ấy dậy sóng với làn sóng Woke. Việc làm băng hoại giới tính và tình dục của trẻ em tiểu học bùng phát với các sự kiện "giờ kể chuyện của drag queen", Tháng Tự Hào Đồng Tính trong các tập đoàn Fortune 500, cùng những cuộc diễu hành và bạo loạn trên đường phố.

Đến năm 2024, phong trào này đã sôi sục đến mức áp đảo hoàn toàn đời sống của người dân Phương Tây bình thường – những người chỉ muốn sống cuộc sống hằng ngày của mình. Mục tiêu chính của phong trào là trẻ em. Điều này rất giống với Cách Mạng Văn Hóa của Mao, vốn nhắm trực tiếp vào học sinh và sinh viên.

Và chúng ta đang ở đây – giữa cuộc cách mạng Woke. Họ sẽ không dừng lại cho đến khi chiếm đoạt hoàn toàn các quốc gia của chúng ta.

Những năng lượng chính trị cực đoan này đang được các tổ chức Tự Do, Cánh Tả và Toàn Cầu Hóa khai thác và điều hướng nhằm đẩy nhanh chương trình nghị sự Mác-xít trên toàn thế giới Phương Tây.

Chúng ta đang chứng kiến các cuộc thâu tóm quyền lực lớn trong các lĩnh vực năng lượng, nông nghiệp, đất đai, y tế, giáo dục và kiểm duyệt – tất cả đều được thúc đẩy hoặc biện minh bởi hệ tư tưởng Woke.

Đây là thời kỳ vô cùng nguy hiểm đối với những người bảo thủ tại Phương Tây. Người dân Phương Tây cần phải lên tiếng, phản đối và chống lại phong trào này bằng con đường hòa bình. Lịch sử cho thấy: đây chính là những thời điểm mà các quốc gia sụp đổ nếu người dân đứng yên không làm gì.

CÁC CHIẾN THUẬT CỦA WOKEISM

1. LA HÉT VÀ GÀO THÉT

Những người Woke không phải lúc nào cũng là thành phần có trí tuệ cao trong đám đông Cánh Tả, và niềm tin chính trị của họ hoàn toàn dựa trên các dối trá Mác-xít. Vì vậy, họ không giỏi thảo luận hay tranh luận lý trí.

Khi một người Woke đối diện với điều gì đó mà họ được dạy phải căm ghét, họ sẽ bắt đầu la hét và gào thét.

Đôi khi, một người Woke còn ngửa mặt lên trời và phát ra tiếng thét man dại. Đây chính là những khoảnh khắc đích thực của Woke, và vô số người bắt chước trên Internet đã giúp lưu danh chúng mãi mãi.

2. VĂN HÓA HỦY DIỆT (CANCEL CULTURE)

Người Woke là những kẻ cách mạng cực đoan. Họ thích nhất là phô trương quyền lực cách mạng đó trước công chúng.

Giống như các "Hồng Vệ Binh" thời Mao ở Trung Quốc, họ thích phá hủy cuộc sống và sinh kế của bất kỳ ai dám chống đối hay lên tiếng phản đối hệ tư tưởng của họ.

Đây chính là nguồn gốc của đám đông Woke và văn hóa "cancel" hiện đại.

3. NHẮM VÀO TRẺ EM

Một lần nữa, người Woke không nằm ở đỉnh cao trí tuệ của phe Cánh Tả, nên họ gặp khó khăn khi thuyết phục người trưởng thành bằng lập luận Mác-xít méo mó của mình.

Vì vậy, họ nhắm vào trẻ em – những người đang học cách suy nghĩ. Đây là lý do nhiều người Woke chọn làm giáo viên, nhân viên giữ trẻ hoặc giảng viên đại học.

Chính trong những môi trường này, họ có thể gieo rắc hệ tư tưởng và làm băng hoại tư duy, giới tính và tình dục của trẻ em Phương Tây, qua đó liên tục gia tăng lực lượng Woke.

Chiến lược nhắm vào trẻ em này hoàn toàn giống với chiến lược của Mao trong Cách Mạng Văn Hóa.

4. KHỦNG BỐ NỘI ĐỊA

Chiến thuật cuối cùng của Woke luôn là bạo lực và phá hoại.

Trớ trêu thay, Bộ Tư Pháp hiện nay – dưới sự kiểm soát của phe Cánh Tả và toàn cầu hóa – lại gán nhãn người Kitô hữu và người bảo thủ là "khủng bố nội địa", trong khi chính họ mới là những thành phần ôn hòa nhất trong xã hội.

Những kẻ khủng bố nội địa thực sự chính là Woke.

Chúng ta thấy họ bạo loạn, đốt phá, cướp bóc và giết người tại các thành phố do phe Cánh Tả kiểm soát.

Những kẻ cực đoan môi trường Woke đốt rừng tại Canada và California để "chống biến đổi khí hậu".

Họ chặn giao thông bằng cách xích mình xuống đường để chống dầu khí. Họ hủy hoại các tác phẩm nghệ thuật vô giá trong viện bảo tàng bằng sơn và súp.

Họ đánh bom các trung tâm hỗ trợ phụ nữ mang thai. Họ đốt nhà thờ.

Họ hành hung người vô tội. Họ phá hoại cơ sở sản xuất thực phẩm và đường sắt. Họ xả súng vào trường học Kitô giáo và các cuộc diễn hành công cộng.

Đây là khủng bố nội địa thực sự tại các quốc gia Phương Tây.

Thật tuyệt vời nếu một số người ra tranh cử với lời hứa giành lại quyền kiểm soát các Bộ Tư pháp, cơ quan thực thi pháp luật và các văn phòng công tố của chúng ta, nhằm điều tra và trừng phạt những hành vi khủng bố nội địa thực sự xuất phát từ đám đông "Woke" này?

Tôi nghĩ, nhân đà đó, sẽ rất hay nếu phân loại một số nhóm tổ chức bạo loạn này là các tổ chức khủng bố, đồng thời điều tra những cá nhân và nhóm đang tài trợ cho họ — những kẻ đã chi tiền để chất sẵn hàng loạt kiện gạch và thanh gỗ tại các khu vực đã được lên kế hoạch để xảy ra bạo loạn?

Thật tốt đẹp nếu các cơ quan thực thi pháp luật điều tra và truy cứu trách nhiệm hình sự đối với những kẻ đang tài trợ cho khủng bố? Chẳng phải đó chính là lý do chúng ta áp đặt lệnh trừng phạt lên các quốc gia như Iran hay sao?

Đây chỉ là một thoáng suy nghĩ của tôi thôi.

Cũng trong lúc đó, một ý tưởng hay nếu các Thống đốc bang, Tổng chưởng lý và Công tố viên quận cùng vào cuộc điều tra vấn nạn làm hư hỏng đạo đức trẻ vị thành niên, cũng như các hành vi cắt xẻ bộ phận sinh dục trẻ em đang diễn ra ngay trong các trường học công lập và các phòng khám giới tính thuộc hệ thống chính quyền của họ?

Nhiều chính trị gia tỏ ra e ngại trước đám đông "Woke" này, bởi lẽ chúng thường rất ồn ào và nhận được sự hậu thuẫn từ bộ máy chính trị cánh Tả.

Tuy nhiên, ông Ron DeSantis — Thống đốc bang Florida — đã chọn cuộc chiến chống lại hệ tư tưởng "Woke" làm trọng tâm trong chương trình nghị sự của tiểu bang. Các chính sách giáo dục "chống Woke" của ông nhận được sự ủng hộ nhiệt liệt từ công chúng, đến mức ông tái đắc cử với một chiến thắng áp đảo—một sự tương phản hoàn toàn so với chiến thắng sít sao của ông trong lần tranh cử đầu tiên.

Các Thống đốc và Công tố viên cần phải chấm dứt nỗi sợ hãi trước đám đông "Woke". Nếu muốn gặt hái thành công vang dội trong lòng công chúng, tất cả những gì họ cần làm là kiên định bảo vệ các giá trị gia đình truyền thống của phương Tây, đồng thời kiên quyết truy quét những kẻ phạm tội mang tư tưởng "Woke" cũng như các chính sách "Woke" độc hại.

Hiện nay, tại phương Tây đang tồn tại một phong trào cách mạng theo chủ nghĩa Mác văn hóa; phong trào này đang hoạt động một cách tích cực nhằm lật đổ các hệ thống nền tảng của Văn minh phương Tây, để rồi thiết lập một mô hình chủ nghĩa cộng sản doanh nghiệp được vận hành bằng công nghệ cao.

Tóm tắt 5 lời dối trá như sau.

NĂM LỜI DỐI TRÁ

Hệ tư tưởng Woke – được thai nghén suốt một thế kỷ trong hệ thống giáo dục Tự Do – nay đã bước ra công chúng với một thông điệp chính trị thống nhất, nhằm kích động và thúc đẩy hành động chính trị lẫn bạo lực.

Tôi gọi thông điệp đó là "Năm Lời Dối Trá."

1. Quyền Phụ Nữ cực đoan

Phụ nữ là "giới tính thứ hai", bị áp bức bởi chế độ phụ hệ. Phải giải phóng phụ nữ khỏi các giá trị đạo đức Phương Tây để đạt công bằng xã hội.

2. Báo Động Khí Hậu

Trái Đất quá đông người. Công nghiệp hóa tư bản đang hủy diệt môi trường. Phải giảm dân số, phi công nghiệp hóa và áp dụng chủ nghĩa Mác để "cứu hành tinh".

3. Thuyết Chủng tộc Phê Phán (CRT)

Phương Tây là vô đạo đức và phân biệt chủng tộc. Người da trắng vốn xấu xa từ khi sinh ra. Thiểu số không có cơ hội, phải nổi dậy.

4. Chủ nghĩa Đồng tính, Lưỡng tính

Dị tính và giới tính sinh học là "cấu trúc xã hội". Trẻ em phải được "giải phóng" bằng việc tiếp xúc sớm với đồng tính và chuyển giới, kể cả can thiệp y tế. Nếu cha mẹ phản đối, nhà nước sẽ tước quyền nuôi con.

5. Công Bằng Xã Hội

Tư bản là xấu xa. Giải pháp duy nhất là cách mạng xã

hội chủ nghĩa, nhà nước siêu quyền lực tịch thu tài sản, tái phân phối, và trấn áp những ai chống đối.

CHƯƠNG 3

TỰ DO CẤP TIẾN LÀ GÌ?

Tự do cấp tiến là gì? Gần đây, một người dẫn chương trình truyền hình tên là Matt Walsh đã thực hiện một bộ phim tài liệu mạnh mẽ vạch trần những điểm yếu trong chương trình nghị sự về người chuyển giới, phơi bày những mâu thuẫn và phi lý trong nghị trình chuyển giới đang được đẩy mạnh đối với trẻ em, lan rộng ở phương Tây. Ông đã hỏi những người tham gia vào phong trào chuyển giới một câu hỏi đơn giản: "Phụ nữ là gì?"

Điều đáng kinh ngạc là không ai có thể trả lời câu hỏi của ông. Đây là câu hỏi mà bất kỳ người nào tỉnh táo và lý trí, không cố gắng nói dối hoặc thể hiện sự đạo đức giả, đều có thể trả lời.

Nhưng những người cực đoan này lại không thể trả lời phụ nữ là gì. Điều đó giống như hỏi, "Con chó là gì? Con mèo là gì?" Nó đơn giản như vậy.

Gần đây, được truyền cảm hứng từ bộ phim tài liệu đầy suy ngẫm của Matt Walsh, Quốc Hội đã yêu cầu ứng cử viên Tòa án Tối cao theo Chủ Nghĩa Tự Do cực đoan, Ketanji Brown Jackson, đưa ra định nghĩa xác nhận về phụ nữ trong phiên điều trần để chuẩn thuận.

Đây là cách bà ấy trả lời: "Đưa ra định nghĩa? Không. Tôi không thể. Không phải trong bối cảnh này. Tôi không phải là nhà sinh vật học."

Cả xã hội như chết lặng. Công chúng lúc ấy mới nhận ra ý thức hệ Tự Do cấp tiến đã đi xa đến mức nào — xa thực tế đến mức nào. Bộ phim của Walsh đã soi sáng một hiện tượng mới, rất đáng lo ngại. Và nó khiến mọi người suy nghĩ, "Ồ, chúng ta đang chấp nhận điều gì ở đây? Tất cả những thứ rác rưởi thức tỉnh này là gì?"

Nhưng có một câu hỏi khác mà tôi tự hỏi mình vài tháng trước, xuất phát từ câu hỏi "Phụ nữ là gì?"

Chúng ta luôn nói về những người bảo thủ và những người Tự Do cấp tiến, cánh tả và cánh hữu.

Tôi bắt đầu tự hỏi: "Tự Do cấp tiến là gì?" Tôi biết đại khái họ ủng hộ điều gì. Nhưng rốt cuộc: họ là ai? Phong trào ấy từ đâu ra?

Chủ Nghĩa Tự Do (Liberalism) thật sự tin điều gì? Họ muốn đạt tới điều gì? Nghị trình thật của họ là gì? Tôi tưởng mình đã biết câu trả lời — nhưng điều tôi khám phá ra làm tôi sửng sốt.

Chủ Nghĩa Tự Do cấp tiến đã chiếm lĩnh phần lớn nền văn hóa của chúng ta. Thế nhưng, chúng ta lại không biết nhiều về "nhân vật" mang tên Chủ Nghĩa Tự Do" này—kẻ đang thống trị nhiều mặt đời sống hiện đại.

Vậy thì, chẳng phải chúng ta nên tìm hiểu rõ về "nhân vật" này sao? Bạn có cho con mình ngủ lại nhà người khác nếu bạn không biết họ hoặc cha mẹ họ là ai không?

Thế nhưng, chúng ta vẫn đang đưa con cái mình vào các định chế do giới Tự Do cấp tiến kiểm soát để bị "nhồi sọ" ý niệm và thông tin của họ.

Chúng ta cho con ngồi trước TV để xem các chương trình do giới Tự Do cấp tiến định hướng.

Chúng ta để chúng chơi điện thoại và máy tính bảng, —nơi chúng hấp thụ nội dung Tự Do cấp tiến mỗi ngày. Chúng ta gửi chúng đến các trường đại học của giới Tự Do cấp tiến để rồi chúng bị cảm hóa và cực đoan hóa bằng "tẩy não" học đường.

Vậy mà ta có thật sự hiểu: người theo giới Tự Do cấp tiến là ai không?

Ý thức hệ của họ là gì? Sứ mạng của họ là gì? Tầm nhìn của họ dành cho các quốc gia của chúng ta là gì?

Mục tiêu tối hậu của họ là gì? Chẳng phải chúng ta nên biết họ thực sự là ai sao?

BẢO THỦ LÀ GÌ?

Tôi là một người bảo thủ, và tôi đã mất rất nhiều thời gian để đúc kết xem một người bảo thủ là gì. Người bảo thủ tin vào hai giá trị cốt lõi của phương Tây: Tự Do và thịnh vượng.

Cơ chế bảo đảm Tự Do là Hiến Pháp Hoa Kỳ và Tuyên Ngôn Độc Lập. Những tư tưởng được trình bày trong các văn kiện này hình thành nên hệ tư tưởng Mỹ được gọi là Chủ Nghĩa Hiến Định.

Phần thứ hai của Chủ Nghĩa Bảo Thủ là thịnh vượng. Cơ chế tạo ra thịnh vượng là một cuốn sách mang tên Sự Thịnh Vượng của Các Quốc Gia, chính cuốn sách định hình sát ý niệm và ý thức hệ của Chủ Nghĩa Tư Bản và thị trường tự do.

Đó là những điều người bảo thủ tin tưởng. Nhưng người bảo thủ tồn tại để làm gì? Mục đích của họ là gì?

SỨ MỆNH CỦA NGƯỜI BẢO THỦ LÀ GÌ?

Trong mỗi thế hệ, người bảo thủ tồn tại để bảo vệ Tự Dovà thịnh vượng cho chính chúng ta và cho thế hệ kế tiếp — chống lại những kẻ bạo ngược muốn tước đoạt điều ấy.

Đó là nguồn gốc của tên gọi "bảo thủ" (conservative): bảo tồn, gìn giữ và bảo vệ Tự Do và thịnh vượng cho chúng ta và cho thế hệ sau. Chúng tôi đấu tranh cho một chính phủ giới hạn quyền lực, cho các giá trị và đạo đức Do Thái–Cơ Đốc Giáo, cho các quyền hiến định, và cho việc giới hạn chi tiêu cũng như nợ công.

Ngoài ra, còn có hai nguyên tắc nền tảng mà người bảo thủ tin tưởng.

Nguyên tắc thứ nhất là sự tồn tại của Thượng Đế, Đấng Tạo Hóa ban cho chúng ta những quyền không thể bị tước đoạt.

Bởi vì Ngài ban cho chúng ta những quyền đó, nên chính phủ không thể tước đoạt hay hạn chế chúng.

Đây là nguyên tắc cốt lõi: Thượng Đế là Đấng ban phát các quyền tự nhiên của chúng ta. Không có Thượng Đế thì không có Hiến Pháp. Không có Tự Do và không có nền văn minh Phương Tây.

Nguyên tắc thứ hai là sự tồn tại của chân lý tuyệt đối. Ý niệm này có nghĩa là thế giới được cấu thành bởi các chân lý — có điều đúng và có điều sai. Chúng ta có thể xác định đâu là đúng, đâu là sai thông qua lý trí và bằng chứng.

Toàn bộ hệ giá trị Phương Tây dựa trên ý niệm nền tảng mà Thomas Jefferson viết trong phần mở đầu Tuyên Ngôn Độc Lập:

"Chúng tôi cho rằng những chân lý này là hiển nhiên:

rằng mọi người sinh ra đều bình đẳng; rằng họ được Đấng Tạo hóa ban cho những quyền không thể bị tước bỏ; trong số những quyền đó có Quyền Sống, Quyền Tự Do và Quyền Mưu Cầu Hạnh Phúc — để bảo đảm những quyền này, các chính phủ được thiết lập giữa con người và quyền lực chính đáng của họ xuất phát từ sự đồng thuận của những người bị cai trị."

Chúng ta có thể không đồng ý với nhau về các chi tiết thần học liên quan đến Đấng Tạo Hóa. Nhưng chúng ta đồng thuận rằng có một Đấng Tạo Hóa đã tạo ra chúng ta và ban cho chúng ta các quyền ấy, và rằng chính phủ không thể tước đoạt những quyền này vì chúng đã được chính Thượng Đế ban cho.

Chính phủ tồn tại vì một mục đích chính yếu: bảo vệ và gìn giữ những quyền do Thượng Đế ban cho chúng ta. Những quyền này được gọi là quyền tự nhiên.

Một quyền là một đơn vị của quyền sở hữu đối với bản thân.

Theo tác giả, Chủ Nghĩa Hiến Định là đúng bởi vì chúng ta quan sát thấy những nguyên lý này đúng.

Trong lịch sử, đã có hàng trăm quốc gia thử nghiệm nhiều ý thức hệ khác nhau, và nền văn minh Phương Tây do Hợp Chủng Quốc Hoa Kỳ dẫn đầu đã chứng minh được kết quả.

Điều này được gọi là thí nghiệm Hoa Kỳ, trong đó việc hình thành một chính phủ dựa trên các khái niệm nhận được từ các triết gia Khai Sáng như René Descartes, John Locke và Adam Smith, thay vì một chế độ quân chủ truyền thống.

Chúng ta đang sống trong một thế giới phản ánh kết quả của thí nghiệm đó.

Nguyên lý này cũng cho thấy kết quả của các hệ tư tưởng khác, như quân chủ, chủ nghĩa đế quốc, cộng sản, xã hội chủ nghĩa và phát xít.

Chúng ta có bằng chứng. Chúng ta biết những hệ thống này và các ý tưởng của chúng tạo ra điều gì.. Đó là cách chúng ta biết rằng Chủ Nghĩa Hiến Định và Chủ Nghĩa Tư Bản là những biểu hiện của chân lý.

Đó là những gì người bảo thủ tin tưởng. Họ tin vào Thượng Đế là Đấng Tạo Hóa, và tin vào chân lý. Hệ tư tưởng của họ là niềm tin vào Thượng Đế, chân lý, Chủ Nghĩa Hiến Định, và Chủ Nghĩa Tư Bản. Chúng tôi bảo vệ những lý tưởng, quốc gia và nền văn minh mà các ý thức hệ tư bản này tạo ra.

Những người cha trí tuệ của phong trào chúng tôi là John Locke, Adam Smith và René Descartes cùng với những nhân vật khác.

Người cha tinh thần của phong trào bảo thủ không ai khác mà chính là Thomas Jefferson.

Đó là một người bảo thủ. Vậy nếu đó là bảo thủ — và Tự Do cấp tiến đối nghịch với bảo thủ — thì Tự Do cấp tiến là gì?

FDR — "NGƯỜI CHA TINH THẦN" CỦA CHỦ NGHĨA TỰ DO HIỆN ĐẠI

Theo tác giả, Chủ Nghĩa Tự Do (Liberalism) bám rễ mạnh vào cuối thập niên 1920, thay thế cho kỷ nguyên cấp tiến (progressive), và đưa một người lên nắm quyền. Tên ông ta là Franklin Delano Roosevelt (FDR).

Ông là tổng thống theo khuynh hướng Tự Do hiện đại đầu tiên của Hoa Kỳ — một nhân vật gây rất nhiều tranh cãi.

FDR đã thiết lập các trại giam giữ người Nhật sau vụ Trân Châu Cảng. Ông đã bắt giữ và giam cầm trái phép công dân Hoa Kỳ trong các trại này.

Ông ngồi yên suốt bốn nhiệm kỳ mà không làm gì khi các định chế nhà nước theo khuynh hướng cưỡng bức triệt sản người da đen, thổ dân châu Mỹ và trẻ em mồ côi dựa trên niềm tin của thuyết ưu sinh — một học thuyết mà Adolf Hitler cũng chia sẻ.

Ông nâng thuế suất đối với người Mỹ giàu có lên tới 94%, tiếp quản toàn bộ những mảng lớn của ngành công thương nghiệp và khởi xướng một nền kinh tế kế hoạch hóa tập trung.

Ông cầm quyền suốt nhiều năm của thời kỳ Đại Khủng Hoảng. Các chính sách của Ngân Hàng Trung Ương đã biến một vụ sụp đổ ngắn của thị trường chứng khoán thành một cuộc Đại Khủng Hoảng kéo dài khủng khiếp, nơi nỗi thống khổ bị đẩy lên tối đa và rất nhiều người đã chết.

Trong khi người dân đói khát, các nhà kinh tế của ông đã cho nhân viên chính phủ mang mùa màng và lương thực ra tiêu hủy để giữ giá thực phẩm ở mức cao, trong lúc mọi người đang chết đói và nghèo khổ.

Ông tịch thu vàng của mọi người và biến việc sở hữu vàng thành hành vi phi pháp. Ông thiết lập thuế tử vong (thuế thừa kế) và cướp đi tài sản thừa kế từ cha mẹ để lại cho con cái.

Chương trình New Deal của ông cũng mang tính phân biệt chủng tộc, và đã cấm nhiều người da đen tham gia các quyền lợi an sinh xã hội, bảo hiểm thất nghiệp, nhiều công việc nông nghiệp, quyền tiếp cận các khoản vay mua nhà của FHA, cũng như các chương trình New Deal khác trong thời kỳ Đại Khủng Hoảng, chỉ vì màu da của họ.

FDR cũng hoàn toàn phớt lờ thảm cảnh của người Do Thái tại Châu Âu dưới thời Hitler, giữ im lặng suốt những năm 1930. Khi tình hình ngày càng tồi tệ, FDR đã thắt chặt chính sách nhập cư của Hoa Kỳ để ngăn người Do Thái trốn khỏi Đức Quốc Xã sang Mỹ. Ông thậm chí còn từ chối cho cập bến một con tàu chở hơn 900 người tị nạn Do Thái — nhiều người trong số họ sau này đã bị giết trong cuộc diệt chủng Holocaust.

FDR là tổng thống Chủ Nghĩa Tự Do đầu tiên. Hồ sơ thành tích của ông khá dày.

Ông tại vị bốn nhiệm kỳ. Chỉ trong vòng hai năm sau khi FDR qua đời, Quốc Hội đã thông qua quy định giới hạn nhiệm kỳ, không cho phép bất kỳ tổng thống nào tranh cử quá hai nhiệm kỳ nữa, bởi vì ông là điều gần nhất mà nước Mỹ từng có với một nhà độc tài.

Đó chính là "điểm đặc biệt" của FDR. Ông đã biến Đảng Dân Chủ thành Đảng Dân Chủ theo khuynh hướng Chủ Nghĩa Tự Do hiện đại — đưa ý thức hệ ấy vào trung tâm văn hóa chính trị.

FDR là người cha tinh thần của phong trào Chủ Nghĩa Tự Do hiện đại. Ông đưa nó lên vị trí trung tâm của văn hóa Mỹ và chia cắt chính trị giữa phe bảo thủ—những người quay về với các nhà lập quốc và Hiến pháp — và phe Chủ Nghĩa Tự Do, New Deal.

FDR và chương trình New Deal của ông đã trở thành chiến trường chính trị tại Hoa Kỳ. Cuộc chiến xoay quanh chính phủ phình to và chi tiêu lớn — đó là Tự Do cấp tiến — hay chính phủ gọn, nhỏ và chi tiêu giới hạn — đó là bảo thủ theo tinh thần Jefferson.

FDR đã tạo ra một bản "Tuyên Ngôn Quyền Lợi xã hội chủ nghĩa" thứ hai, không xuất phát từ Đấng Tạo Hóa mà từ chính phủ, nơi chính phủ vừa là người ban phát vừa là kẻ chăm lo những quyền này.

Bản Tuyên Ngôn Quyền Lợi xã hội chủ nghĩa này đối lập gay gắt với tầm nhìn của các nhà lập quốc, những người nhìn nhận chúng ta là những con người Tự Do và độc lập, là công dân, chứ không phải nông nô hay chư hầu của chính phủ — những kẻ phải được chính phủ nuôi dưỡng.

Các "quyền" xã hội chủ nghĩa kiểu Mỹ của FDR bao gồm:

- Một công việc
- Mức lương thỏa đáng
- Quyền của nông dân được hưởng giá cả công bằng
- Tự Do khỏi các độc quyền
- Nhà ở tử tế
- Chăm sóc y tế
- An sinh xã hội
- Giáo dục

Khái niệm này nghe có vẻ hấp dẫn, nhưng nó có cái giá phải trả. Trong lý tưởng hiến định, Thượng Đế ban cho chúng ta các quyền — đó là quyền tự sở hữu, tự quản trị và tự do. Lý tưởng này cho phép chúng ta mưu cầu hạnh phúc và tài sản của mình như những con người tự do, tạo điều kiện cho sự tự lực chân chính nhằm hiện thực hóa tiềm năng của mỗi cá nhân.

Trong viễn cảnh Tự Do cấp tiến, chính phủ ban cho công dân quyền được hưởng những điều kiện sống.

Đừng bị đánh lừa. Quyền không đến từ chính phủ; chỉ có chủ nghĩa Mác và chính phủ độc tài mới ban phát quyền cho người dân mà thôi.

FDR đã điều chỉnh viễn cảnh Mác-xít này cho phù hợp với công chúng Mỹ đang chịu khổ trong thời kỳ Đại Khủng Hoảng — một cuộc khủng hoảng mà FDR, Cục Dự Trữ Liên Bang và các cơ quan của ông đã kéo dài và làm trầm trọng thêm thông qua các chính sách kinh tế của họ.

Nếu chính phủ cung cấp điều kiện sống cho bạn, nó sẽ trở thành người nuôi dưỡng, người chăm nom, và cuối cùng là chủ nhân của bạn.

Trong chủ nghĩa cộng sản, nhà nước cung cấp cho các thần dân (không phải công dân) một công việc do chính phủ chỉ định, một khoản trợ cấp cho lương thực và quần áo, một căn hộ do nhà nước cấp, sự "tự do" khỏi các độc quyền vì nhà nước là kẻ độc quyền hợp pháp duy nhất, chăm sóc y tế cơ bản, giáo dục công lập (nhồi sọ), và an sinh xã hội.

Những người sống trong chủ nghĩa cộng sản có Tự Do không? Không. Họ là những nông nô bị Nhà nước nô dịch. Đây không phải là quyền lợi hay đặc quyền. Đây là những tấm giấy chứng nhận của chế độ nô lệ.

Bản Tuyên Ngôn Quyền thứ hai của FDR không tạo ra Tự Dovà thịnh vượng. Nó tạo ra chủ nghĩa xã hội, nghèo đói, đau khổ và một hình thức nô lệ mới.

Hệ tư tưởng của FDR về căn bản đã rẽ sang một hướng khác với Chủ Nghĩa Hiến Định như được Jefferson định nghĩa.

Nhưng FDR đã lấy các ý tưởng đó từ đâu?

Ông là người cha tinh thần của Chủ Nghĩa Tự Do. Ông giống như Alexander Đại đế của hệ tư tưởng này.

Tuy nhiên, những nhân vật như vậy thường không tự sáng tạo ra tư liệu cho riêng mình. Họ thường vay mượn ý tưởng từ các trí thức — những "người cha trí thức" của ý thức hệ.

FDR có ba nguồn ảnh hưởng chính, cùng với những ảnh hưởng khác.

Ba nhân vật có ảnh hưởng then chốt đến FDR và Chủ Nghĩa Tự Dohiện đại là: Herbert Croly, John Dewey, và John Maynard Keynes.

CÁC "NGƯỜI CHA TRÍ THỨC" CỦA CHỦ NGHĨA TỰ DO
HERBERT CROLY

Người đầu tiên chúng ta sẽ bàn tới là tổ phụ trí tuệ chủ yếu của Chủ Nghĩa Tự Do hiện đại.

Ông có mối quan hệ cá nhân rất gần gũi với FDR, thậm chí còn chuyển đến Washington, D.C. để làm việc cùng ông trước khi FDR trở thành tổng thống. Tên ông là Herbert Croly.

Herbert Croly điều hành một tạp chí theo khuynh hướng Tự Docó tên The New Republic và là tác giả của hai cuốn sách có ảnh hưởng lớn: The Promise of American Life 22 và Progressive Democracy.

Hai cuốn sách này định hình ý thức hệ chính trị tự do. Herbert Croly không tin vào Jefferson. Ông ghét Jefferson. Ông có vẻ ưa thích một nhân vật khác — tên là Hamilton. Thật mỉa mai khi phe Chủ Nghĩa Tự Do có vở nhạc kịch Hamilton và yêu thích ông ta, họ tuyên bố mình xuất thân từ Jefferson, trong khi lại kéo sụp đổ các bức tượng của Jefferson.

Herbert Croly cũng cho rằng Hiến Pháp là vật cản đường và muốn loại bỏ nó. Ông muốn xóa bỏ Hiến Pháp, xóa bỏ Tuyên Ngôn Nhân Quyền, và tạo ra một chính quyền liên bang khổng lồ, đầy quyền lực.

Ông tin vào một ý tưởng khác mà ông gọi là "Thiểu Số Quyền Lực", dùng để gán nhãn cho các nhà tư bản là "trùm cướp bóc" (Robber Barons) thời đó — những kẻ phản diện trong câu chuyện của ông. Tuy nhiên, những điều Croly thực sự mong muốn là xức dầu cho một thiểu số quyền lực mới — giới Tự Do cấp tiến — để cai trị quốc gia.

Ông tin vào các công đoàn lao động mạnh mẽ, đầy quyền lực, tương tự lý tưởng của Liên Xô. Ông tin vào việc quốc hữu hóa các tập đoàn lớn, đưa họ vào và biến họ thành một phần của chính phủ. Theo tác giả, đọc Croly mà không biết trước bối cảnh lịch sử, thì cứ ngỡ rằng nghĩ mình đang đọc Karl Marx.

Nhưng không — đây là một tác giả người Mỹ đang gây ảnh hưởng đến một trong những tổng thống quyền lực nhất mà chúng ta từng có: FDR.

Tóm lại, viễn cảnh của Croly là một thiểu số Tự Do đầy quyền lực thống trị người dân và nền kinh tế Mỹ thông qua một siêu nhà nước Chủ Nghĩa Tự Do khổng lồ, với quyền lực mang tính độc tài đối với các "thần dân" của nó. Đó chính là viễn cảnh Tự Do hiện đại.

Herbert Croly đã lấy Chủ Nghĩa Mác rồi điều chỉnh cho phù hợp với quần chúng Mỹ. Đó là Chủ Nghĩa Tự Do: Mác-xít phiên bản Mỹ.

JOHN DEWEY

Nhân vật thứ hai, nhà giáo dục và tâm lý học John Dewey cũng có ảnh hưởng sâu sắc đến triết lý Chủ Nghĩa Tự Do của FDR. Dewey là cha đẻ của hệ thống giáo dục công lập hiện đại của Hoa Kỳ và đã viết nhiều bài nghiên cứu và báo chí có ảnh hưởng sâu rộng.

Những tư tưởng chính trị Tự Do cốt lõi của Dewey xoay quanh việc xem trường học như một công cụ để tạo ra ý thức xã hội cho trẻ em và trong xã hội, nhằm thúc đẩy sự thay đổi và tái cấu trúc xã hội. Nghe có quen không? Nhồi sọ trẻ em để đưa nghị trình chính trị thâm nhập vào văn hóa.

Dewey cũng rất quan tâm đến việc định hình xã hội bằng cách định hình và thay đổi bản chất con người thông qua giáo dục. Ông bị cuốn hút bởi ý tưởng thay đổi và "cải thiện" bản chất con người để giải phóng chúng ta khỏi lòng tham.

Đây là niềm tin cốt lõi của Chủ nghĩa Mác và các triết học cánh tả thuộc "Khai Sáng Bóng tối" (Dark Enlightenment): ý tưởng cho rằng không chỉ hành vi mà cả bản chất con người cũng có thể bị uốn nắn và nhào nặn bởi những kẻ nắm quyền. Họ tin rằng chúng ta có thể tự cứu mình thông qua tâm lý học cánh tả, giáo dục và chủ nghĩa Mác.

Chúng ta sẽ bàn sâu hơn về "Khai sáng Bóng tối" ở phần 4.

Một đóng góp khác của Dewey cho hệ tư tưởng chính thống Tự Do là niềm tin không tồn tại những giá trị tuyệt đối. Nói cách khác, thế giới có vô số sắc xám, chứ không phải trắng và đen.

Ý tưởng "không có tuyệt đối" là trung tâm của tư duy

tự do. Ngày nay, chúng ta thấy nó được thể hiện rõ rệt trong hệ tư tưởng chuyển giới — rằng có vô số giới tính, chứ không chỉ nam và nữ. Đó là hệ quả tất yếu khi loại bỏ các chuẩn mực tuyệt đối.

Khi bạn loại bỏ tư duy về các giá trị tuyệt đối, sẽ không còn thiện–ác, đúng–sai, nam–nữ. Chỉ còn giáo quyền của tư duy Tự Do cấp tiến và ý thức hệ của nhà nước. Thực tại duy nhất là "cảm xúc của bạn hôm nay".

Nói cách khác, không có chân lý — nguyên tắc cốt lõi của Chủ nghĩa Bảo Thủ.

Trong chủ nghĩa tự do, chỉ có tương đối luận, chỉ có "chân lý của tôi" và "chân lý của bạn".

Vì vậy, Chủ Nghĩa Tự Do thực sự đứng đối lập trực tiếp với các lý tưởng của Chủ Nghĩa Bảo Thủ và thời kỳ khai sáng. Nó hoàn toàn bác bỏ Thượng Đế — chưa nói đến vai trò của Ngài như Đấng ban phát các quyền tự nhiên. Và nó bác bỏ khái niệm chân lý — ý tưởng rằng thế giới được cấu thành bởi những điều đúng và những điều sai. Đây là niềm tin của một tôn giáo chính trị, chứ không phải niềm tin của những người tư duy Tự Do hay các nhà khoa học chân chính.

Tuy nhiên, FDR đã trao cho Dewey quyền lực để định hình toàn bộ hệ thống giáo dục công lập. Có gì lạ khi "quái vật giáo dục" trường công đã lớn mạnh và tiến hóa thành các công đoàn giáo viên, Bộ Giáo Dục, các vụ xâm hại tình dục theo luật định do giáo viên trường công gây ra, và nay là sự nhồi sọ thức tỉnh (woke)/chuyển giới/ đồng tính đối với học sinh tiểu học, trung học cơ sở và trung học phổ thông.

JOHN MAYNARD KEYNES

Nhân vật thứ ba có ảnh hưởng đối với FDR, giúp định hình hệ tư tưởng Tự Do là nhà kinh tế học John Maynard Keynes.

Phù thủy tài chính lỗi lạc này đã cổ xúy cho chi tiêu chính phủ khổng lồ và thâm hụt ngân sách lớn, dẫn đến việc đất nước chúng ta ngày nay đang mang một khoản nợ liên bang khổng lồ.

Keynes đã viết nhiều cuốn sách và tiểu luận, bao gồm The End of Laissez-Faire và The General Theory of Employment, Interest, and Money.

Trong các tác phẩm có ảnh hưởng này, ông cổ vũ sự can thiệp của chính phủ vào thị trường Tự Do (nền kinh tế được quản lý), chi tiêu chính phủ lớn, tạo ra thâm hụt ngân sách khổng lồ, công bằng xã hội, tái phân phối của cải, các ngân hàng trung ương khổng lồ kiểm soát toàn bộ chính sách tiền tệ và tiền tệ quốc gia, cùng với sự can thiệp mạnh mẽ của chính phủ để kích thích nền kinh tế trong các giai đoạn suy thoái.

Hãy tưởng tượng bạn đang gặp khó khăn tài chính và kế toán hoặc người bạn đời của bạn khuyên bạn tiêu sạch tiền, vay mượn khắp nơi, mở thẻ tín dụng rồi chìm trong một núi nợ. Đó chính là điều John Maynard Keynes khuyến nghị chính phủ liên bang Hoa Kỳ nên làm.

Đó không phải là điều cá nhân nên làm. Không phải là điều doanh nghiệp nên làm. Thế nhưng Keynes lại khuyên chính phủ làm như vậy, vì theo ông, chính phủ bằng mọi cánh không như những tổ chức khác là họ có thể tự in tiền.

Bạn có thể tin vào những ý tưởng đó nếu bạn bác bỏ

khái niệm chân lý và các giá trị tuyệt đối. Nhưng thực tế là chi tiêu khổng lồ, thâm hụt và nợ nần sẽ dẫn đến cùng một kết quả, dù là với cá nhân hay chính phủ. Kết quả đó được gọi là phá sản.

Các ngân hàng trung ương thời FDR đã thắt chặt cung tiền, tạo ra những chính sách nghiền nát các ngân hàng địa phương và khu vực, đồng thời tiến hành chi tiêu thâm hụt quy mô lớn. Điều này đã kéo dài và làm trầm trọng thêm cuộc Đại Khủng

Hoảng, khiến nước Mỹ phá sản và nền kinh tế sụp đổ.

Sau đó, nó còn làm sụp đổ các nền kinh tế trên toàn thế giới. Hệ quả là một khoảng trống quyền lực, cho phép một cấu trúc quyền lực mới tràn vào nền văn minh Phương Tây — đó là chủ nghĩa xã hội thông qua hệ tư tưởng Tự Do vào thời điểm ấy được gọi là "Chủ Nghĩa Tự Do hiện đại".

Bóng ma của Keynes vẫn còn ám ảnh nền kinh tế của chúng ta cho đến ngày nay. Kể từ thời FDR, Hoa Kỳ chưa bao giờ trả hết nợ quốc gia. Khoản nợ ấy tăng lên dưới mỗi chính quyền tiếp theo, theo học thuyết kinh tế Keynes. Hiện nay, Hoa Kỳ đang gánh một khoản nợ quốc gia khoảng 40 nghìn tỷ đô-la, và vẫn tiếp tục tăng, kèm theo lạm phát nghiêm trọng.

HỆ TƯ TƯỞNG CỦA CHỦ NGHĨA TỰ DO

Những nguyên tắc cốt lõi của Chủ Nghĩa Tự Do từ những người cha tinh thần của hệ tư tưởng này là gì?

1.   Chủ nghĩa thế tục (Secularism): Chúa không tồn tại (nhưng bạn có thể giả vờ tin rằng Ngài tồn tại nếu điều đó giúp bạn giành được phiếu bầu).

2.   Chủ nghĩa tương đối (Relativism): Không có chân lý tuyệt đối; mọi thứ đều mang tính tương đối.

3.   Chủ nghĩa nhà nước (Statism): Không tồn tại các quyền tự nhiên cá nhân; chỉ có những quyền do chính phủ ban cho.

4.   Chủ nghĩa đa nguyên (Pluralism): Cổ vũ sự "cởi mở" và "khoan dung" với các lối sống và hệ niềm tin dị biệt, phi truyền thống (ngoại trừ Chủ Nghĩa Bảo Thủ, Kitô Giáo và Do Thái Giáo).

5.   Chủ nghĩa chuyên chế can thiệp (Hands-On Authoritarianism): Sử dụng quyền lực nhà nước để kiểm soát và áp đặt các giá trị Tự Do lên toàn xã hội.

6.   Tái phân phối của cải (Wealth Redistribution): Thuế cao kết hợp với các chương trình phúc lợi và an sinh xã hội quy mô lớn.

7.   Tập trung hóa (Centralization): Kinh tế kế hoạch, chi tiêu công lớn, nợ quốc gia cao và quốc hữu hóa doanh nghiệp.

8.   Chủ nghĩa tinh hoa (Elitism): Quyền lực tập trung trong tay một nhóm thiểu số đầy quyền lực.

9.   Ý thức xã hội (Social Consciousness): Sức mạnh để thay đổi và cải thiện bản chất con người thông qua giáo dục cưỡng bức và nhồi sọ tư tưởng.

10.   Thẩm quyền đạo đức (Moral Authority): Các giá trị Tự Do và chương trình xã hội được xem như những việc làm tốt nhất và sự chuộc tội. Những người cứu thế Tự Do da trắng.

11.   Chủ nghĩa đế quốc (Imperialism): Xuất khẩu Chủ Nghĩa Tự Do ra thế giới như một "lực lượng khai hóa văn minh".

12. Chủ nghĩa phân biệt giai cấp (Classism): Nhìn thế giới qua lăng kính các "nhóm nạn nhân" và "kẻ áp bức".

Đây chính là nền tảng tư tưởng của các học giả này. Họ tin vào việc sử dụng bộ máy chính phủ để kiểm soát và áp đặt quan điểm của họ lên xã hội.

Bạn có bao giờ tự hỏi vì sao những người theo Chủ Nghĩa Tự Do luôn tìm cách thống trị toàn bộ các lĩnh vực kinh tế, tạo ra một nhà nước độc quyền nơi bạn không được phép suy nghĩ hay phát biểu khác biệt — nếu không, bạn sẽ bị loại bỏ và không còn cơ hội làm việc nữa?

Bạn đã có bao giờ nghe đến Hollywood, truyền thông dòng chính, giới học thuật, hay Thung Lũng Silicon chưa?

Theo các lý thuyết gia này, người theo Chủ Nghĩa Tự Do muốn kiểm soát toàn xã hội. Họ muốn áp đặt các giá trị của họ lên tất cả chúng ta.

Chúng ta đang chứng kiến điều này ngày hôm nay, khi Disney và nhiều tập đoàn khác thúc đẩy chương trình nghị sự đồng tính lên trẻ em.

Họ muốn áp đặt các giá trị của họ vào xã hội thông qua giáo dục, giải trí, và kiểm soát tập trung.

Cuối cùng, Herbert Croly đã dạy cho những người theo Chủ Nghĩa Tự Do tin vào một nhóm thiểu số quyền lực. Họ không muốn một tầng lớp trung lưu. Họ muốn một xã hội gồm đám nông nô phục tùng và một nhóm nhỏ thống trị ở đỉnh cao quyền lực. Đó chính là Chủ Nghĩa Mác được lọc, điều chỉnh và "Mỹ hóa" để dễ bán cho công chúng Hoa Kỳ.

Đó chính là Chủ Nghĩa Tự Do hiện đại. Họ gọi nó là Chủ Nghĩa Tự Do Xã hội (Social Liberalism), hay Chủ nghĩa Cấp tiến Dân Chủ(Democratic Progressivism).

Một lần nữa, các vị tiền bối về mặt trí tuệ của phong trào này là Herbert Croly, John Dewey và John Maynard Keynes. Người cha tinh thần của phong trào là Franklin D. Roosevelt (FDR).

Trong khi đó, các nhà tư tưởng nền tảng của Chủ Nghĩa Bảo Thủ là John Locke, René Descartes và Adam Smith, những người đặt nền móng cho Chủ Nghĩa Lập Hiến, Thần Học hiện đại, và Chủ Nghĩa Tư Bản.

Thomas Jefferson cùng các Nhà Lập quốc đã kết hợp những dòng tư tưởng Khai Sáng này để hình thành hai văn kiện định nghĩa hệ thống giá trị của chúng ta. "Quyền sống, quyền Tự Do và quyền sở hữu" — hay "quyền sống, quyền Tự Do và mưu cầu hạnh phúc"— bắt nguồn từ Locke và được Jefferson diễn đạt lại.

Locke là một tín hữu Kitô Giáo tận tâm, cũng như Isaac Newton và nhiều nhà tư tưởng Khai Sáng vĩ đại khác. Đó là lý do vì sao rất nhiều người Cơ Đốc Giáo cũng là người Bảo Thủ. Hai hệ giá trị này gắn bó chặt chẽ với nhau.

Một người theo Chủ Nghĩa Tự Do hiện đại hay Dân Chủ Cấp Tiến là người tin vào: (1) Chính phủ lớn, (2) Chi tiêu lớn, (3) Thâm hụt lớn, (4) Kế hoạch hóa tập trung, (5) Và một nhóm tinh hoa quyền lực cai trị phần còn lại của xã hội.

Họ tin vào việc kiểm soát xã hội thông qua: (1) Giáo dục do nhà nước kiểm soát để nhồi sọ trẻ em, (2) Truyền thông bị kiểm soát để áp truyền bá lý tưởng của họ cho quần chúng.

Họ không tin vào chân lý tuyệt đối. Đó là lý do vì sao, đối với người theo Chủ Nghĩa Tự Do, mọi thứ đều chỉ là tương đối.

NGUỒN GỐC VÀ Ý NGHĨA CỦA TÊN GỌI CHỦ NGHĨA TỰ DO "LIBERALISM"

Tên gọi Chủ Nghĩa Tự Do (Liberalism) bắt nguồn từ đâu?

Những người theo Chủ Nghĩa Tự Do (Liberals) tuyên bố rằng hệ tư tưởng chính trị mang tên Liberalism của họ có nguồn gốc từ John Locke, Thomas Jefferson và triết gia John Stuart Mill. Không có điều gì sai sự thật hơn thế.

Đây là một lịch sử bị bịa đặt và một lời hoàn toàn nói dối. Không một ai trong ba nhân vật trên có liên quan gì đến Phong Trào Tự Do Hiện Đại (Modern Liberal Movement) do Franklin D. Roosevelt (FDR) và giới trí thức Tự Do của ông ta sáng lập.

Trên thực tế, thuật ngữ Liberalism không hề được dùng để chỉ một phong trào chính trị cho đến tận những năm 1920, giai đoạn dẫn đến nhiệm kỳ tổng thống của FDR trong thời kỳ Đại Khủng Hoảng.

Trước đó, thuật ngữ Liberales từng được các chiến sĩ tranh đấu cho Tự Do tại Tây Ban Nha sử dụng vào năm 1810, khi họ tìm cách lật đổ chế độ quân chủ Tây Ban Nha và thiết lập một bản Hiến Pháp theo mô hình của Hoa Kỳ.

Trong một trăm năm sau sự kiện đó, từ liberal trong tiếng Anh chỉ được dùng như một tính từ phổ thông, mang nghĩa là Tự Do hoặc sự giúp đỡ hào phóng.

Vào các năm 1909 và 1915, Herbert Croly lần lượt

xuất bản hai cuốn sách The Promise of American Life và Progressive Democracy.

Vào đầu thế kỷ 20, người Mỹ nhìn chung phản đối chủ nghĩa cộng sản và chủ nghĩa xã hội, và sau đó họ đã trực tiếp đối đầu với các lực lượng này tại Châu Âu qua hai cuộc Thế Chiến. Vì vậy, Croly không thể công khai đặt tên cho hệ tư tưởng mới của mình là "Chủ Nghĩa Mác kiểu Mỹ" hay "Chủ Nghĩa Xã Hội Fabian kiểu Mỹ" – dù bản chất của nó chính là như vậy.

Thay vào đó, Croly đã chiếm dụng tên gọi của phong trào Cộng Hòa Tiến Bộ (Progressive Republican Movement) mang nền tảng Kitô giáo của Theodore Roosevelt vào cuối thế kỷ 19, để mô tả phong trào Mác-xít kiểu Mỹ mới của mình, và đặt tên là Progressive Democracy.

Khái niệm "Đảng viên Dân Chủ Cấp Tiến" (Progressive Democrat) sau đó được Tổng Thống Woodrow Wilson – người sáng lập Cục Dự Trữ Liên Bang (Federal Reserve Bank) – tiếp nhận và thúc đẩy.

Tuy nhiên, đến những năm 1920, khái niệm Progressive đã dần mất sức hấp dẫn. Nước Mỹ đã cải cách phần lớn các thể chế xã hội lỗi thời và bất công, và người dân sẵn sàng bước sang một giai đoạn mới. Chính vào thời điểm đó, Đảng Dân Chủ bắt đầu thử nghiệm một thuật ngữ mới để mô tả phong trào chính trị của họ – một từ ngữ mang cảm giác tích cực và hấp dẫn hơn đối với công chúng Mỹ. Thuật ngữ họ chọn để thử nghiệm chính là: "Liberal."

Herbert Hoover đã có một bài phát biểu vào năm 1928, trong đó ông mô tả mối quan ngại sâu sắc trước xu hướng đáng báo động này trong chính trị Hoa Kỳ:

"Đó là một thứ Tự Do giả tạo khi tự diễn giải rằng chính phủ phải vận hành các hoạt động kinh doanh thương mại. Mỗi bước tiến của việc quan liêu hóa hoạt động kinh doanh của đất nước đều đầu độc tận gốc rễ của Tự Do – tức là bình đẳng chính trị, Tự Do ngôn luận, Tự Do hội họp, Tự Do báo chí và bình đẳng cơ hội. Đó không phải là con đường dẫn đến nhiều Tự Do hơn, mà là ít Tự Do hơn."

— Herbert Hoover, 1928.

Cuối cùng, một định nghĩa mới sẽ được đưa ra cho từ liberal, nhằm mục đích lừa dối để bán ý tưởng chủ nghĩa Mác cho người dân Mỹ. Một trong những chiến thuật cốt lõi của Liberalism là thay đổi và thao túng ngôn ngữ để phục vụ mục đích của họ. Franklin D. Roosevelt – "người cha tinh thần" của phong trào Tự Do – đã tái định nghĩa từ liberal.

Từ đây, liberal không còn mang nghĩa "tự do" (liberty) như suốt một trăm năm trước đó.

Giờ đây, liberal được diễn giải thành "giải phóng" (liberate), và những người theo Liberalism tự khoác lên mình hình ảnh của những "người giải phóng" vĩ đại và đạo đức" – những kẻ đến để cứu rỗi các nhóm người bị áp bức.

Đây là một câu chuyện mới đầy sức hấp dẫn để công chúng Mỹ tin theo.

Theo định nghĩa mới của FDR, Liberalism trở thành một hệ tư tưởng về "công bằng xã hội", được thực thi thông qua một chính phủ liên bang quyền lực nhằm chống lại các tập đoàn "xấu xa" và cứu giúp người nghèo, bằng cách điều phối công bằng xã hội và kinh tế. Tên gọi này tạo ra một câu chuyện về những nhóm người bị áp bức đang kêu cứu, chờ đợi các "siêu anh hùng tự do" đến giải thoát họ khỏi kẻ áp bức.

Câu chuyện đó dạy về đấu tranh giai cấp và công bằng xã hội – cả hai đều là khái niệm xuất phát từ các tác phẩm của Karl Marx, nhưng được tái đóng gói để phù hợp với đối tượng Kitô Giáo, Công Giáo và Do Thái Giáo tại Hoa Kỳ.

"Thưa các bạn, lý tưởng công bằng xã hội mà tôi đã nói đến – một lý tưởng mà nhiều năm trước có thể bị xem là quá cấp tiến – nay đã được chấp nhận bởi giới lãnh đạo đạo đức của tất cả các tôn giáo lớn trong nước. Cấp Tiến ư? Vâng, và tôi sẽ cho các bạn thấy nó cấp tiến đến mức nào. Tôi sẽ trích dẫn ba ví dụ từ những gì các giáo hội – Tin Lành, Công Giáo và Do Thái – đang nói."

— Franklin D. Roosevelt, 1932

Đây chính là bản chất của cái tên liberal, và cũng là lý do vì sao phong trào này ám ảnh với chính trị dựa trên nhóm nhận dạng, các nhóm nạn nhân, chính phủ lớn như lời giải cho mọi vấn đề, và sự kiểm soát toàn diện.

Những Liberales tại Tây Ban Nha năm 1810 kêu gọi chấm dứt chế độ quân chủ, đòi hỏi một bản Hiến Pháp, và yêu cầu các quyền Tự Do cá nhân. Ngược lại, những Liberals của New Deal năm 1932 dưới thời FDR lại kêu gọi một chính phủ xã hội chủ nghĩa khổng lồ, nền kinh tế kế hoạch hóa tập trung, quyền lực tuyệt đối đối với doanh nghiệp, và phúc lợi quy mô lớn cho người nghèo.

Đại Khủng Hoảng đã đẩy hàng triệu người Mỹ vào cảnh nghèo đói cùng cực.

FDR sau đó đổ lỗi cho các tập đoàn, và triển khai chương trình New Deal theo chủ nghĩa Mác và Liberalism trên khắp nước Mỹ, để hứa hẹn cứu giúp những người Mỹ bị áp bức và nghèo khổ.

Cái giá mà người Mỹ phải trả là: sự từ bỏ một phần lớn Tự Do của họ.

Trong kỹ thuật xã hội, chiến thuật này được gọi là "Vấn đề – Phản ứng – Giải pháp". Bằng phương pháp này, các nhà hoạch định trung ương có thể tạo ra hoặc làm trầm trọng thêm một cuộc khủng hoảng, dự đoán phản ứng sợ hãi và tuyệt vọng của công chúng, rồi xuất hiện như những vị cứu tinh, đề nghị chương trình cải tạo xã hội mà họ mong muốn, để đổi lấy Tự Do của người dân.

Ý tưởng Liberal mới tỏ ra có hiệu quả với công chúng. Vì vậy, vào năm 1932, trong bài phát biểu trước Đại hội toàn quốc Đảng Dân Chủ ở Chicago, FDR đã chính thức tuyên bố "Liberalism" là tên gọi của phong trào mới.

"Thực tế là Đảng Dân Chủ, theo truyền thống và theo logic liên tục của lịch sử – quá khứ và hiện tại – là người mang ngọn cờ của Chủ Nghĩa Tự Do và tiến bộ, đồng thời là người bảo vệ sự an toàn cho các thể chế của chúng ta… Chúng ta phải là một đảng của tư duy tự do, hành động có kế hoạch, tầm nhìn quốc tế khai sáng, và vì lợi ích lớn nhất cho số đông công dân của mình."

— Franklin D. Roosevelt, 1932

CHỦ NGHĨA TỰ DO CHỐNG LẠI THIÊN CHÚA GIÁO VÀ DO THÁI GIÁO

Giới Tinh Hoa Tự Do thực sự là những người theo chủ nghĩa Darwin thế tục. Họ là kẻ thù không đội trời chung của thuyết Sáng Thế, của Hiến Pháp dựa trên tư tưởng Sáng Thế, và vì vậy cũng là kẻ thù của Kitô Giáo và Do Thái Giáo. Những người Mác-xít căm ghét Kinh Thánh, căm ghét Hiến Pháp, và căm ghét Thượng Đế, bởi vì những điều này trao cho người dân một quyền lực tối cao để tôn thờ vượt lên trên chính phủ.

Bằng chứng cho sự thù địch của họ đối với Kitô Giáo và Do Thái Giáo thì vô cùng phong phú. Giới tinh hoa Tự Do đã không ngừng đấu tranh nhằm loại bỏ Mười Điều Răn khỏi trường học và tòa án, loại bỏ việc cầu nguyện khỏi trường học và các nghi lễ học đường, cũng như xóa bỏ mọi biểu hiện của Kitô giáo và Do Thái Giáo khỏi không gian công cộng dưới danh nghĩa "tách biệt Giáo hội và chính quyền". Họ thậm chí còn tỏ ra khinh miệt những ai chúc nhau "Giáng Sinh An Lành, Merry Christmas", tức là mừng ngày Chúa Giêsu ra đời.

Chúng ta cũng cần nhớ lại lễ khai mạc Thế Vận Hội Olympic 2024 tại Paris, Pháp, nơi giới Tự Do Pháp đã dàn dựng một "Bữa Tiệc Ly", giả dạng những nữ hoàng dao kéo béo phì và một nhân vật Dionysus màu xanh khỏa thân — vị thần ngoại giáo Hy Lạp của rượu chè và trụy lạc — nhằm bôi nhọ, sỉ nhục và công khai miệt thị Kitô Giáo mà họ khinh ghét.

Tóm lại, họ là lực lượng phản Kitô Giáo và phản Do Thái Giáo. Nhiều chính trị gia Tự Do giả vờ thực hành các hình thức Kitô giáo hoặc Do Thái Giáo khác nhau trước công chúng. Nhưng đừng để bị đánh lừa — họ chỉ đang mị dân để kiếm phiếu bầu, bởi vì cử tri của họ là Kitô hữu, Công Giáo hoặc người Do Thái.

Trên thực tế, chính những nhân vật công chúng này lại thông qua các đạo luật hợp pháp hóa phá thai cho đến tận lúc sinh đối với cả những thai nhi và bà mẹ hoàn toàn khỏe mạnh; cổ súy việc chuyển đổi giới tính cho trẻ em; và đấu tranh để học sinh tiểu học có quyền xem các nội dung khiêu dâm trong thư viện trường học. Những chính sách này hoàn toàn không phù hợp với hệ giá trị của một Kitô hữu hay một người Do Thái thực hành đức tin. Các chính trị gia ủng hộ những chính sách như vậy không thể đồng thời tuyên bố rằng họ đang noi theo giáo huấn của Chúa Giêsu hay Moses.

Franklin D. Roosevelt (FDR), vị tổng thống Tự Do đầu tiên, đã im lặng và không làm gì để giúp đỡ, thậm chí không lên tiếng phản đối, sự đối xử ngày càng tồi tệ đối với người Do Thái ở Đức trước thềm cuộc diệt chủng Holocaust — dù ông đã được tường trình đầy đủ về mọi hành động của Hitler.

Ông cũng hạn chế nghiêm ngặt việc người Do Thái di cư chạy trốn khỏi Đức Quốc xã vào Hoa Kỳ, tiêu biểu là vụ tàu MS St. Louis, chở 937 người tỵ nạn Do Thái. Sau khi bị từ chối cho cập bến, con tàu buộc phải quay trở lại châu Âu, nơi nhiều người trong số họ đã bị sát hại trong Holocaust.

Chúng ta cũng chứng kiến vào cuối năm 2023 và đầu năm 2024 phản ứng của giới trí thức Tự Do đối với người Do Thái trong cuộc xung đột Israel–Palestine sau cuộc tấn công ngày 7 tháng 10. Nhiều giáo sư và sinh viên theo khuynh hướng Tự Do đã biểu tình và tuần hành, kêu gọi cái chết của toàn bộ người Do Thái tại Israel, hô vang khẩu hiệu "From the River to the Sea". Điều này đã gây sốc và phẫn nộ cho nhiều người Do Thái theo khuynh hướng Tự Do nhưng có thiện chí, khiến họ tuyên bố cắt tài trợ cho các trường như Columbia và Harvard — những nơi đã dung túng cho hành vi này.

Những người theo chủ nghĩa Mác không có vấn đề

gì với những người Do Thái thế tục tuân theo chỉ thị của phe tự do. Tuy nhiên, họ khinh miệt Do Thái Giáo, những người Do Thái thực hành tôn giáo, những lời dạy của Moses và quốc gia Israel.

Hãy cho phép tôi dành một chút thời gian để giải thích một hiện tượng nghịch lý trong trật tự tự do. Mặc dù, Chủ Nghĩa Tự Do bí mật chống lại Cơ Đốc Giáo và Do Thái Giáo, nhưng nhiều nhóm Cơ Đốc Giáo và Do Thái ở Phương Tây vẫn là thành viên của phong trào tự do. Động lực này có vẻ như là một mâu thuẫn. Tuy nhiên, có một lý do chính đáng cho điều đó. Những người theo Chủ Nghĩa Tự Do đã xây dựng chiến lược tiếp thị của họ cho quần chúng ngay từ đầu.

Phong trào chính trị của họ sẽ không thể tồn tại nếu không có sự ủng hộ rộng rãi từ người dân. Vào cuối những năm 1800 và đầu những năm 1900, hầu hết người dân trong nước tự nhận mình là người Cơ Đốc Giáo hoặc Do Thái thuộc nhiều loại khác nhau. Những người theo Chủ Nghĩa Tự Do không có lựa chọn nào khác ngoài việc tiếp cận các nhóm này, mặc dù sâu thẳm, những người theo Chủ Nghĩa Tự Do và Đảng Dân Chủ tiến bộ ghét Cơ Đốc Giáo và Do Thái Giáo.

Trong những năm trước cuộc cách mạng Tự Do của FDR, một phong trào chính trị khác đã trở nên phổ biến ở Mỹ, Phong trào Tiến bộ. Ngày nay, ít người biết rằng phong trào Tiến bộ ban đầu được bắt đầu bởi những người Cơ Đốc Giáo muốn cải thiện điều kiện cho những người thuộc tầng lớp thấp hơn và công nhân ở Mỹ vào cuối thế kỷ XIX, như lao động trẻ em và điều kiện làm việc nhân đạo trong các nhà máy.

Động lực chính trị chủ yếu cho phong trào này đến từ

một ý tưởng Cơ Đốc Giáo được rao giảng vào thời điểm đó, được gọi là Phúc Âm Xã Hội (Social Gospel). Ý tưởng ban đầu của Phong trào Phúc Âm Xã Hội là Chúa Giêsu đã dạy chúng ta phải cải thiện xã hội và cuộc sống của tha nhân, rằng có một khía cạnh xã hội trong Cơ Đốc Giáo, và do đó cả trong các quốc gia Cơ Đốc Giáo. Khi Chủ Nghĩa Tự Do hiện đại của FDR tràn ngập nước Mỹ, nó đã thâu tóm và nuốt chửng phong trào Cấp Tiến vào trong Đảng Dân Chủ. Phe Tự Do cũng chiếm đoạt khái niệm Phúc Âm Xã Hội, bởi vì nó là một công cụ chính trị vô cùng hiệu quả để thu hút Kitô hữu và người Do Thái. Tuy nhiên, họ đã bóp méo ý nghĩa của Phúc Âm Xã Hội thành "Tin Mừng của Công bằng Xã hội và Chính phủ Xã Hội Chủ Nghĩa". Họ khai thác một trong những giáo huấn cốt lõi của Kinh Thánh: bác ái — chăm lo cho người nghèo, người tàn tật, trẻ mồ côi và các góa phụ. Phe Tự Do đã chiếm đoạt khái niệm bác ái này và biến nó thành một chiêu bài tuyên truyền để thúc đẩy phiên bản méo mó của Phúc Âm Xã Hội.

Lời dối trá rất đơn giản nhưng cực kỳ hiệu quả:

Theo Phúc Âm Xã Hội mới, Kitô hữu và người Do Thái có thể giúp đỡ những người kém may mắn bằng cách ủng hộ các chương trình và chính trị gia xã hội chủ nghĩa. Khi đó, chính phủ sẽ đứng ra giúp đỡ người nghèo thay cho họ. Bằng cách đó, một Kitô hữu hay người Do Thái có thể "giúp đỡ hàng triệu người nghèo" chỉ bằng cách ủng hộ một sự nghiệp xã hội chủ nghĩa. Rất nhiều người đã sập bẫy.

Sự khác biệt cốt lõi giữa điều Kinh Thánh dạy và điều phe Tự Do bóp méo nằm ở chỗ: sự can thiệp của chính phủ và chủ nghĩa xã hội được đưa vào làm tác nhân cứu trợ. Trên thực tế, Chủ Nghĩa Tự Do là một phong trào vô thần. Họ sử dụng người nghèo và những người kém may mắn như phương tiện để đạt mục đích chính trị, rồi vứt bỏ họ.

Chỉ cần nhìn vào các khu nhà ở xã hội trong chương trình "Great Society" của tổng thống thuộc đảng Dân Chủ Lyndon B. Johnson là đủ thấy hậu quả thảm khốc của các chính sách Tự Do đối với người nghèo.Tuy vậy, chiến thuật này đã mê hoặc nhiều thế hệ Kitô hữu và người Do Thái, khiến họ ủng hộ trật tự Tự Do và chương trình nghị sự vô thần của nó — bao gồm phá thai, triệt sản cưỡng bức, phẫu thuật chuyển giới cho trẻ em, và những cơn ác mộng ưu sinh khác.

Ngày nay, nhiều người đã trở nên thế tục hơn. Tuy nhiên, tại phương Tây, nền văn minh của chúng ta vẫn được xây dựng trên nền tảng đạo đức Do Thái–Kitô giáo, các chuẩn mực văn hóa và giá trị cốt lõi.

Đó là lý do tại sao chúng ta tin tưởng vào hòa bình, tình yêu và lòng tốt ở mức độ lớn, và đối xử với người khác như cách chúng ta muốn được đối xử. Đây là những giá trị Kinh Thánh.

Đối với nhiều người, đức tin tâm linh của họ đã mất, nhưng các giá trị văn hóa vẫn còn, định hình nên bức tranh văn hóa ở phương Tây. Đó là lý do tại sao rất nhiều người vẫn tin vào lời nói dối của Phúc âm xã hội ngày nay và ý tưởng rằng Chủ Nghĩa Tự Do là một lực lượng tốt đẹp trên thế giới. Không có gì có thể sai sự thật hơn thế.

CHỦ NGHĨA TỰ DO CẤP TIẾN THAO TÚNG THÀNH PHẦN TRUNG DUNG VÀ ÔN HÒA

Theo tác giả, tại Phương Tây hiện tồn tại ba nhóm

niềm tin chính trị.

Thứ nhất là chủ nghĩa lập hiến bắt nguồn từ Thomas Jefferson, đại diện cho khuynh hướng cánh hữu của những người bảo thủ.

Thứ hai là chủ nghĩa xã hội bắt nguồn từ Karl Marx, đại diện cho khuynh hướng cánh tả của những người cánh tả, giới Tự Do cấp tiến và những người theo chủ nghĩa toàn cầu.

Nhưng còn có một hệ tư tưởng thứ ba chiếm một bộ phận rất lớn ở giữa xã hội phương Tây. Đó là giới trung dung, ôn hòa và những người theo Chủ Nghĩa Tự Do cá nhân (libertarian).

Những người trung dung, thường là những người ít quan tâm hoặc ít tham gia chính trị nhất. Phần lớn họ chỉ tập trung vào đời sống cá nhân của mình, để mặc các phe cánh tả và hữu tranh đấu trong đấu trường chính trị. Theo tác giả, trạng thái thụ động này đã phục vụ họ khá tốt trong suốt hơn một trăm năm qua.

Giới trung dung có một tập hợp các niềm tin dựa trên lẽ thường, giúp họ vận hành cuộc sống và tác động với xã hội. Những niềm tin đó bao gồm:

1.   Sống và để người khác sống: Không phán xét hay can thiệp vào việc người khác làm gì trong nhà riêng hay phòng ngủ của họ.

2.   Tự Do tối đa: Các quyền dân sự và Tự Do cá nhân đã chứng minh giá trị, và luật pháp chỉ nên được ban hành nhằm tối đa hóa Tự Do và quyền cá nhân.

3.   Nguyên tắc không gây hại: Mục đích duy nhất của luật pháp và chính quyền là ngăn con người gây hại lẫn nhau.

4. Quan tâm đến người yếu thế: Một xã hội dân sự Tự Do là điều tốt, nhưng không phải ai cũng sinh ra trong cùng hoàn cảnh; do đó chính quyền có thể có một số chương trình hỗ trợ những người kém may mắn.

5. Hạnh phúc tối đa: Cá nhân nên được Tự Do theo đuổi mức độ hạnh phúc cao nhất cho đời mình, với mức độ tối thiểu của chính quyền.

Hạnh phúc tối đa: Cá nhân nên được tự động thực hiện theo sở thích hạnh phúc và thành quả tối đa trong cuộc sống của họ, với mức độ tối thiểu của chính phủ.

Theo tác giả, hệ tư tưởng này xuất phát từ lập luận logic căn bản và từ việc quan sát những thành công mà Tuyên Ngôn Độc Lập và Hiến Pháp mang lại: quyền lợi, quyền công dân bình đẳng và khuyến khích cá nhân theo đuổi hạnh phúc của riêng mình.

Hệ tư tưởng này hình thành tại Anh vào thế kỷ XIX, được gọi là chủ nghĩa vị lợi (Utilitarianism). Hai nhân vật nền tảng của hệ thống tư tưởng này là Jeremy Bentham và John Stuart Mill, một triết gia và chính khách người Anh, tác giả của hai tác phẩm quan trọng On Liberty (1859) và Utilitarianism (1863).

Theo tác giả, giới Tự Do đã cố gắng chiếm đoạt John Stuart Mill và gán ông là "cha đẻ" của chủ nghĩa tự do, nhưng điều đó hoàn toàn sai sự thật. Chủ Nghĩa Tự Do như một hệ tư tưởng chính trị chỉ thực sự xuất hiện vào thế kỷ XX, với Herbert Croly, và mang đặc trưng của chính quyền lớn cùng chủ nghĩa Mác mang tính độc đoán đối với người Mỹ và phương Tây.

Những người theo chủ nghĩa lập hiến, những người theo Jefferson và Locke, tin rằng có một Đấng Tạo Hóa đã tạo ra chúng ta và ban cho chúng ta những quyền bất khả xâm phạm, và rằng các chính phủ được thành lập bởi người dân để bảo vệ những quyền Tự Do do Chúa ban cho này.

Những người cánh tả tin theo Darwin rằng không có Chúa, và do đó chính phủ là một phương tiện để họ tích lũy tiền bạc và kiểm soát xã hội, thực hiện mục đích sống theo Nietzsche, ý chí quyền lực.

Tuy nhiên, những người theo chủ nghĩa vị lợi không chắc chắn về sự tồn tại của Chúa. Đối với họ, Ngài có thể tồn tại hoặc không tồn tại. Nhưng điều họ chắc chắn là những kết quả tích cực bắt nguồn từ quyền tự nhiên, văn hóa Phương Tây và quyền Tự Do cá nhân của họ để theo đuổi hạnh phúc của riêng mình. Họ đang tìm kiếm hạnh phúc của riêng mình chứ không phải kiểm soát xã hội.

Đối với những người theo chủ nghĩa trung dung, lối suy nghĩ này là hợp lý nhất. Và vì vậy, chúng ta có ba triết lý chính trong chính trị Phương Tây bắt nguồn từ ba ý tưởng cơ bản: (1) Có một Chúa, (2) Không có Chúa, và (3) có lẽ có một Chúa. Ba điều này tạo ra cánh hữu, cánh tả và những người theo chủ nghĩa trung dung.

Theo thời gian, văn hóa Phương Tây ngày càng thịnh vượng và thế tục hơn. Khi ngày càng nhiều người từ bỏ tôn giáo hoặc chủ nghĩa thần học (niềm tin vào Chúa), nhiều người đã chuyển từ hệ thống giá trị bảo thủ sang tư tưởng trung dung, dù có ý thức hay không. Nhóm những người ôn hòa thuộc phe trung dung này đã trở nên rất lớn và quan trọng trong những năm gần đây đối với các liên minh chính trị cánh tả và cánh hữu. Hầu hết các cuộc bầu cử hiện nay đều tập trung vào việc thuyết phục những người ôn hòa và những người độc lập bỏ phiếu cho phe này hoặc phe kia. Họ đã trở thành yếu tố quyết định.

Ngay từ đầu phong trào của mình, giới tinh hoa Tự Do hiện đại cấp tiến đã biết rằng số lượng của họ quá ít và niềm tin của họ quá cực đoan và không phù hợp với đa số người Mỹ.

Triết lý của John Stuart Mill, ngược lại, xoay quanh Tự Do và chính quyền dựa trên lẽ thường. Ông gọi nó là chủ nghĩa vị lợi, hay chủ nghĩa hữu dụng và duy lý, với khẩu hiệu "điều tốt đẹp nhất cho số đông lớn nhất." Mill cổ vũ Tự Do tối đa và can thiệp tối thiểu của chính quyền, trừ khi có hành vi gây hại cho người khác.

Theo ông, đó chính là mục đích hợp lý của luật pháp. John Stuart Mill cho rằng các nguyên tắc về quyền cá nhân và quyền theo đuổi hạnh phúc của Jefferson và Locke đã chứng minh thành công vượt bậc trong kỷ nguyên hiện đại. Hệ tư tưởng này đã ảnh hưởng đến tư duy của phần lớn giới trung dung, ôn hòa, những người không quan tâm chính trị và những người theo chủ nghĩa libertarian tại Phương Tây. Điểm then chốt phân biệt chủ nghĩa vị lợi với chủ nghĩa cánh tả và chủ nghĩa lập hiến nằm ở vai trò của Thiên Chúa.

Theo tác giả, giới Tự Do cấp tiến hiện đại đã nhận ra rằng để có thể giành được sự ủng hộ của đa số công chúng. Vì vậy, họ buộc phải tìm cách liên minh với các nhóm khác, hình thành một liên minh đa số để nắm quyền và cai trị. Để làm được điều đó, theo tác giả, họ phải nói dối, bóp méo lịch sử, xuyên tạc thực tại và thao túng những bộ phận lớn của công chúng.

Ban đầu, họ thao túng người Do Thái, Kitô hữu và Công giáo bằng một phiên bản méo mó của Phúc Âm

Xã Hội. Sau đó, họ tiếp tục lôi kéo các phong trào nữ quyền, cộng đồng người da đen, cộng đồng LGBT và các nhóm khác vào liên minh chính trị của mình, giả vờ bảo vệ quyền lợi của các nhóm này, mặc dù theo tác giả, họ khinh miệt họ vì bản chất của giới Tự Do thực sự là Darwin xã hội mang tính phân biệt chủng tộc.

Tuy nhiên, nhóm lớn nhất và quan trọng nhất mà giới Tự Do phải lừa dối chính là đám đông giới trung dung và ôn hòa, những người sống đời sống bình thường và hầu như không quan tâm đến chính trị ngoài các kỳ bầu cử liên bang.

Để thao túng giới trung dung, giới tinh hoa Tự Do phải chiều theo các niềm tin trung dung và xây dựng một thông điệp tiếp thị mới, hấp dẫn — tương tự như cách họ đã làm với Phúc Âm Xã Hội đối với người có tôn giáo.

Theo tác giả, bốn ý tưởng tỏ ra hiệu quả nhất đối với giới trung dung:

1.   **Các chính nghĩa xã hội**: Ý tưởng đầu tiên là "giúp đỡ người yếu thế". Phong trào Tự Do hiện đại rất thành thạo trong việc bán chủ nghĩa Mác được đóng gói lại, bằng cách tự nhận là bảo vệ các nhóm nạn nhân và người nghèo. Đây chính là những năm lời dối trá được trau chuốt của chủ nghĩa tự do, và chúng đã tác động mạnh mẽ đến tâm lý ôn hòa của giới trung dung.

Theo tác giả, đó hoàn toàn là dối trá. Các chương trình Tự Do đã phá hủy gia đình và cuộc sống của chính những người mà họ tuyên bố cứu giúp — như các chương trình phúc lợi và nhà ở xã hội khiến nhiều thế hệ rơi vào tình trạng không có cha, giáo dục kém và nghèo đói; hay các chương trình vô gia cư tại California làm gia tăng mạnh tình trạng vô gia cư, ma túy công khai và số ca tử vong liên quan đến ma túy.

2.   **Bảo vệ các "quyền thay thế"**: Ý tưởng thứ hai là Tự Do cấp tiến tự nhận mình là người bảo vệ quyền lợi và tự do. Theo tác giả, đây cũng là một lời nói dối. Như Herbert Croly từng viết, Hiến pháp và các quyền dân sự là rào cản đối với chương trình nghị sự của giới tự do. Họ thù ghét Hiến pháp và muốn xóa bỏ nó, nên thay vào đó họ phát minh ra các "quyền thay thế" như "quyền phá thai", "quyền đồng tính", hay "quyền trẻ em được chuyển giới".

Những "quyền" này được dùng để đánh lừa giới trung dung rằng họ là đảng của Tự Do và dân chủ, trong khi theo tác giả, họ thực chất là những người Mác-xít muốn thiết lập chế độ toàn trị như ở Trung Quốc.

3.   **Tiếp xúc xã hội – nhóm "trong cuộc"**: Thông điệp thứ ba là Tự Do cấp tiến được quảng bá như con đường dẫn đến thành công và cơ hội xã hội trong các ngành giải trí, truyền thông, chính trị, khoa học, công nghệ và học thuật. Bằng cách thống trị các lĩnh vực này, giới Tự Do có thể ban phát cơ hội nghề nghiệp và tiếp xúc tầng lớp tinh hoa. Tuy nhiên, nếu ai không tuân thủ đường lối ý thức hệ, họ sẽ bị trục xuất và tẩy chay.

4.   **Tâm lý đám đông**: Chiêu thức chào mời xã hội có lẽ gây hiệu quả nhất mà giới Tinh hoa Tự do Hiện đại tung ra nhằm thuyết phục nhóm Ôn hòa Trung dung chính là một gợi ý tâm lý đơn giản: rằng những người Tự do thì thông minh, tinh tế và tuyệt vời. Nếu bạn tự nhận mình là người theo chủ nghĩa tự do, họ sẽ chấp nhận bạn và coi bạn là người sành điệu giống họ. Ngược lại, phe Tự do lại ra sức tuyên truyền rằng những

người Bảo thủ thì ngu ngốc, lạc hậu, ngớ ngẩn và là những kẻ tồi. Đáng ngạc nhiên là — với các thế hệ trẻ đã trưởng thành vồ lấy thông điệp này trên các phương tiện truyền thông chính thống chứng tỏ đó là một trong những chiêu thức đắc lực nhất trong việc lôi kéo nhóm Trung dung đứng hẳn về một bên và bỏ phiếu ủng hộ chương trình nghị sự của phe Tự do; thậm chí, nó còn thành công đến mức thuyết phục được cả những người Ôn hòa tự nhận mình thuộc nhóm "Tự do".

Nhóm Tự do Cấp tiến thậm chí còn tạo ra một thuật ngữ cho những người theo Chủ Nghĩa Tự Do Trung dung và Ôn hòa để họ cảm thấy được hoan nghênh và gần gũi hơn khi gia nhập liên minh. Họ phát minh ra khái niệm "Chủ Nghĩa Tự Do Cổ điển".

Đó là một sự bịa đặt. Chủ Nghĩa Tự Do với tư cách là một hệ tư tưởng chính trị đã chính thức được khởi xướng vào năm 1932 bởi FDR để thúc đẩy chủ nghĩa Mác của Mỹ.

Trước đó, Tự Do chỉ là một từ, không phải là một phong trào chính trị. Thực tế là giới tinh hoa Tự Do hiện đại là một nhóm những kẻ lừa đảo và nói dối. Họ đang dẫn dắt những người trung dung và ôn hòa đi trên con đường dẫn đến việc từ bỏ Tự Do và đất nước của họ vào một thời đại chủ nghĩa toàn trị Mác-xít. Trong hành động gần đây của phe cánh tả hướng tới chủ nghĩa thức tỉnh cực đoan, nhiều người trung dung và ôn hòa đã nhận ra sự thật về mối nguy hiểm của chương trình nghị sự chính trị của phe cánh tả. Điều này đã tạo ra một liên minh mới chống lại họ ở phe cánh hữu.

Tuy nhiên, đảng Tự Do nghĩ rằng họ có đủ sự ủng hộ từ những người nhập cư bất hợp pháp để bù đắp cho sự mất mát từ những người ôn hòa, người da đen, những người ủng hộ nữ quyền và công nhân công đoàn mà họ đã bỏ rơi và phản bội. Elon Musk, Joe Rogan, Tulsi Gabbard và RFK Jr. gần đây đều đã rời khỏi Đảng Dân Chủ, quay lưng lại với chương trình nghị sự của phe tự do, và tuyên bố rằng họ không rời bỏ đảng, mà chính đảng đã bỏ rơi họ bằng cách chuyển sang cực tả.

Sự thật là chương trình nghị sự luôn luôn cực tả và cực đoan ngay từ đầu, từ đầu những năm 1900 và thời chính quyền của FDR. Điều mà những nhân vật nổi tiếng này cuối cùng cũng nhận ra là họ đã bị lừa dối suốt cả cuộc đời, và đã tin vào những tuyên truyền của phe Tự Do về các vấn đề xã hội, quyền lợi thay thế, tiếp cận xã hội và tâm lý nhóm.

CHỦ NGHĨA TỰ DO CẤP TIẾN LÀ PHÂN BIỆT GIỚI TÍNH

Theo lập luận của tác giả, Chủ Nghĩa Tự Do cấp tiến luôn tự nhận mình là người bảo vệ phụ nữ khỏi chế độ phụ hệ. Nhưng trên thực tế, Chủ Nghĩa Tự Do cấp tiến lại cực kỳ phân biệt giới tính.

Hệ tư tưởng này gây áp lực và cưỡng ép phụ nữ trẻ phải chối bỏ bản năng làm mẹ, tình yêu, hôn nhân và con cái. Thay vào đó, họ bị thúc ép theo đuổi sự nghiệp để "chứng minh" rằng họ không thua kém đàn ông.

Quan điểm của những người bảo thủ là: phụ nữ nên được Tự Do lựa chọn hạnh phúc của mình, dù đó là gia đình, sự nghiệp, hay cả hai. Quyền lựa chọn thuộc về từng cá nhân.

Ngược lại, giới Tự Do cấp tiến thường khinh miệt và làm nhục những phụ nữ chọn vai trò nội trợ và nuôi dạy con cái, coi họ là công dân hạng hai hoặc kẻ thất bại.

Theo tác giả, sự thật là giới Tự Do cấp tiến chỉ muốn thêm nô lệ cho nhà nước. Họ cần thêm "ong thợ" để đóng thuế nuôi dưỡng siêu nhà nước Tự Do cấp tiến. Đó mới là cách họ nhìn phụ nữ: không phải nạn nhân cần được cứu giúp, mà là bánh răng trong cỗ máy, là lực lượng lao động và nguồn thu thuế.

Sự mỉa mai lớn nhất của Chủ Nghĩa Tự Do cấp tiến là: họ vừa tìm ra một "nhóm nạn nhân" mới – người chuyển giới.

Xét cho cùng, Chủ Nghĩa Tự Do luôn cần những nhóm nạn nhân mới để cứu giúp. Đó là nơi mà năng lượng chính trị cho phong trào của họ bắt nguồn. Bằng cách ủng hộ vấn đề người chuyển giới, Chủ Nghĩa Tự Do đã đẩy phụ nữ sang một bên, không còn ưu tiên họ như một nhóm nạn nhân cần được bảo vệ nữa.

Giờ đây, những người theo Chủ Nghĩa Tự Do đang đấu tranh để đảm bảo rằng đàn ông chuyển giới có thể sử dụng nhà vệ sinh của phụ nữ, không gian dành riêng cho phụ nữ, và thậm chí cả các môn thể thao dành cho phụ nữ.

Đàn ông chuyển giới hiện đã tham gia và đang thống trị Thế vận hội dành cho phụ nữ, cướp đi huy chương vàng của các vận động viên nữ đã cống hiến cả đời cho khoảnh khắc đó. Điều này rõ ràng là phân biệt giới tính trắng trợn. Nhưng những người theo Chủ Nghĩa Tự Do ē nổi cơn thịnh nộ nếu bạn dám thách thức sự thiêng liêng của nhóm nạn nhân chuyển giới mới mà họ đang trong quá trình cứu giúp.

Chúng ta cũng đừng quên rằng những người theo Chủ Nghĩa Tự Do ở Châu Âu và Mỹ đang bảo vệ những người nhập cư bất hợp pháp tràn vào các nước Phương Tây. Mặc kệ sự thật rằng nhiều người trong số những kẻ xâm nhập này đến từ các nền văn hóa bạo lực, do nam giới thống trị, nơi mà các vụ cưỡng hiếp tập thể là chuyện thường xuyên. Điều này đã dẫn đến sự bùng phát các vụ tấn công tình dục và cưỡng hiếp tập thể đối với phụ nữ và trẻ em gái.

Liệu giới cầm quyền theo Chủ Nghĩa Tự Do có làm bất cứ điều gì để giúp đỡ hoặc bảo vệ những nạn nhân nữ này không?

CHỦ NGHĨA TỰ DO CẤP TIẾN LÀ ÁP BỨC VÀ BẠO LỰC

Chủ Nghĩa Tự Do tuyên bố tồn tại để giải cứu những người bị áp bức khỏi những kẻ áp bức họ thông qua việc thực thi công lý xã hội. Khái niệm này hoàn toàn sai sự thật.

Trên thực tế, chính những người theo Chủ Nghĩa Tự Do lại là những kẻ áp bức lớn. FDR tuyên bố là người giải phóng. Thay vào đó, ông ta đã áp bức chính người dân của mình, tịch thu tài sản tư nhân của họ, đẩy họ vào cảnh nghèo đói hơn, phá hủy nguồn cung cấp thực phẩm của họ, giam giữ các nhóm thiểu số như người Nhật Bản trong các trại tập trung, và cưỡng bức triệt sản các nhóm thiểu số khác như người da đen và người Mỹ bản địa. Danh sách này còn dài nữa.

Áp bức là hoạt động chủ đạo của Chủ Nghĩa Tự Do ngay từ ngày đầu tiên. Ngày nay, giới cầm quyền theo Chủ Nghĩa Tự Do cấp tiến tìm cách thống trị toàn bộ các lĩnh vực của nền kinh tế. Bất kỳ ngành công nghiệp nào mà họ chiếm đoạt đều trở thành một nền văn hóa độc đảng nơi mà tư duy nhóm và luận điểm của phe Tự D ocấp tiến phải được tuân thủ, nếu không bạn sẽ bị trục xuất và đưa vào danh sách đen.

Đây là tình hình ở Hollywood, Thung Lũng Silicon và truyền thông chính thống. Công nhân có ý kiến khác biệt bị đe dọa buộc phải im lặng.

Đây là những trung tâm quyền lực của phe Tự Do cấp tiến và sự phản kháng sẽ không được dung thứ. Giới cầm quyền theo Chủ Nghĩa Tự Do điều hành các ngành công nghiệp này như các nhà nước cảnh sát cộng sản độc đảng.

Giới cầm quyền theo Chủ Nghĩa Tự Do cũng tìm cách kiểm duyệt những người bảo thủ và những người bất đồng chính kiến phản bác lại thông điệp của họ. Ví dụ gần đây nhất về điều này là trong cuộc bầu cử năm 2020 khi nhiều tiếng nói bảo thủ bị cấm và đưa vào danh sách đen trên các phương tiện truyền thông xã hội do phe Tự Do cấp tiến kiểm soát, những người này đã thông đồng với Đảng Dân Chủ tự do.

Họ cũng áp bức và kiểm duyệt các bác sĩ và nhà virus học đã lên tiếng chống lại thông điệp do chính phủ kiểm soát về COVID- 19 và các mũi tiêm MRNA. Những người nói sự thật bị áp bức này đã bị cấm và nhiều người mất sinh kế, sự nghiệp và danh tiếng do sự áp bức của phe Tự Do cấp tiến.

Các chính quyền Tự Do của Châu Âu, Canada, Úc và New Zealand đã áp bức người dân của họ như các nhà nước cộng sản Bắc Triều Tiên trong thời gian phong tỏa COVID, bắt giữ những người bất đồng chính kiến và những người vi phạm quy định, đưa họ đến các trung tâm giam giữ.

Ngày nay, chính phủ Anh theo Chủ Nghĩa Tự Do đang giam giữ công dân Anh trong tù nhiều năm vì lời nói của họ, phản đối việc lạm dụng tình dục các cô gái trẻ người Anh dưới bàn tay của những kẻ xâm lược bất hợp pháp, những kẻ này lại được tự do. Tin tức về tội ác tình dục của chúng đối với phụ nữ và trẻ em gái bị che giấu. Những người theo Chủ Nghĩa Tự Do cũng đang tích cực đưa ra những cáo buộc sai sự thật chống lại những người bảo thủ và những người ủng hộ Donald Trump ở Mỹ, khiến nhiều người trong số họ bị giam giữ trong nhà tù liên bang trong điều kiện biệt giam, như báo cáo của Axios.

Chưa kể đến việc giam cầm các tù nhân chính trị khác như những người biểu tình ngày 6 tháng Giêng, những người đang mục ruỗng trong tù nhiều năm chỉ vì những hành vi tương tự như xâm phạm trái phép.

Các bà mẹ và những người phản đối lương tâm, những người cầu nguyện và biểu tình ôn hòa tại các phòng khám phá thai ở Anh và Mỹ hiện đang bị kết án tù nhiều năm ở các tiểu bang Tự Do cấp tiến bởi các thẩm phán tự do. Sự đàn áp của họ không có giới hạn.

Bạo lực của Chủ Nghĩa Tự Do cũng không có giới hạn. Họ đã gây bạo loạn vào năm 2020, đốt phá các thành phố và giết hại những công dân và cảnh sát vô tội.

Chúng ta cũng đã đề cập đến chủ nghĩa khủng bố nội địa bạo lực của những người theo Chủ Nghĩa Tự Do cực đoan trong phần trước của cuốn sách.

Ngày nay, những người theo Chủ Nghĩa Tự Do đã mở cửa biên giới phía nam của Hoa Kỳ, làm cho đất nước tràn ngập hàng chục triệu người nhập cư bất hợp pháp. Điều này đã dẫn đến việc cưỡng hiếp, giết người và buôn bán tình dục hàng trăm nghìn trẻ em.

Năm 2024, tờ New York Post đưa tin rằng hơn 320.000 trẻ em nhập cư bất hợp pháp đã mất tích khỏi sự giám sát của liên bang sau khi được giao cho người bảo trợ hoặc được cho là người thân. Những đứa trẻ này ở đâu? Điều gì đang xảy ra với chúng? Chúng còn sống hay đã chết? Chính phủ liên bang không thể cho chúng ta biết.

Đây chỉ là những đứa trẻ mà họ công khai báo cáo trong số những đứa trẻ bị bắt giữ ở biên giới. Con số thực tế có thể lên đến hàng triệu. Những người theo Chủ Nghĩa Tự Do đàn áp này đang tạo điều kiện cho việc bắt cóc, cưỡng hiếp, tra tấn, nô lệ hóa và giết hại có thể hàng triệu trẻ em nhập cư bất hợp pháp trong lãnh thổ Hoa Kỳ.

Danh sách những hành vi đàn áp và bạo lực của Chủ Nghĩa Tự Do cứ kéo dài mãi. Chủ Nghĩa Tự Do là sự đàn áp chứ không phải sự giải phóng. Đây là một sự bóp méo ngôn ngữ và một lời nói dối.

CHỦ NGHĨA TỰ DO CẤP TIẾN LÀ TỘI ÁC DIỆT CHỦNG

Chủ Nghĩa Tự Do không chỉ phân biệt giới tính, áp bức và bạo lực, mà nó còn bạo lực đến mức diệt chủng.

Hitler có lẽ là kẻ điên cuồng diệt chủng khét tiếng nhất trong lịch sử hiện đại. Thông qua chương trình Giải Pháp cuối cùng của mình, Hitler đã phát động cuộc Holocaust, giết chết khoảng sáu triệu người Do Thái.

Các nhà sử học ước tính rằng Hitler cũng đã tiêu diệt 500.000 người Digan, 300.000 người khuyết tật trí tuệ, 100.000 tù nhân chính trị, 3,3 triệu tù binh chiến tranh Nga, và hàng triệu người thuộc các nhóm dân tộc khác và người đồng tính luyến ái. Tổng cộng, người ta ước tính rằng Hitler đã giết chết từ 11 đến 17 triệu người trong thời kỳ cai trị khủng bố của mình.

Đây là một tội ác tàn bạo. Tuy nhiên, nó chẳng thấm vào đâu so với Chủ Nghĩa Tự Do cấp tiến. Từ những năm 1920, giới cầm quyền tự do, những người theo thuyết Darwin và thuyết ưu sinh giống như Hitler, trên thực tế Hitler đã học được hệ tư tưởng này từ họ tại Cold Spring Harbor.

Từ thời điểm đó, họ đã thúc đẩy việc kiểm soát sinh sản, triệt sản bắt buộc và phá thai trong nỗ lực kiểm soát dân số của những người có gen kém và các chủng tộc thiểu số.

Vào những năm 1960, Colorado, California và các tiểu bang khác đã hợp pháp hóa các hình thức phá thai khác nhau. Điều này dẫn đến phán quyết của Tòa án Tối cao Roe v. Wade năm 1973, hợp pháp hóa phá thai trên toàn quốc.

Đây là một chiến thắng đỉnh cao đối với phong trào tự do, vì phá thai theo yêu cầu đã trở thành khẩu hiệu của phong trào này, gọi việc giết chết những đứa trẻ đang trong bụng mẹ là "quyền sinh sản" của phụ nữ.

Từ thời điểm đó cho đến năm 2024, những tội lỗi diệt chủng của những người theo Chủ Nghĩa Tự Do đã làm lu mờ cả tội ác của Hitler. Ngay cả khi ước tính cao nhất là 17 triệu người bị giết so với 11 triệu người, Hitler và Đức Quốc Xã vẫn không thể sánh bằng với việc giết hại có hệ thống những đứa trẻ vô tội trong bụng mẹ ở Mỹ.

CDC ước tính rằng hơn 63 triệu trẻ sơ sinh chưa chào đời đã bị giết hại kể từ khi những luật này được thông qua. Đó là một tội ác diệt chủng chống lại loài người khó có thể tưởng tượng được. Nhưng giới cầm quyền Tự Do không dừng lại ở đó. Họ tiếp tục thúc đẩy các hình thức phá thai ngày càng cực đoan hơn, vượt quá ba tháng đầu thai kỳ.

Ngày nay, ở một số tiểu bang, việc giết chết thai nhi cho đến thời điểm sinh nở là hợp pháp. Điều này được gọi là phá thai muộn. Hiện tại, điều này là hợp pháp ở Oregon, Colorado, New Mexico, Minnesota, Illinois, Đặc khu Columbia, Maryland, New Jersey, Vermont và Alaska.

Nó được quảng bá rộng rãi là hiếm gặp và chỉ xảy ra trong những trường hợp cực kỳ nguy hiểm đối với sức khỏe của người mẹ hoặc thai nhi. Tuy nhiên, số liệu thống kê cho thấy phần lớn các ca phá thai muộn xảy ra với những người mẹ khỏe mạnh và những đứa trẻ khỏe mạnh có khả năng sống sót.

Những người phụ nữ bị Đảng Tự Do cấp tiến lừa dối và thao túng bằng tư tưởng khiến họ tin rằng "Đó chỉ là một cụm tế bào," hoặc "Đó là cơ thể của cô ấy, quyền lựa chọn là của cô ấy." Vậy còn cơ thể của em bé thì sao? Em bé có được quyền lựa chọn không?

Những người phụ nữ mà tôi quen biết từng phá thai đều nói với tôi rằng đó là kinh nghiệm cực kỳ đau thương đối với họ, rằng họ thường bị ép buộc phải làm điều đó, rằng đó là điều hối tiếc lớn nhất trong cuộc đời họ, và rằng họ luôn bị ám ảnh bởi những suy nghĩ về những đứa con đã bị giết hại của mình.

Họ liên tục nghĩ về việc đứa trẻ sẽ bao nhiêu tuổi mỗi năm và cuộc sống của chúng sẽ như thế nào nếu không bị giết chết tại phòng khám phá thai. Chỉ vì nó bị giết chết khi còn là bào thai, không có nghĩa là nó không có cơ hội được sinh ra và sống một cuộc sống lâu dài.

Nếu điều đó chưa đủ tàn ác, Đảng Tự Do cấp tiến còn đẩy sự điên rồ diệt chủng này đi xa hơn nữa. Ở một số tiểu bang hiện nay, họ đang thúc đẩy các luật cho phép giết chết những đứa trẻ vô tình được sinh ra trong quá trình phá thai bằng cách để chúng trên bàn mổ bằng thép lạnh lẽo cho đến chết đói hoặc chảy máu đến chết. Đây là tội giết trẻ sơ sinh. Đây là một đoạn trích dẫn từ cựu Thống đốc Đảng Dân Chủ Tự Do của Virginia về dự luật phá thai ở tam cá nguyệt thứ ba, cho phép giết chết trẻ sơ sinh sau khi được sinh ra. "Vì vậy, trong ví dụ cụ thể này, nếu người mẹ đang chuyển dạ. Tôi có thể nói chính xác điều gì sẽ xảy ra. Em bé sẽ được sinh ra. Em bé sẽ được chăm sóc thoải mái. Em bé sẽ được hồi sức nếu đó là điều mà người mẹ và gia đình mong muốn. Và sau đó sẽ có một cuộc thảo luận giữa các bác sĩ và người mẹ." Thống đốc Ralph Northrup của Virginia.

Công chúng bị lừa dối về những hành vi này bằng cách sử dụng tuyên truyền của phe Tự do. Những người ủng hộ phá thai tin rằng họ là những người có tư duy tiến bộ, lý trí và đang ủng hộ phụ nữ. Nhưng thực chất họ đang ủng hộ tội ác diệt chủng đối với những đứa trẻ vô tội. Và mọi chuyện còn tồi tệ hơn.

Gần đây, một nhóm nhà báo đã bị buộc nhiều tội danh ở California sau khi thâm nhập vào một phòng khám phá thai và quay phim những xác chết bị cắt xẻ của những đứa trẻ bị giết hại, và ghi âm cuộc trò chuyện của các bác sĩ về việc bán các bộ phận cơ thể của trẻ sơ sinh. Đoạn phim vừa ghê tởm vừa đau lòng. Các bộ phận cơ thể của những đứa trẻ bị giết hại này sau đó được bán với giá rất cao cho các phòng thí nghiệm y tế và công nghiệp.

Các tế bào mô từ những đứa trẻ bị giết hại này sau đó được sử dụng trong việc thử nghiệm và sản xuất vắc-xin, phương pháp điều trị y tế và hàng tiêu dùng như mỹ phẩm.

Nhờ chủ nghĩa Tự Do, Mỹ và các nước Phương Tây khác trong thế giới hiện đại đang bị vấy bẩn bởi tội ác diệt chủng quốc gia với số lượng người chết còn tồi tệ hơn cả các trại tử thần của Đức Quốc Xã dưới thời Hitler hay thậm chí cả các trại lao động cưỡng bức của Stalin. Giết người hàng loạt đối với chính con cái của chúng ta trên quy mô công nghiệp là tội ác quốc gia lớn nhất trong lịch sử phương Tây.

Chủ Nghĩa Tự Do cấp tiến là chủ nghĩa diệt chủng. Nhưng nạn diệt chủng không chỉ giới hạn ở những đứa trẻ chưa chào đời. Năm 2016, chính phủ Tự Do của Canada đã tạo ra một chương trình trợ tử gọi là MAiD, viết tắt của Medical Assistance in Dying (Hỗ trợ y tế trong việc chết).

Chương trình này được quảng bá cho công chúng như một dịch vụ công cộng nhân đạo dành cho người già mắc bệnh nan y muốn chết theo ý muốn của mình và rút ngắn nỗi đau khổ. Tuy nhiên, điều này đã được chứng minh là một lời nói dối. Năm đầu tiên, 1.018 công dân đã lựa chọn dịch vụ này. Sau đó, hệ thống chăm sóc sức khỏe xã hội hóa của Canada bắt đầu thúc đẩy chương trình trợ tử đối với những người vô gia cư và những người mắc bệnh mãn tính nhưng không phải là bệnh nan y như bại não. Chính phủ và các dịch vụ y tế xã hội cũng bắt đầu thúc đẩy việc trợ tử đối với các cựu chiến binh mắc chứng rối loạn căng thẳng sau chấn thương (PTSD) hoặc những người nhận trợ cấp xã hội không đủ khả năng trả tiền thuê nhà.

Trong vài năm ngắn ngủi, chương trình đã được mở rộng cho những người mắc bệnh tâm thần, và việc trợ tử sau đó được cung cấp cho những người trẻ tuổi ở độ tuổi hai mươi mắc chứng trầm cảm hoặc lo âu.

Hiện nay, giới cầm quyền Tự Do ở Canada đang thúc đẩy việc trợ tử đối với trẻ em dị tật và trẻ sơ sinh mắc bệnh mãn tính hoặc thiểu năng trí tuệ. Chỉ riêng trong năm 2022, số người tham gia cho phép những người theo Chủ Nghĩa Tự Do giết hại họ là 13.241 người.

Những nạn nhân này không còn được coi là con người nữa. Họ được coi là gánh nặng cho hệ thống chính phủ xã hội chủ nghĩa và là những người có gen kém cỏi.

Nhưng điều đó không dừng lại ở đó. Hiện nay, các quốc gia Tự Do khác đang xem xét việc áp dụng chương trình tương tự trong các quốc gia xã hội chủ nghĩa của họ.

Những chính sách này gợi nhớ đến các chương trình diệt chủng ưu sinh của Margaret Sanger, Cold Spring Harbor, chính quyền FDR và các thí nghiệm trợ tử của Hitler tại Viện Kaiser Wilhelm dẫn đến Giải Pháp cuối cùng. Những người theo Chủ Nghĩa Tự tiến không thể tự kiềm chế mình mà phải thúc đẩy nạn diệt chủng. Xét cho cùng, niềm tin chính của họ là sự sống sót của kẻ mạnh nhất.

CHỦ NGHĨA TỰ DO CẤP TIẾN LÀ PHÂN BIỆT CHỦNG TỘC

"Tôi sẽ khiến những người da đen đó bỏ phiếu cho Đảng Dân Chủtrong 200 năm tới." – Tổng Thống Đảng Dân Chủ Lynden B. Johnson, còn được gọi là LBJ.

Giới tinh hoa Tự Do hoàn toàn phân biệt chủng tộc.

Tuy nhiên, một nhóm khác thường ủng hộ phe chính trị Tự Do cấp tiến là cộng đồng người da đen. Điều này đôi khi có vẻ kỳ lạ vì đa số cộng đồng người da đen tự nhận mình là người theo đạo Cơ Đốc.

Điều này cũng kỳ lạ vì những người theo Chủ Nghĩa Tự Do thực sự là những người theo thuyết Darwin. Phong trào của họ đã đưa thuyết ưu sinh vào luật pháp.

Giới lãnh đạo thuyết ưu sinh đã làm việc trong suốt thế kỷ trước để giảm dân số người da đen thông qua triệt sản bắt buộc, các chương trình kiểm soát sinh sản và sau đó là thông qua phá thai.

Khi kiểm soát sinh sản và triệt sản không hiệu quả, và cộng đồng người da đen giành được quyền dân sự dưới thời MLK, những người theo Chủ Nghĩa Tự D oda trắng dưới thời LBJ đã ban hành một chương trình phúc lợi. Chương trình Xã hội Vĩ đại này đã thể chế hóa tình trạng thiếu vắng người cha bằng cách ngăn cản phụ nữ đã kết hôn nhận được trợ cấp.

Chương trình này đã gây ra những hậu quả tàn khốc cho các gia đình người da đen ở Hoa Kỳ, dẫn đến tỷ lệ bà mẹ đơn thân vượt quá 70%.

Những người theo Chủ Nghĩa Tự Do da trắng sau đó đã dồn cộng đồng người da đen vào các thành phố và khu nhà ở công cộng, tất cả đều do Đảng Dân Chủ điều hành. Theo thời gian, giới tinh hoa Tự Do đã phá hủy những thành phố này thông qua tình trạng vô luật pháp, tạo ra môi trường không an toàn với ma túy và tội phạm, khiến nhiều thanh niên da đen rơi vào lối sống nguy hiểm, nhà tù hoặc cái chết sớm.

Những người theo Chủ Nghĩa Tự Do đã đảm bảo những kết quả này bằng cách giam giữ cộng đồng người da đen trong các trường học tồi tàn dành cho con cái của họ, nơi trình độ đọc hiểu còn tệ hơn cả ở các nước thuộc thế giới thứ ba. Xác suất trẻ em phát triển tốt sau khi được học ở một trong những trường học tồi tàn này là rất thấp. Tuy nhiên, mỗi khi các chương trình phiếu học bổng được đưa vào luật để cho phép cha mẹ người da đen gửi con cái của họ đến trường tư thục mà họ lựa chọn, những người theo Chủ Nghĩa Tự Do lại đấu tranh quyết liệt để ngăn chặn việc thông qua, do đó giữ cho những học sinh da đen đó bị mắc kẹt.

Những người theo thuyết Darwin và những người theo thuyết ưu sinh coi các nhóm người da đen là chủng tộc thấp kém hơn. Đây là lý do tại sao trong suốt thế kỷ XX, họ đã thực hiện rất nhiều thí nghiệm khoa học và chính trị tàn ác, độc ác và chết người đối với người dân đến từ lục địa châu Phi.

Người Mỹ gốc Phi đã phải trải qua một cuộc đấu tranh đầy khó khăn ở Mỹ. Tổ tiên của họ đã phải chịu đựng chế độ nô lệ do Đảng Dân Chủ áp đặt.

Cha mẹ và ông bà của họ đã phải vật lộn với luật Jim Crow của Đảng Dân Chủ bởi miền Nam, chưa kể đến Ku Klux Klan, được thành lập bởi Đảng Dân Chủ như một phản ứng đối với Tuyên ngôn Giải phóng nô lệ và thời kỳ Tái thiết.

Hết lần này đến lần khác, cộng đồng người da đen đã bị lạm dụng và bóc lột bởi những người Dân Chủ Tự Do da trắng ở Mỹ. Tuy nhiên, nhiều cử tri da đen vẫn tiếp tục bỏ phiếu cho các chính trị gia tự do.

Tại sao lại như vậy?

Lý do chính cho hành vi bỏ phiếu này là vì Martin Luther King Jr. đã nhận được sự ủng hộ để thông qua chương trình lập pháp về Quyền công dân với JFK và RFK, các nhà lãnh đạo của Đảng Dân Chủ, vào những năm 60.

Vì họ là những người ủng hộ mạnh mẽ cho sự nghiệp này, và họ là người của Đảng Dân Chủ, nên họ đã giành được lòng trung thành của cộng đồng người da đen trong nhiều thập kỷ tiếp theo.

Thật không may, JFK, RFK và MLK đều bị ám sát ngay sau đó, và Lyndon B. Johnson, một người da trắng theo Chủ Nghĩa Tự Do phân biệt chủng tộc, đã lên nắm chức tổng thống và lãnh đạo đảng.

Đây là thời kỳ xảy ra sự phản bội đầu tiên đối với lòng tin của người da đen sau Đạo luật Quyền Công Dân. Gần như để trả đũa, LBJ đã thông qua luật Xã Hội Vĩ Đại để ràng buộc cộng đồng người da đen vào hệ thống phúc lợi của chính phủ, nhà ở công cộng và tình trạng thiếu vắng người cha, phá hủy gia đình hạt nhân của người da đen đối với phần lớn cộng đồng của họ.

Đây là những gì Tổng Thống Tự Do Lyndon B. Johnson đã nói về người da đen liên quan đến chương trình phúc lợi Xã hội Vĩ Đại của ông, chương trình tiếp nối chương trình New Deal của FDR.

LBJ tự coi mình là người kế nhiệm của FDR:

"Những người da đen này, dạo này họ khá kiêu ngạo, và đó là một vấn đề đối với chúng ta vì giờ đây họ có thứ mà họ chưa từng có trước đây, sức mạnh chính trị để hỗ trợ sự kiêu ngạo của họ. Bây giờ chúng ta phải làm gì đó về điều này; chúng ta phải cho họ một chút gì đó, chỉ đủ để làm cho họ im lặng, không đủ để tạo ra sự khác biệt." – LBJ

Cộng đồng này đã bỏ phiếu cho Đảng Dân Chủ đa số kể từ đó.

Người da đen được kỳ vọng phải tuân theo đường lối tự do, đặc biệt là những người nổi tiếng da đen. Nếu một người nổi tiếng hoặc vận động viên da đen nào đó dám rời khỏi "vườn nô lệ" của đảng Dân Chủ và bày tỏ quan điểm bảo thủ, thì họ sẽ nhanh chóng bị xa lánh, bị chỉ trích công khai, và thậm chí có thể bị tẩy chay bởi ngành nghề và cộng đồng của họ.

Đó không phải là tự do. Quan niệm rằng một người đàn ông da đen không được phép bày tỏ suy nghĩ của riêng mình chỉ vì màu da của anh ta là hoàn toàn phân biệt chủng tộc. Chủ Nghĩa Tự Do là phân biệt chủng tộc, và sẽ không bao giờ dung thứ cho sự bất tuân từ những người da đen thuộc quyền kiểm soát của họ, đặc biệt là những người nổi tiếng da đen.

Đó là cách họ duy trì ảnh hưởng mạnh mẽ đối với giới trẻ da đen, nhiều người trong số họ thiếu vắng người cha và coi những người đàn ông da đen nổi tiếng này như những hình mẫu và người cha lý tưởng.

JOSHUA GLOVER
NGUỒN GỐC CỦA ĐẢNG CỘNG HÒA

Thomas Jefferson là người sáng lập Đảng Cộng Hòa nguyên thủy nhằm đại diện cho các giá trị của chủ nghĩa Hiến định, chính quyền giới hạn và chi tiêu giới hạn — những giá trị cốt lõi của Chủ Nghĩa Bảo Thủ Mỹ.

Sau thời Jefferson, tại Hoa Kỳ đã xuất hiện một phong trào kêu gọi giải thể tất cả các đảng phái chính trị. Trong giai đoạn này, Đảng Cộng Hòa đầu tiên cũng bị giải tán cùng với các đảng khác.

Tuy nhiên, đến năm 1854, một nô lệ đào thoát tên là Joshua Glover đã góp phần truyền cảm hứng cho việc tái lập một Đảng Cộng Hòa mới — và chấm dứt chế độ nô lệ vĩnh viễn.

Joshua Glover không phải là một nhân vật nổi tiếng trong lịch sử Hoa Kỳ, nhưng lẽ ra ông phải được biết đến nhiều hơn. Glover là một nô lệ tại Missouri, người đã trốn thoát lên miền Bắc và tìm được nơi trú ẩn tại Racine, bang Wisconsin.

Miền Nam khi đó đã thông qua một đạo luật liên bang gọi là Đạo Luật Nô Lệ Đào thoát (Fugitive Slave Act), cho phép các chủ nô miền Nam truy lùng và bắt lại những nô lệ đã trốn sang miền Bắc. Chủ nô của Glover đã lần theo dấu vết đến Wisconsin, nơi Glover bị bắt giữ và giam trong nhà tù địa phương, chờ ngày bị áp giải trở lại Missouri.

Tuy nhiên, vào thời điểm đó, có một nhóm Kitô hữu tích cực hoạt động chính trị chống chế độ nô lệ. Họ được gọi là những người theo phong trào bãi nô (abolitionists). Một trong những lãnh đạo nổi bật của họ là Sherman Booth.

Sherman Booth và các nhà bãi nô khác đã biết được việc Joshua Glover bị bắt lại và giam giữ. Họ tổ chức một cuộc biểu tình bên ngoài tòa án với số người lên đến gần năm nghìn người.

Khi tòa án từ chối yêu cầu trả Tự Do cho Glover, đám đông đã lấy cuốc chim và gỗ từ một công trường xây dựng gần đó, tạo thành một chiếc búa phá cửa tạm thời. Năm nghìn người đã tiến đến nhà tù, phá cửa xông vào và giải cứu Joshua Glover. Sau đó, họ giúp ông vượt biên an toàn sang Canada, nơi Glover sống phần đời còn lại của mình. Chín ngày sau, chỉ cách đó vài dặm, một nhóm những người theo phong trào bãi nô đã họp mặt trong một ngôi trường học một phòng màu trắng nhỏ tại Ripon, Wisconsin, để thảo luận kế hoạch hành động chính trị nhằm chấm dứt chế độ nô lệ tại Hoa Kỳ.

Câu trả lời của họ là thành lập một đảng chính trị bãi nô mới. Họ quay trở lại di sản hiến định ban đầu của Jefferson và đặt tên cho đảng mới này là Đảng Cộng Hòa. Chính trong ngôi trường nhỏ đó, vào năm 1854, những người Kitô hữu bãi nô đã thành lập Đảng Cộng Hòa. Không lâu sau, họ đã đưa được vị tổng thống đầu tiên của mình đắc cử dưới lá cờ Đảng Cộng Hòa. Tên ông là Abraham Lincoln. Lincoln đã lãnh đạo đất nước trong cuộc Nội chiến và ban hành Tuyên Ngôn Giải Phóng Nô Lệ, chấm dứt chế độ nô lệ bằng cách tuyên bố nó là bất hợp pháp tại Hoa Kỳ — chưa đầy chín năm sau cuộc giải cứu Joshua Glover và sự ra đời của Đảng Cộng Hòa.

Câu chuyện này là một ví dụ điển hình cho sức mạnh của một nhóm nhỏ nhưng quyết tâm, có thể thay đổi dòng chảy lịch sử và cải cách sự tha hóa trong chính quyền của họ.

Đây chính là phần lịch sử mà hệ thống giáo dục theo tư tưởng John Dewey không muốn bạn biết đến.

CHIẾN THUẬT
CỦA CHỦ NGHĨA TỰ DO CẤP TIẾN

Hãy dành một chút thời gian để thảo luận về chiến thuật của phe Tự Do cấp tiến. Có rất nhiều chiến thuật mà giới Tự Do cấp tiến hiện đại sử dụng để thúc đẩy chương trình nghị sự của họ. Dưới đây là một vài ví dụ.

1. Họ nói dối.

2. Họ kiểm duyệt sự thật.

3. Vu khống đối thủ bằng chính tội lỗi của mình

4. Họ cô lập, bôi nhọ và tiêu diệt kẻ thù chính trị của mình.

5. Họ thao túng những người ủng hộ bằng cảm xúc.

6. Họ phá vỡ các quy tắc. Khi thất bại, họ tạo ra các quy tắc mới để giành chiến thắng.

7. Họ sử dụng các chiến dịch bôi nhọ.

8. Họ sử dụng chiến thuật đe dọa để làm cho các nhà tài trợ, người bảo trợ hoặc đối tác kinh doanh của kẻ thù sợ hãi.

9. Họ thay đổi ngôn ngữ và định nghĩa của các từ để thao túng công chúng.

10. Họ bóp méo lịch sử để phục vụ mục đích của mình.

11. Họ gian lận và đánh cắp các cuộc bầu cử để đưa người của mình lên nắm quyền.

12. Họ đe dọa, tống tiền và hối lộ các chính trị gia khác để họ tuân theo chương trình nghị sự của họ.

Nhưng chiến thuật số một của phe cánh tả là nói dối.

Họ bắt đầu những lời nói dối này với trẻ em ở trường tiểu học và tiếp tục tẩy não những người trẻ tuổi bằng những lời nói dối đó cho đến tận đại học. Những lời nói dối này được lặp đi lặp lại trên truyền hình, trong tin tức, trên các chương trình và phim ảnh, bởi những người nổi tiếng và bởi các nhà lãnh đạo và giới tinh hoa Tự Do đáng tin cậy.

Các chiến dịch tuyên truyền dối trá của phe Tự Do dường như tràn ngập không khí chúng ta hít thở. Chúng lan rộng và được tài trợ rất tốt. Không có lời nói dối nào của họ mạnh mẽ bằng năm lời nói dối mà họ nói với công chúng để giành được sự ủng hộ chính trị cho phong trào của họ nhằm củng cố quyền lực của họ đối với xã hội.

Đây là năm lời nói dối của Chủ Nghĩa Tự Do mà chúng ta đã thảo luận trong chương trước của cuốn sách về Chủ nghĩa thức tỉnh.

Những người theo Chủ Nghĩa Tự Do tạo ra một câu chuyện cho công chúng về chiến tranh giai cấp. Họ tin rằng thế giới được tạo thành từ các giai cấp và mọi người được chia thành các nhóm bản sắc.

Đó là lý do tại sao những người theo Chủ Nghĩa Tự Do hiện đại đều quan tâm đến chính trị bản sắc. Chính trị bản sắc là một cách mới để phân chia mọi người thành các tầng lớp xã hội riêng biệt. Trong các tầng lớp này, có những kẻ áp bức và những người bị áp bức.

Trong chủ nghĩa xã hội, bạn chia xã hội thống nhất thành các tầng lớp kinh tế xã hội, người giàu và người nghèo. Đây là giai cấp vô sản và giai cấp tư sản cổ điển của Mác.

Đây là lời dối trá của chủ nghĩa xã hội và công bằng xã hội:

Chủ nghĩa xã hội và công bằng xã hội: Sự chênh lệch giữa người giàu và người nghèo là không công bằng và vô đạo đức. Để khắc phục điều này, chúng ta phải đánh thuế người giàu để chính phủ có thể phân phối lại số tiền đó cho người nghèo. Chúng ta cần cung cấp phúc lợi cho các nhóm thiểu số, người vô gia cư, người nhập cư và những người ở tầng lớp thấp nhất trong xã hội vì sự bình đẳng, công bằng và đạo đức. Bởi vì chúng ta là người chăm sóc họ. Chúng ta cần làm điều này bằng sức mạnh của pháp luật, sử dụng tiền của người khác, chứ không phải tiền của chính chúng ta.

Sự thật: Chủ Nghĩa Tư Bản là phương thuốc duy nhất được biết đến để chữa trị nghèo đói và những đau khổ liên quan đến nghèo đói. Nó đã giải phóng hàng tỷ người khỏi những đau khổ tàn khốc của nghèo đói và tiếp tục làm như vậy ở bất cứ nơi nào nó được phép hoạt động Tự Do với sự can thiệp tối thiểu của chính phủ. Mặt khác, chủ nghĩa xã hội là nguồn gốc của hầu hết nghèo đói trên thế giới hiện nay.

Chủ nghĩa xã hội tạo ra nghèo đói. Chủ Nghĩa Tư Bản chữa trị nó.

Thật tốt khi ở Phương Tây chúng ta có đủ sự sung túc để giúp đỡ những người thực sự cần nó. Khi Chủ Nghĩa Tư Bản được phép hoạt động, luôn có đủ để giúp đỡ những người bị thương nặng, người khuyết tật về trí tuệ, người ốm yếu, góa phụ, người già và trẻ mồ côi.

Vậy thì hãy nói về phụ nữ. Nếu bạn định chia phụ nữ thành một tầng lớp riêng, bạn cần phải tách họ ra khỏi đàn ông. Phụ nữ sau đó phải mang một bản sắc nữ giới độc đáo để chỉ trích đàn ông như những kẻ áp bức.

Chủ Nghĩa Nữ Quyền Tự Do Cấp Tiến: Đàn ông đang kìm hãm phụ nữ, áp bức họ và đối xử tệ bạc với họ thông qua chế độ gia trưởng. Phụ nữ cần phá vỡ rào cản vô hình, độc lập, trì hoãn hôn nhân và con cái để theo đuổi sự nghiệp, chứng minh rằng họ cũng giỏi như đàn ông, và khám phá sự Tự Do của quan hệ tình dục bừa bãi. Xét cho cùng, không có sự khác biệt giữa đàn ông và phụ nữ. Ngoài ra, phụ nữ nên nhận được tiền trợ cấp của nhà nước cho việc phá thai không giới hạn theo yêu cầu cho đến thời điểm sinh hoặc một chút sau đó.

Sự thật: Đàn ông và phụ nữ không phải là hai tầng lớp riêng biệt đang chiến tranh với nhau. Chúng ta là hai nửa của cùng một chỉnh thể. Chúng ta là những thành viên phụ thuộc lẫn nhau của cùng một loài. Đàn ông không thể sống sót nếu không có phụ nữ. Phụ nữ không thể sống sót nếu không có đàn ông. Hai nửa được tạo ra để hợp nhất thành một, cùng nhau xây dựng gia đình, tận hưởng hạnh phúc, xây dựng cộng đồng và từ đó xây dựng quốc gia. Phụ nữ nên được Tự Do lựa chọn xây dựng sự nghiệp, gia đình hoặc cả hai mà không bị xã hội kỳ thị từ những người theo chủ nghĩa tự do. Gia đình là nền tảng của nền văn minh và là một trong những nguồn hạnh phúc lớn nhất đối với cả nam giới và phụ nữ. Phản đối hoặc từ chối khía cạnh này của cuộc sống là tự tước đoạt hạnh phúc và sự viên mãn của chính mình.

Rồi bạn nhìn vào vấn đề chủng tộc. Đó là khía cạnh dễ bị chỉ trích nhất trong xã hội vì màu da. Martin Luther King Jr. đã đấu tranh hết mình để tạo ra một xã hội không phân biệt màu da ở Mỹ, và điều đó đã lan rộng khắp Phương Tây.

Những người theo Chủ Nghĩa Tự Do hiện đại không thể chấp nhận điều đó. Họ không thể để bất kỳ nhóm nạn nhân nào thoát khỏi thân phận nạn nhân của mình, bởi vì khi đó những người theo Chủ Nghĩa Tự Do sẽ không còn mục đích tồn tại. Họ liên tục cần những nạn nhân mới để cứu giúp.

Lý Thuyết Chủng Tộc Phê Phán: Văn hóa Phương Tây và người da trắng vốn dĩ phân biệt chủng tộc thông qua phân biệt chủng tộc có hệ thống và thành kiến vô thức. Người da trắng mang tội lỗi nguyên thủy của chế độ nô lệ và phân biệt chủng tộc ngay từ khi sinh ra. Người da trắng là những kẻ thực dân và là những kẻ xấu xa và có bản chất phân biệt chủng tộc.

Các nhóm thiểu số bị áp bức và đối xử tệ bạc bởi họ, ngay cả bằng những cách rất tinh vi, và cần phải phản kháng. Hệ thống nhắm vào người da đen, đặc biệt là cảnh sát, những người tìm cách bỏ tù và giết người da đen vì cảnh sát phân biệt chủng tộc.

Các nhóm thiểu số cần phải tức giận, phản kháng, sử dụng bạo lực và đòi hỏi công bằng xã hội.

Sự thật: Darwin đã sai. Không có chủng tộc cao hơn và thấp hơn cạnh tranh với nhau để sinh tồn. Chỉ có một chủng tộc duy nhất, đó là chủng tộc loài người. Tất cả chúng ta đều chảy cùng một dòng máu đỏ.

Thế giới trong quá khứ tàn bạo và chết chóc xuyên suốt mọi nền văn minh đối với tất cả các dân tộc.

Thế giới Tự Do và hiện đại đã buộc xã hội trở nên văn minh hơn, dịu dàng hơn và tử tế hơn thông qua nhiều cuộc đổ máu và chiến tranh.

Người dân trên thế giới ngày nay chưa bao giờ có nhiều tiện nghi và cơ hội đến vậy. Những người theo Chủ Nghĩa Tự Do cấp tiến tuyệt vọng muốn bạn tự coi mình là một phần của một nhóm bị áp bức, để tiếp tục biến bạn thành nạn nhân.

Tuy nhiên, nếu bạn từ chối trở thành một phần của nhóm nạn nhân, và thay vào đó tự coi mình là một cá nhân với tài năng và khả năng do Chúa ban cho, thì xiềng xích sẽ được tháo bỏ và bạn được Tự Do để đạt được khả năng cá nhân của mình.

Những người điều hành theo Chủ Nghĩa Tự Do cấp tiến hiện đại là những kẻ nói dối. Họ đưa ra một điều, nhưng đó là một mánh khóe để lừa bạn ủng hộ tầm nhìn thực sự của họ về việc thống trị xã hội thông qua một nhóm nhỏ quyền lực.

Họ sẽ giải phóng ai tiếp theo? Chà, họ sẽ giải phóng cộng đồng người đồng tính nam, đồng tính nữ, song tính và chuyển giới.

Chủ nghĩa LGBT: Trẻ em không sinh ra tự nhiên là người dị tính hoặc có giới tính bẩm sinh.

Đây là những cấu trúc xã hội được cha mẹ và xã hội áp đặt lên chúng từ khi sinh ra. Chúng ta cần cho trẻ em tiếp xúc với đồng tính luyến ái và chuyển giới càng sớm càng tốt để giải phóng chúng. Sự hỗ trợ này bao gồm cung cấp cho chúng hormone và phẫu thuật do nhà nước tài trợ để cắt bỏ bộ phận sinh dục của chúng và cũng bao gồm việc tách chúng khỏi cha mẹ nếu cha mẹ không ủng hộ việc cắt bỏ bộ phận sinh dục của con cái họ.

Sự thật: Luôn có một tỷ lệ nhỏ người đồng tính và lưỡng tính trong suốt lịch sử. Tuy nhiên, hiện nay hơn 30% thế hệ Z tự nhận mình như vậy. Điều này là bởi vì LGBT là một chương trình nghị sự chính trị nhắm vào trẻ em để truyền bá tư tưởng, gây rối loạn giới tính và cắt bỏ bộ phận sinh dục. Mục tiêu của họ là làm suy đổi đạo đức, gây rối loạn giới tính và triệt sản vĩnh viễn những đứa trẻ này để chúng không thể lớn lên và lập gia đình truyền thống. Những gì họ đang làm với trẻ em ở Phương Tây là tội ác tột cùng.

Nó còn tồi tệ hơn cả việc cắt bỏ bộ phận sinh dục nữ ở Châu Phi hoặc việc lạm dụng tình dục các cậu bé binh lính ở Sparta cổ đại.

Hình thức lạm dụng trẻ em đặc biệt này gây tổn hại nặng nề nhất đối với trẻ tự kỷ và trẻ thiểu năng trí tuệ, những đứa trẻ rất dễ bị tổn thương và dễ bị ảnh hưởng bởi chương trình nghị sự của người đồng tính và chuyển giới. Nhưng khoan đã, còn có nhóm thứ năm mà những người cứu thế da trắng đang cố gắng cứu giúp.

Chủ nghĩa báo động khí hậu: CO_2 là chất ô nhiễm nguy hiểm nhất trên trái đất vì nó là khí nhà kính, làm ấm bầu khí quyển trái đất và làm nóng khí hậu. Chín trong số mười nhà khoa học đồng ý. Đây là mối đe dọa hiện hữu vì nó sẽ khiến mực nước biển dâng cao (đất mất dần) và phá hủy nền văn minh. Để ngăn chặn tương lai tận thế khủng khiếp này, chúng ta phải ngừng sử dụng điện, xăng và than đá; ngừng mua sắm, ăn thịt, sống trong những ngôi nhà lớn, lái ô tô và đi du lịch xa nhà. Chúng ta cần giảm dân số.

Dân số tạo ra khí carbon bằng cách ngăn cản họ sinh con, bằng cách thúc đẩy phá thai, triệt sản và khuyến khích người già và người khuyết tật sử dụng dịch vụ tự tử do nhà nước tài trợ. Chúng ta cần phải loại bỏ hầu hết bò, lợn và gà trên trái đất để ăn côn trùng và uống nước thải tái chế vì trái đất. Trái đất đáng thương; chỉ có chúng ta mới có thể cứu trái đất khỏi những con người ký sinh trùng, độc ác.

Sự thật: Phong trào khủng hoảng môi trường được tạo ra bởi một ủy ban do Rockefeller tài trợ gọi là Câu Lạc Bộ Rome vào năm 1972, và phúc trình của họ được gọi là Giới Hạn Tăng Trưởng. Đây là một tổ chức theo chủ nghĩa Mác cực đoan với mục tiêu phá hoại Chủ Nghĩa Tư Bản ở Phương Tây. Để làm được điều đó, họ đã bịa đặt hết chiến dịch gây sợ hãi về môi trường này đến chiến dịch khác. Câu chuyện luôn luôn giống nhau:

Phương Tây phải phi công nghiệp hóa và đặt ra những hạn chế đối với Chủ Nghĩa Tư Bản, nếu không trái đất sẽ chết. Vấn đề duy nhất là những dự đoán của họ không bao giờ trở thành sự thật, vì vậy họ luôn phải thay đổi câu chuyện của mình.

Biến đổi khí hậu đã được bịa đặt hoàn toàn.

Số lượng gấu Bắc Cực đang tăng vọt. Các sông băng vẫn còn đó. Đại dương chưa dâng lên. Mùa đông vẫn lạnh, và mùa hè vẫn nóng. Carbon dioxide không phải là chất độc.

Nó là một phân tử mang lại sự sống. Càng nhiều carbon dioxide trong khí quyển, hành tinh càng khỏe mạnh và xanh tươi hơn.

Những lời nói dối này khiến thế giới dường như không công bằng. Điều đó hoàn toàn hợp lý.

Vấn đề là giới tinh hoa Tự Do cấp tiến hiện đại đang làm việc để tạo ra một nhà nước theo chủ nghĩa Mác tập trung, mạnh mẽ và rộng lớn.

Đó là tất cả những gì mà Chủ Nghĩa Tự Do cấp tiến hiện đại hướng tới, chứ không phải những mục tiêu được quảng bá cho công chúng thông qua năm lời nói dối.

Tầm nhìn của Chủ Nghĩa Tự Do cấp tiến là đưa chủ nghĩa Mác đến Mỹ và phương Tây.

MỘT TÔN GIÁO THẾ TỤC MỚI VÀ SỰ CHUỘC TỘI LỖI

Một lần nữa, theo lập luận của tác giả, Chủ Nghĩa Tự Do cấp tiến không phải là tự do. Đó là lý do vì sao họ kiểm duyệt, bịt miệng đối thủ và tống các kẻ thù chính trị vào tù.

Sự thật ẩn giấu của giới tinh hoa Tự Do cấp tiến hiện đại là: họ là những kẻ chuyên chế.

Họ tự xưng là những "người giải phóng", nhưng trên thực tế họ là kẻ đàn áp. Họ là sói đội lốt cừu.

Mọi điều họ nói ra đều trái ngược với sự thật. Họ là con cái của sự dối trá, và là con cái của lời nói dối. Vậy tại sao vẫn có rất nhiều người bị thu hút bởi trật tự Tự Do cấp tiến? Tại sao hệ tư tưởng này vẫn có tín đồ? Nếu họ liên tục nói dối, và con người dần nhận ra điều đó, thì vì sao họ vẫn tiếp tục ủng hộ?

Theo quan điểm của tác giả, khi con người tin vào thuyết Darwin, họ đánh mất Kitô Giáo và Do Thái Giáo. Họ đánh mất đức tin và khả năng chuộc tội cho chính mình. Họ mất đi đời sống tâm linh. Đó là lý do vì sao những con người của Thời kỳ Khai Sáng Bóng Tối (Dark Enlightenment) lại bị hấp dẫn bởi chủ nghĩa Mác – bởi vì Mác-xít trở thành một tôn giáo mới. Nó trở thành một phương thức mới để chuộc tội.

Đối với người theo Chủ Nghĩa Tự Do cấp tiến Phương Tây, hệ tư tưởng này trở thành mục đích sống. Nó trở thành cách để họ xoa dịu cảm giác tội lỗi về những hành vi sai trái – dù là thật hay tưởng tượng.

Con người cần đến Thượng Đế và đời sống tâm linh bởi vì ai cũng có tội.

"Mọi người đã phạm tội và bị tước mất vinh quang Thiên Chúa", (Rm. 3:23). Tất cả chúng ta đều đã làm những điều sai trái trong cuộc sống.

Chức năng của một hệ thống đức tin là trao cho tín đồ một cơ chế để chuộc tội, để họ không phải mang gánh nặng tội lỗi suốt đời. Trong Do Thái Giáo, có Ngày Chuộc Tội với Đền Thờ và việc hiến tế súc vật. Máu của con vật hiến tế được dùng để che phủ tội lỗi của dân chúng.

Trong Kitô giáo, Chúa Giêsu trở thành của lễ chuộc

tội tối hậu, sự hy sinh của Ngài trên thập giá chuộc tội cho tất cả những ai tin Ngài.

Ngược lại, các hệ thống tôn giáo khác như Hồi Giáo sử dụng việc làm tốt như một cơ chế để bù đắp tội lỗi. Người Hồi Giáo cầu nguyện, ăn chay, hành hương, tuân thủ luật Sharia – tất cả nhằm đền bù tội lỗi của họ.

Nhưng những con người của Khai Sáng Bóng Tối, những người tin vào Darwin, không tin có Thượng Đế. Vì vậy họ không có cách nào để giải thoát cảm giác tội lỗi nội tâm. Họ vẫn vi phạm chuẩn mực đạo đức. Và khi làm vậy, họ cảm thấy tội lỗi. Cảm giác này tích tụ theo thời gian, khiến họ tin rằng mình là "người xấu".

Vì thế, Karl Marx đã trao cho họ một hệ thống tôn giáo để hành động, tương tự như trong Hồi Giáo – nhưng mang hình thái chính trị.

Đó chính là sự tinh vi của "Năm Lời Nói Dối" và khái niệm "giải phóng kẻ khác".

Bằng việc tin vào Năm Lời Nói Dối, những người theo Chủ Nghĩa Tự Do cấp tiến có thể chuộc tội cho chính mình bằng cách ủng hộ chính trị và phô trương đạo đức đối với các nhóm nạn nhân.

Thay vì hành hương về Mecca, họ đi bỏ phiếu cho đảng xanh dương mỗi 2 và 4 năm.

Thay vì biểu tượng trăng lưỡi liềm, họ treo cờ cầu vồng. Thay vì đọc kinh, họ lặp lại các luận điểm Tự Do cấp tiến.

Thay vì bố thí cá nhân, họ quyên góp cho các tổ chức chính trị.

Thay vì đến nhà thờ, họ xem truyền thông Tự Do cấp tiến mỗi Chủ nhật.

Bằng cách đó, tâm lý của họ được "gột rửa". Họ lại trở thành "người tốt".

Và chính vì yếu tố tâm linh – cảm xúc này, phần lớn họ không thể từ bỏ Năm Lời Nói Dối, ngay cả khi bị đối diện với sự thật và bằng chứng.

Cảm giác thật tuyệt vời khi bạn tin rằng mình đang giải phóng phụ nữ, người da đen, người nghèo, người đồng tính, người chuyển giới và trái đất. Cảm giác như bạn đang làm điều gì đó tuyệt vời và thực sự có đạo đức.

Mác đã dạy những người theo Chủ Nghĩa Tự Do thay thế các hoạt động tôn giáo bằng công lý xã hội và các hoạt động chính trị để giam cầm mọi người. Sự thật là giới cầm quyền Tự Do Hiện đại được đứng đầu bởi những kẻ phân biệt chủng tộc cực đoan. Họ là những người theo thuyết Darwin, và Darwin đã dạy về sự sống sót của kẻ mạnh nhất và các chủng tộc thấp kém của Darwin.

"Chúng tôi không muốn tin đồn lan ra rằng chúng tôi muốn tiêu diệt dân số người da đen…" Margaret Sanger, người sáng lập Tổ chức Kế hoạch hóa Gia đình, thư gửi Tiến sĩ Clarence J. Gamble, ngày 10 tháng 12 năm 1939, trang 2.

"Kiểm soát sinh sản không phải là biện pháp tránh thai được thực hiện một cách bừa bãi và thiếu suy nghĩ. Nó có nghĩa là việc giải phóng và vun đắp những yếu tố chủng tộc tốt hơn trong xã hội chúng ta, và việc dần dần đàn áp, loại bỏ và cuối cùng là tiêu diệt những cá thể khiếm khuyết—những loài cỏ dại đe dọa sự nở rộ của những bông hoa đẹp nhất của nền văn minh Mỹ" Margaret Sanger (1923).

Giới cầm quyền Tự Do cấp tiến hiện đại cũng là những

kẻ lạm dụng phụ nữ rất lớn. Họ coi phụ nữ như những người lao động, người hầu của họ, những người ở đây để đóng thuế cho họ. Họ không muốn phụ nữ được hạnh phúc, kết hôn, tận hưởng việc có con hoặc nuôi dạy gia đình.

Không, họ ở đây để làm lực lượng lao động và cơ sở thuế cho họ. Hãy để họ phá thai và quay lại làm việc. Quan chức theo trường phái Keynes, Janet Yellen (Bộ trưởng Tài chính), đã nói điều này trước Quốc hội khi được hỏi về vấn đề phá thai: "Tôi tin rằng việc loại bỏ quyền của phụ nữ trong việc đưa ra quyết định về thời điểm và việc có con hay không sẽ gây ra những tác động rất tai hại đối với nền kinh tế và sẽ đẩy phụ nữ lùi lại hàng thập kỷ. Vụ án Roe-Wade và việc tiếp cận dịch vụ chăm sóc sức khỏe sinh sản, bao gồm cả phá thai, đã giúp tăng tỷ lệ tham gia lực lượng lao động."

Những người theo Chủ Nghĩa Tự Do không lo lắng về những người phụ nữ này. Họ quan tâm đến lực lượng lao động, thu thêm tiền thuế và khả năng các công ty của họ kiếm được nhiều tiền hơn.

Những người theo Chủ Nghĩa Tự Do cũng không quan tâm đến người nghèo hay người vô gia cư. Chỉ cần nhìn vào California, nơi họ đã biển thủ hàng tỷ đô la dưới danh nghĩa ngăn chặn tình trạng vô gia cư trong thập kỷ qua. Tình trạng vô gia cư ở California hiện nay tồi tệ hơn bao giờ hết. Hàng tỷ đô la đó đã đi đâu? Đó là một vụ lừa đảo. Nó đã bị đánh cắp. Họ không quan tâm đến việc giúp đỡ người nghèo.

Người đồng tính và chuyển giới là một công cụ khác. Giới cầm quyền theo Chủ Nghĩa Tự Do hiện đại muốn gây tổn thương và chuyển đổi càng nhiều trẻ em dị tính thành người đồng tính và chuyển giới càng tốt. Điều này sẽ đạt được nhiều mục tiêu:

- Nó đặt trẻ em dưới sự kiểm soát tâm trí của họ.
- Nó có thể biến những đứa trẻ đó thành một khối cử tri trung thành.
- Nó sẽ khiến những đứa trẻ đó có khả năng xa lánh Cơ đốc giáo, Do Thái Giáo và chủ nghĩa bảo thủ.
- Nó sẽ ngăn cản trẻ em sinh sản trong tương lai hoặc hình thành các gia đình hạt nhân.

Cuối cùng, giới cầm quyền theo Chủ Nghĩa Tự Do hiện đại không tin vào biến đổi khí hậu do con người gây ra hoặc sự nóng lên toàn cầu. Đó là lý do tại sao họ mua những biệt thự trên bãi biển ở mực nước biển và bay vòng quanh thế giới bằng máy bay riêng. Không có lý thuyết biến đổi khí hậu nào là đúng. Họ chỉ đang sử dụng lời nói dối này để kiểm soát công chúng, thiết lập chính phủ toàn trị và cướp đoạt tài sản của người dân thông qua thuế carbon. Tất cả đều là một lời nói dối độc ác.

Vậy, chúng ta sẽ làm gì về điều đó? Tôi nghĩ đã đến lúc cần cải cách bảo thủ ở các quốc gia của chúng ta.

Chúng ta sẽ đề cập đến những giải pháp đó trong hai chương cuối của cuốn sách.

CHƯƠNG 4

LỊCH SỬ CHƯA ĐƯỢC KỂ CỦA PHƯƠNG TÂY

NGÀY CUỐI CÙNG CỦA TỰ DO

Tại Phòng Thương Mại Phoenix vào năm 1961, Ronald Reagan đã đọc một bài diễn văn mà về sau đã trở thành một thông điệp đánh dấu bước ngoặt quan trọng trong toàn thể sự nghiệp tổng thống của ông vào thập niên 1980. Trong thông điệp tuyệt đỉnh ấy, Reagan đã định nghĩa thành công về mục đích và sứ mệnh của chủ nghĩa bảo thủ. Ông nói như sau:

"Tự Do chưa bao giờ sống sót qua hơn một thế hệ. Tự Do không thể di truyền qua huyết thống. Tự Do cần phải được đấu tranh để giành lấy, cần phải được bảo vệ, và được trao lại cho các thế hệ sau để họ tiếp tục thực hiện công việc tương tự; nếu không, thì vào những năm tháng cuối đời, chúng ta chỉ có thể kể cho con cháu biết rằng, đã từng có một nước Mỹ xưa kia, nơi mà con người được tự do. "Ronald Reagan

Ngày đầu tiên khi Tự Do ra đời tại Hoa Kỳ: đó là ngày 4 tháng 7 năm 1776, khi Quốc Hội Lục Địa phê chuẩn bản Tuyên Ngôn Độc Lập, tách rời mười ba thuộc địa khỏi Đế Quốc Anh và tuyên bố nền tự do.

Rất nhiều máu đã đổ từ thế hệ ấy cho đến nay để gìn giữ và bảo vệ nền Tự Do vốn đã phải chiến đấu mới giành được chiến thắng, bằng một cuộc chiến tranh cách mạng.

Khó có thể hình dung, nhưng Tự Do có một khởi điểm, một ngày đầu tiên. Nó không phải lúc nào cũng tồn tại. Trên thực tế, nó hoàn toàn không tồn tại trong gần sáu nghìn năm lịch sử nhân loại. Và nếu phe Bảo Thủ thất bại trong sứ mệnh bảo tồn và bảo vệ Tự Do và thịnh vượng, thì sẽ có một ngày mà cuộc thử nghiệm về Tự Do cuối cùng sẽ kết thúc.

Nếu những "độc trùng tâm thần" thành công trong nhiệm vụ thiết lập một chính quyền độc đảng toàn trị tại Hoa Kỳ, thì phần còn lại của thế giới Tự Do sẽ sụp đổ theo. Khi đó, sẽ không còn bất cứ nơi nào khác để những người đàn ông và phụ nữ Tự Do có thể dung thân.

Đối với người Nga, Venezuela, Cuba và Bắc Hàn, thì đã có một ngày mà Tự Do của họ kết thúc.

Ngày đó có thể đến thông qua một cuộc bầu cử, đôi khi là một vụ ám sát. Nó có thể đến bằng một đại dịch, một cuộc nổi dậy vũ trang, một cuộc chiến tranh, một cuộc tấn công của khủng bố, hoặc một cuộc khủng hoảng tài chính tàn phá nền kinh tế.

Nếu những độc trùng này thắng thế, chắc chắn đó sẽ là ngày cuối cùng của Tự Do ở phương Tây. Để ngăn chặn viễn cảnh tương lai mà các độc trùng tâm thần này muốn tạo ra, chúng ta hãy dành chút thời gian nhìn lại lịch sử để xem, trước hết Tự Do đã hình thành như thế nào.

Trong phần này, tác giả sẽ trình bày lịch sử chưa được kể của Văn Minh Tây Phương.

VĂN MINH TÂY PHƯƠNG: GIAI ĐOẠN LATIN

Văn Minh Tây Phương phát triển qua ba giai đoạn.

Sự hình thành của Tây Phương bắt nguồn từ văn hóa Hy Lạp- La Mã cổ đại, kết hợp với các phong trào, nền văn hóa và lịch sử Do Thái-Cơ Đốc.

Nhiều sử gia đánh dấu sự ra đời chính thức của Văn Minh Tây Phương là vào năm 285 sau Công Nguyên, khi Hoàng Đế La Mã Diocletian chia Đế Quốc La Mã ra làm hai: Đế Quốc Đông (Byzantine) và Đế Quốc Tây La Mã.

Đây là giai đoạn thứ nhất của Văn Minh Tây Phương, được gọi là Tây Phương Latin, trong đó gồm có các quốc gia thuộc Đế Quốc Tây La Mã.

GIAI ĐOẠN THUỘC ĐỊA

Giai đoạn thứ hai diễn ra khi Tân Thế Giới (Tây Bán Cầu) được tìm thấy. Giai đoạn này bắt đầu vào năm 1492, khi Christopher Columbus giương buồm ra khơi với mục tiêu là để đến Tây Ấn, nhưng cuối cùng lại khám phá ra các lục địa Châu Mỹ. Một số quốc gia Tây Âu sau đó đã chinh phục và thuộc địa hóa vùng đất này, gồm có: Anh, Pháp, Tây Ban Nha, Hòa Lan và Bồ Đào Nha.

Sự kiện này trùng hợp với thời điểm Cải Cách Tin Lành, sự phát minh ra máy in, và Phong Trào Phục Hưng nổi lên tại Ý.

Tiếp theo, các vương triều Tây Âu tiếp tục thuộc địa hóa nhiều phần đất khác trên thế giới như Úc, Tân Tây Lan, nhiều quốc đảo, nhiều nước Châu Phi, một phần Ấn Độ và Hồng Kông, cùng với những lãnh thổ thuộc địa khác.

Thuộc Địa Tây Phương gồm có các quốc gia do các

nước Tây Âu thuộc địa hóa và các quốc gia của chính họ.

GIAI ĐOẠN LẬP HIẾN

Giai đoạn thứ ba và cũng là giai đoạn hiện đại bắt đầu vào năm 1776 với Chiến Tranh Cách Mạng Hoa Kỳ giành độc lập khỏi Đế Quốc Anh. Giai đoạn này được tiếp sức bởi Phong Trào Đại Tỉnh Thức Cơ Đốc (Great Awakening) và Âu Châu Khai Sáng (European Enlightenment).

Sự chuyển hướng đáng kể về quyền lực của nhà nước khiến cho nhiều quốc gia biến đổi qua mô hình Cộng Hòa Tự Do Lập Hiến, cuối cùng hình thành một liên minh hơn sáu mươi quốc gia tạo nên nền Văn Minh Tây Phương hiện đại. Giai đoạn Tây Phương hiện đại được định nghĩa bởi mô hình chính quyền Cộng Hòa Tự Do Lập Hiến.

Sáu mươi quốc gia này gồm có: Hoa Kỳ; Gia Nã Đại, Mễ Tây Cơ; toàn bộ Trung và Nam Mỹ (trừ Cuba và Venezuela); hầu hết vùng Tây, Trung, và Đông Âu (trừ các nước độc tài); các quốc đảo cộng hòa tự do; Do Thái, Úc, Tân Tây Lan, Nhật Bản, Nam Hàn, Đài Loan, và các phần đất Tự Do của Châu Phi.

Ngày nay, Tây Phương hiện đại bao gồm các quốc gia trên toàn cầu đi theo mô hình chính quyền Cộng Hòa Tự Do của Phương Tây, đặt nền tảng trên bản Tuyên Ngôn Độc Lập và kiểu mẫu của Hiến Pháp Hoa Kỳ.

Do vậy, Hoa Kỳ là quốc gia dẫn đầu Văn Minh Tây Phương hiện đại, cũng được biết đến là "Thế Giới Tự Do".

LƯỢC SỬ VĂN HÓA TÂY PHƯƠNG

Để hiểu Chủ Nghĩa Tả Phái (Leftism) bắt nguồn từ đâu, trước hết cần hiểu nguồn cội của văn hóa Tây Phương. Phần này sẽ giới thiệu lịch sử các phong trào vĩ đại đã tạo dựng nên Tây Phương cho đến cuộc Cách Mạng Hoa Kỳ. Sau đó, một phong trào thứ hai xuất hiện và dần dà trở thành một thực thể chính trị mà ngày nay ta gọi là Chủ Nghĩa Tả Phái.

Theo dòng lịch sử, thời đại Vương Quốc và Đế Quốc đã khai sinh ra Thế Giới Tự Do.

Khởi thủy, Vua Chúa cai trị các vương quốc. Đôi khi các vương quốc liên kết với nhau, hoặc một vương quốc hùng mạnh chinh phục các vương quốc nhược tiểu lân cận rồi hợp nhất thành một siêu cấu trúc gọi là đế quốc.

Các đế quốc thường không từ bỏ tham vọng chinh phục, luôn luôn đưa quân đi bốn phương để khuất phục các vương quốc láng giềng và mở rộng phạm vi thống trị. Đó là một loại trật tự thế giới, giai đoạn này kéo dài gần 6.000 năm, cho đến khi xảy ra một biến cố.

Khi ấy, có một đế quốc rộng lớn là Đế Quốc Anh, vươn "vòi bạch tuộc" vượt đại dương và thuộc địa hóa vùng Bắc Mỹ Châu.

Như họ nói "mặt trời không bao giờ lặn ở nước Anh" có nghĩa là mặt trời không bao giờ lặn trên đế quốc ấy. Vào lúc tuyệt đỉnh, Đế Quốc Anh trở thành đế quốc toàn cầu đầu tiên.

Nhưng có một vấn đề. Không phải tất cả những việc mà đế quốc làm đều xấu, đế quốc cũng làm nhiều điều tốt, tuy nhiên nó có một mặt đen tối.

Không chỉ đơn thuần là đế quốc, Đế Quốc Anh còn phối hợp với một ngân hàng quốc gia tên là Ngân Hàng

Anh (Bank of England). Ngân hàng này có quyền lực rất lớn với Vương Quyền Anh. Vương Quyền Anh lại liên minh với một "siêu cấu trúc" mới, là một tập đoàn toàn cầu có tên Công ty Đông Ấn Anh (British East India Company).

Tập đoàn khổng lồ này hoạt động giao thương trên toàn cầu, tạo nên những khối tài sản cho cổ đông.

Họ cực kỳ giàu có, thậm chí còn hưởng lợi từ các thương vụ ma túy trên toàn cầu do họ phát động đầu tiên, mà Chiến Tranh Nha Phiến tại Trung Hoa là một minh chứng.

Không những chỉ có 3 thực thể vừa kể là đế quốc, tập đoàn toàn cầu và ngân hàng quốc gia, họ còn có thêm một mạng lưới gián điệp-tình báo rộng lớn khắp năm châu.

Trong những năm 1700, liên minh ấy là một quyền lực đáng gờm trên thế giới.

Tại Bắc Mỹ, đế quốc Anh kiểm soát 13 thuộc địa ở bờ biển Đông của vùng đất mà ngày nay là Hoa Kỳ.

Những người dân thuộc địa có thể hài lòng khi họ được coi là công dân nước Anh, nhưng vấn đề nằm ở chỗ là "quyền công dân thực thụ" lúc ấy không giống như ngày nay.

Vương Quyền Anh giữ lại các quyền lợi và đặc quyền công dân cho địa chủ, giới quý tộc và lãnh chúa; còn thường dân và người dân thuộc địa thì bị đối xử như thần dân, không có thẩm quyền dân sự đối với đời sống của chính họ.

Vương Quyền Anh có thể phủ quyết mọi quyết định của họ, và đế quốc nắm chủ quyền pháp lý căn bản cũng như năng lực kinh tế của họ. Họ có thể gây dựng đời sống, nhưng đế quốc có thể đến bất cứ lúc nào và lấy đi bất cứ thứ gì.

Sự đối đãi bất công ấy là cốt lõi của triết lý cuộc sống, không chỉ là đế quốc nắm toàn quyền pháp lý đối với các thần dân thuộc địa, mà còn bởi vì họ không phải là công dân thực thụ. Người dân thuộc địa từng có đời sống rất thịnh vượng khi họ tự đúc tiền. Nhưng Vương Quyền và Ngân Hàng Anh đã ngăn chặn lại, cấm dân thuộc địa tự tạo ra tiền tệ, khiến kinh tế rơi vào suy thoái.

Công ty Đông Ấn Anh cũng dựng lên các độc quyền kinh tế chặt chẽ, bằng cách áp thuế quan lên hàng hóa của thuộc địa, đánh thuế tem và thuế trà, bắt buộc người dân thuộc địa phải mua sản phẩm của họ, làm người dân và doanh nghiệp của họ nghèo đi.

Hành vi bắt nạt ấy minh họa cụ thể bức tranh "kẻ áp bức đàn áp người bị áp bức". Cuối cùng thì những người bị áp bức không chịu đựng được nữa, họ phản ứng khi sự đàn áp lên đến đỉnh điểm sôi sục và đến lúc bùng nổ. Họ cải trang thành thổ dân, leo lên một chiếc tàu của Công ty Đông Ấn Anh đậu tại hải cảng Boston và ném trà xuống biển, phá hủy hàng hóa để phản đối.

Họ đứng lên trước chủ nhân tàn ác, liên kết lại và thành lập Quốc Hội Lục Địa (Continental Congress). Họ soạn các bản thỉnh nguyện, yêu cầu Vương Quyền Anh chấm dứt đàn áp, trao quyền công dân, tôn trọng quyền sở hữu tài sản, và dừng lại các hành vi bất công. Nhưng Nhà Vua chẳng những phớt lờ mà còn tăng cấp đàn áp mạnh hơn đối với 13 thuộc địa nhỏ này.

Tại Lexington và Concord gần Boston, những phát súng đầu tiên đã nổ ra "vang dội khắp thế giới", khai sinh cuộc Chiến Tranh Cách Mạng.

Quốc Hội Lục Địa lại hội họp và phê chuẩn bản Tuyên Ngôn Độc Lập, công bố tách rời khỏi Đế Quốc Anh.

Họ thành lập quân đội và giao cho George Washington chỉ huy.

Rồi đến cuộc chiến 1776. Sau nhiều trận chiến gian khổ và tổn thất, 13 thuộc địa cuối cùng đã đánh bại Đế Quốc Anh, Ngân Hàng Anh, Công ty Đông Ấn Anh và mạng lưới tình báo thế giới. Đó là chiến thắng của một quốc gia nhỏ mới hình thành đối đầu với một thế lực hùng mạnh, như chiến thắng của David chống lại người khổng lồ Goliath.

Sau chiến tranh, Quốc Hội Lục Địa bãi bỏ sự cai trị của Anh và phê chuẩn bản Hiến Pháp, định hình một chính quyền mới, đó là Hiệp Chủng Quốc Hoa Kỳ.

Văn kiện ấy chứa các giá trị và nguyên tắc bình đẳng pháp lý, Tự Do và quyền tự nhiên. Nó tuyên bố người dân là công dân bình đẳng, không còn là nông nô hay thần dân dưới một Vương Triều quyền năng. Nó lập ra một chính quyền hoạt động theo sự đồng thuận của dân, chứ không phải người dân phục vụ chính quyền.

Bất cứ lúc nào, nếu dân không thích chính quyền, họ có thể giải tán. Lần đầu, họ phải giải tán qua chiến tranh; từ đó về sau, họ có thể giải tán qua bầu cử.

Những người nổi dậy vĩ đại này đã để lại một hệ thống Tự Do và tự trị hiệu quả nhất mà thế giới từng biết. Nhân loại gần như không trải qua cuộc cải cách nào trong 5.000 năm. Trước năm 1776, con người vẫn sử dụng thuyền gỗ đi vòng quanh thế giới và xe ngựa là phương tiện chính.

Trong vòng 250 năm sau Cách Mạng Hoa Kỳ, thì đã có xe hơi, điện, máy bay, hệ thống nước trong nhà, điện thoại, máy vi tính di động, du hành vũ trụ, vi mạch, laser, Internet, bóng đèn và vệ tinh.

Điều gì đã tạo nên sự khác biệt ấy? Điều gì đã tạo nên bước nhảy vọt ấy chỉ trong một thời gian ngắn? Câu trả lời, đó là Tự Do, được nảy sinh từ Phong Trào Tự Do (Liberty Movement).

Phải hiểu rằng, sự áp bức của cơ cấu ban đầu gồm có Vương Quyền, ngân hàng quốc gia, tập đoàn toàn cầu, và mạng lưới tình báo toàn cầu. Bốn định chế ấy liên minh để thống trị thế giới và dập tắt mọi sự phản kháng. Nhưng, nỗ lực toàn trị này lại là một trong những tác động kết liễu thời đại đế quốc. Và Thế Giới Tự Do ra đời khi người Mỹ chiến thắng trong Chiến Tranh Cách Mạng, đánh bại các quyền lực khổng lồ nói trên

Sau khi Hoa Kỳ giành độc lập, các quốc gia khác quan sát và khởi động các cuộc cách mạng của họ, dần dần vứt bỏ chế độ quân chủ để trở thành Cộng Hòa Tự Do như Hoa Kỳ.

Từ Thế Giới Tự Do, lần lượt xuất hiện các tiến bộ lớn như điện lực, động cơ, máy tách hạt bông, dây chuyền sản xuất, vi mạch, v.v. Các phát minh đột phá này đã sinh sôi nảy nở và tạo một bước nhảy vọt trong xã hội, thông qua các tiến bộ kỹ thuật.

Những bước nhảy vọt trên đây được biết dưới tên gọi là cuộc Cách Mạng Kỹ Nghệ, và là động lực cho sự xuất hiện một thời đại mới, được gọi là "Thế Giới Hiện Đại".

Đây là kết quả của chuỗi nhân quả: Phong Trào Tự Do phát sinh Thế Giới Tự Do, và Thế Giới Tự Do phát sinh Thế Giới Hiện Đại.

Di sản của các quốc gia Tự Do và hiện đại đặt nền móng trên giá trị của tự do, công lý, và Chủ Nghĩa Tư Bản thị trường Tự Do của Văn Minh Tây Phương.Thế Giới Mới rộng lớn này, tất cả đều bắt nguồn từ Phong Trào Tự Do của năm 1776.

Nhưng điều gì đã sinh ra Phong Trào Tự Do? Điều gì đã thúc đẩy những người dân thuộc địa vùng dậy trước đế quốc hùng mạnh nhất thời đó?

Tại sao lại là những thuộc địa này? Nó rất nhỏ về số lượng với hỏa lực thô sơ. Điều gì khiến họ tuyên bố độc lập và chiến đấu chống lại những kẻ áp bức?

Có hai câu trả lời đến từ hai phong trào vĩ đại. Thứ nhất là Phong Trào Đại Tỉnh Thức (Great Awakening) và thứ hai là Phong Trào Khai Sáng (Enlightenment).

CẢI CÁCH TIN LÀNH

Đại Tỉnh Thức là phong trào của thập kỷ 1700, nhưng bắt nguồn từ một phong trào sớm hơn vào thập kỷ 1500, được gọi là Cải Cách Tin Lành.

Trong giai đoạn đó, Giáo Quyền La Mã cai trị Châu Âu bằng "nắm tay sắt và cây thánh giá", với mô hình "quốc giáo" quyền lực và chuyên chế, cho đến khi một tu sĩ trẻ người Đức không chịu nổi nữa.

Cải Cách Tin Lành (nhưng chính xác là Thệ Phản) bắt đầu ở Đức và Tu Sĩ Công Giáo ấy tên là Martin Luther.

Từ khi đế quốc La Mã sụp đổ, Giáo Hội Công Giáo trở thành một dạng chính quyền chuyên chế khác, áp đạt lên tầng lớp nông dân nghèo ở Châu Âu.

Giáo Hội tự tha hóa theo thời gian, bẻ cong Kinh Thánh để tạo nên một hệ thống kiểm soát toàn diện đối với vương quyền và dân chúng. Những lạm dụng ấy nhân lên suốt một nghìn năm.

Ta có thể dễ dàng nhìn ra mối tương quan giữa sự cai trị của giáo quyền chuyên chế với "Thời Kỳ Đen Tối" ở Âu Châu thời Trung Cổ. Họ cùng nắm tay nhau, tay trong tay.

Thời Kỳ Đen Tối bắt đầu khi đế quốc La Mã khởi sự sụp đổ vào thế kỷ thứ V và kết thúc một nghìn năm sau đó, với sự xuất hiện đột ngột của Phong Trào Phục Hưng, việc khám phá ra Tân Thế Giới, và quan trọng nhất là thời kỳ Cải Cách Tin Lành, phá vỡ độc quyền của Giáo Hoàng đối với chính phủ và dân chúng.

Phong trào cải cách vĩ đại này bắt đầu từ một cơn bão với sấm sét dữ dội xảy ra vào tháng 6 năm 1505. Năm ấy, Luther còn là một sinh viên hậu đại học, trong lúc đang cưỡi ngựa đến trường luật thì bị kẹt trong một cơn bão. dữ dội và nguy hiểm với sấm sét bủa vây. Ông sợ chết, và vốn là một tín đồ ngoan đạo, nên Luther xin Thánh Anne cầu bầu với Chúa cứu ông và lập thệ rằng nếu được Chúa cứu sống, ông sẽ đi tu.

Sống sót sau trận bão, Luther rời bỏ trường luật và vào tu viện, mặc cho người cha phản đối. Ông tận hiến trong việc học tập, cầu nguyện, ăn chay và sám hối. Là tu sĩ dòng Augustinô, Luther trưởng thành trong đức tin Công Giáo.

Khi ấy, Giáo Hội dạy rằng, linh hồn sau khi chết sẽ vào một cõi trung gian gọi là Luyện Ngục (Purgatory) và phải nhận một số "ân xá" mới được lên Thiên Đàng. Con chiên ngoan đạo phải kiếm hoặc mua các chứng thư đắt tiền gọi là chứng thư ân xá (indulgences) từ Giáo Hội.

Nhưng, điều này không hề có trong Kinh Thánh hoặc trong lời dạy của Đấng Giêsu, và Luyện Ngục cũng không bao giờ được nhắc tới trong Kinh Thánh. Tuy nhiên, suốt một nghìn năm cai trị, Giáo Hoàng và hệ thống giáo quyền đã sáng chế ra nhiều công cụ tôn giáo để giam cầm tâm trí công chúng trong sợ hãi, vô minh, và lệ thuộc.

Là một tín đồ thuần thành, nên vào năm 1510, Luther hành hương tới Rome làm một việc "công đức" để được ân xá theo sắc lệnh của Giáo Hoàng Lêô. Giáo Hội dạy rằng có thể "kiếm đường lên Thiên Đàng" bằng cách quỳ gối để leo lên 28 bậc thang của thánh đường Santa Scala, vừa lần chuỗi và đọc kinh.

Khi Luther bắt đầu thì một điều lạ xảy ra: một "tiếng nói" vang lên trong tâm trí ông, khi ông vừa đặt đầu gối lên bậc thang đầu tiên. Tiếng ấy nói rằng: "Người công chính sẽ sống bởi đức tin."

Luther cảm thấy bối rối và hoang mang, tuy nhiên ông bỏ qua và tiếp tục leo lên bậc thang kế tiếp. Tiếng nói ấy lại vang lên trong đầu ông, "Người công chính sống bởi đức tin".

Lần này. Luther cố lấy hết sức mạnh chống lại tiếng nói ấy, vừa tiếp tục quỳ gối leo lên bậc thang kế tiếp vừa cầu nguyện được thoát khỏi luyện ngục để lên Thiên Đàng. Và một lần nữa, tiếng nói ấy lại vang lên, lần này như sấm nổ:

" NGƯỜI CÔNG CHÍNH SỐNG BỞI ĐỨC TIN"

Luther rùng mình, tâm trí ông khuất phục trước sự thật là giọng nói kia đang nói với ông. Ông không thể phủ nhận rằng những gì ông đang nghe là sự thật từ Kinh Thánh được Thánh Phaolô ghi lại, trích dẫn lời tiên tri Habakkuk, rằng người công chính sống bởi đức tin, chứ không phải bởi việc làm.

Luther cúi đầu, suy ngẫm những lời này và nhận ra sự thật. Ông lớn tiếng đồng ý với tiếng nói đó: "Người công chính sẽ sống bởi đức tin." Ông không biết ngày sau nó sẽ ra sao, nhưng câu nói này đã trở thành chủ đề trong cuộc đời của ông và là bước đột phá cho nền văn minh Châu Âu. Câu nói này giải phóng họ khỏi sự thống trị của các giáo hoàng sau một nghìn năm nô lệ tôn giáo.

Martin Luther đứng dậy, những người hành hương khác nhìn ông với vẻ bối rối. "Người công chính sống bởi đức tin," ông nói, và mỗi lần nói câu đó, ông lại cảm thấy mạnh mẽ hơn.

Luther quay người và bước ra khỏi nhà thờ chính tòa, từ chối những việc làm liên quan đến việc mua bán ân xá. Ông đi bộ trở về Đức, khám phá lại một chân lý đã bị lãng quên từ lâu: rằng người công chính sẽ sống bởi đức tin, chứ không phải bởi việc làm.

Ông không hiểu hết ý nghĩa của điều đó, nhưng chắc chắn một điều là Chúa đã phán với ông trong nhà thờ ấy, và giờ đây ông đang bước trên một con đường mới.

Năm 1512, Luther hoàn thành việc học và trở thành giáo sư thần học tại Đại Học Wittenberg ở Đức.

Năm 1513, tại một tòa tháp bên cạnh khuôn viên đại học, một sự kiện đã xảy ra, làm thay đổi tiến trình của nền văn minh Tây Phương.

Một đêm nọ, trên đỉnh tòa tháp cao, Luther trăn trở tìm cách hiểu thấu bí ẩn của những lời nói mà ông đã nghe được trong thánh đường Santa Scala ở Rome. Ông tin vào những gì mà giọng nói bí ẩn kia đã nói với ông và tin rằng đó là chìa khóa dẫn đến thành công. Nhưng ông không thể giải mã được ý nghĩa của câu nói đó.

Ông nghiên cứu những lời dạy của Thánh Phaolô, người đã trích dẫn sách Habakkuk trong thư gửi cho cộng đoàn ở Rôma. Trong chương đầu tiên, câu 17, Phaolô viết: *"Vì trong Tin Mừng, sự công chính của Thiên Chúa được mặc khải, nhờ đức tin để đưa đến đức tin, như có lời chép: Người công chính nhờ đức tin sẽ được sống."*

Martin Luther băn khoăn về đoạn Kinh Thánh này và những lời nói từ bậc thang Santa Scala trong nhiều năm, nhưng đêm đó, ông đã nhận được sự mạc khải. Toàn bộ ý nghĩa của câu nói, cuối cùng đã được ông thấu hiểu.

Ông hiểu được những điều mà Phaolô đã cố gắng hết sức để truyền dạy cho hội thánh Cơ Đốc Giáo sơ khai vào thế kỷ thứ nhất trong thư gửi tín hữu Rôma.

Chúa Giêsu đã hoàn thành trọn vẹn công cuộc cứu chuộc qua cuộc đời, đi rao giảng, sự chết, sự mai táng và sự phục sinh của Ngài. Bằng cách dâng hiến máu vô tội, tinh khiết của mình làm của lễ để chuộc tội lỗi của loài người, của lễ thay thế đã được dâng lên thay cho con người và hoàn toàn đáp ứng với sự công chính của Đức Chúa Trời.

Khi Đức Giêsu thốt lên *"Mọi việc đã hoàn tất"* trên thập tự giá, Ngài tuyên bố rằng toàn bộ công cuộc cứu rỗi và sự công chính đã được hoàn thành một lần và mãi mãi, bằng sự hy sinh tự nguyện của Ngài.

Vì lẽ đó, món quà cứu rỗi thiêng liêng giờ đây đã được ban cho toàn thể nhân loại. Nó được ban tặng cho chúng ta miễn phí, mặc dù vô giá, và được trao cho chúng ta như một món quà, cho dù chúng ta không xứng đáng nhận được.

Tuy nhiên, Chúa vẫn tặng không điều đó cho chúng ta. Vật quý vô giá này chính là định nghĩa của ân điển: được sự ưu ái không xứng đáng, một món quà mà chúng ta không xứng đáng nhận nhưng vẫn được ban cho.

Trở ngại duy nhất ngăn cản một người nhận được ân điển này, chính là sự thiếu nhận thức của họ. Ta cần phải hiểu rằng, sự ban tặng này đã được thực hiện trên thập tự giá và giờ đây vẫn sẵn có cho tất cả những ai biết đến và chấp nhận nó. Sự nhận thức và chấp nhận về mặt tâm linh này chính là đức tin mà tiếng nói kia đã nói với Luther trên những bậc thang nọ.

Tóm lại, nhận thức về sự tồn tại của món quà cứu rỗi và việc chấp nhận món quà đó được gọi là đức tin. Đức tin là sự nhận thức và chấp nhận thực tại tâm linh này.

Tin tức về sự tồn tại của món quà cứu rỗi này và việc con người có thể đón nhận nó được gọi là Tin Lành, trong tiếng Anh cổ, là Phúc Âm.

Khi người ta nghe tin mừng này, họ nhận ra rằng kinh nghiệm cứu rỗi ấy luôn sẵn có và chấp nhận nó cho chính mình; họ đã chấp nhận điều đó thông qua đức tin của mình.

Việc đón nhận sự sống vĩnh cửu thông qua nhận thức về sự cứu rỗi (đức tin) chính là ý nghĩa của câu "Người công chính sẽ sống bởi đức tin". Nói cách khác, "Những người đã được xá tội và được cứu rỗi sẽ nhận được sự sống vĩnh cửu thông qua quá trình nhận thức về món quà của Chúa Giêsu và chấp nhận nó."

Trong khi tin mừng này có vẻ quen thuộc với chúng ta ngày nay, nhưng sự thật này đã bị lãng quên từ lâu vào thời của Martin Luther, mặc dù đã có những lời dạy của Phaolô.

Chính việc Luther khám phá lại chân lý của trải nghiệm tâm linh này đã châm ngòi cho một biến động lớn trong thế giới Công Giáo, dẫn đến việc ông bị buộc tội, bị khai trừ khỏi Giáo Hội và đối mặt với nguy cơ bị xử tử dưới tay Giáo Hoàng.

Trong tòa tháp ở Wittenberg, Luther đã hiểu ra một cách sâu sắc ý nghĩa của lời nói mà ông đã nghe được: rằng người công chính sẽ sống bởi đức tin.

Cuối cùng, ông đã kết hợp điều này với một đoạn Kinh Thánh từ sách Ê-phê-sô, một cuốn sách khác do sứ đồ Phaolô viết. *"Quả vậy, chính do ân sủng và nhờ lòng tin mà anh em được cứu độ: đây không phải bởi sức anh em, mà là một ân huệ của Thiên Chúa; (9) cũng không phải bởi việc anh em làm, để không ai có thể hãnh diện."* (Ê-phê-sô 2:8-9).

Tại đó, Luther cuối cùng đã hiểu được bản chất của chân lý trên con đường tìm kiếm tâm linh của mình: Người ta không thể làm việc thiện để đạt được sự cứu rỗi, và cũng không thể dùng những việc làm như mua giấy xá tội, cầu nguyện, sám hối, xưng tội hay dâng lễ vật để giành được chỗ trên Thiên Đàng.

Sự cứu rỗi là món quà chỉ riêng Chúa ban tặng. Chúa Giêsu đã hoàn thành công việc ấy và giờ đây Ngài ban tặng món quà đó cho chúng ta, một món quà mà chúng ta không xứng đáng nhận được. Điều duy nhất chúng ta cần làm là cầu nguyện với Chúa, cầu xin Ngài cứu rỗi chúng ta, và chấp nhận món quà cứu rỗi được ban tặng qua máu của Đấng Cứu Thế để rửa sạch tội lỗi của chúng ta và làm cho chúng ta trở nên công chính trước mặt Chúa.

Vì vậy, trong buổi tối hôm đó vào năm 1513, tại căn phòng làm việc trên tháp, Martin Luther đã cầu nguyện và đón nhận ân điển cứu rỗi bằng đức tin. Ông tuyên xưng rằng công việc cứu chuộc đã hoàn tất và tin cậy vào Chúa Giêsu để được cứu rỗi.

Chính lúc đó, một điều kỳ diệu đã xảy ra. Luther cảm thấy một cảm giác lạ lùng bao trùm lấy mình. Trái tim ông ấm áp, tâm hồn ông rung động, và ông cảm thấy một sự chuyển đổi nội tâm đang diễn ra. Đây chính là khoảnh khắc ông nhận được "kinh nghiệm về sự cứu rỗi".

Sau này, Luther kể lại rằng một sự thay đổi mạnh mẽ đã xảy ra với ông vào khoảnh khắc ấy. "Ở đây, một lần nữa tôi cảm thấy mình như được tái sinh hoàn toàn và đã bước vào thiên đàng." Cuối cùng, Luther đã tìm lại được kinh nghiệm mà ông hằng tìm kiếm và nỗ lực đạt được trong suốt cuộc đời mình.

Sự cứu rỗi không bao giờ đến từ tôn giáo hay việc làm tốt. Nó chỉ đến khi Luther khám phá lại rằng sự cứu rỗi luôn sẵn có, và ông đã mạnh dạn tuyên bố niềm tin của mình vào Đức Giêsu thành Nazareth để được cứu rỗi.

Bốn năm sau, vào năm 1517, sau nhiều năm nghiên cứu Kinh Thánh, Luther khám phá ra rằng những lời dạy của Chúa Giêsu và Thánh Phaolô so với những giáo lý và thực hành của Giáo Hội La Mã thời Trung Cổ có nhiều mâu thuẫn. Ông đã lập danh sách những mâu thuẫn ấy, gọi là 95 Luận Đề, chủ đích lên án những giáo lý và những hành vi tha hóa trong việc bán giấy xá tội cho người nghèo.

Những hành động tha hóa vượt mức này chính là giọt nước tràn ly.

Martin Luther đã đóng đinh 95 Luận Đề của mình lên cửa nhà thờ ở Wittenberg, từ đó khởi đầu một chuỗi sự kiện làm suy yếu quyền lực của Giáo Hoàng La Mã. Phong trào này được gọi là Cải Cách Phản Thệ vì nó thể hiện sự phản đối của Luther đối với việc bán giấy phép xá tội. Hơn nữa, Luther đã có một khám phá quan trọng khi đọc lại các bức thư của Thánh Phaolô trong Kinh Thánh. Ông đã khám phá ra mục đích và ý nghĩa thực sự của Cơ Đốc Giáo, bản chất cốt lõi của việc trở thành một tín đồ Cơ Đốc.

Martin Luther đã khám phá lại rằng sự cứu rỗi không chỉ là một khái niệm mà là một kinh nghiệm và là món quà làm thay đổi cuộc sống, trở thành tài sản của người nhận, giống như món quà mà một đứa trẻ nhận được từ cha mẹ mình. Khi Martin Luther trải qua kinh nghiệm của sự cứu rỗi và truyền bá kinh nghiệm đó cho người khác mà không cần đến Giáo Hội La Mã, thì phong trào này bắt đầu lan rộng như cháy rừng khắp châu Âu.

Kinh nghiệm sự cứu rỗi là yếu tố then chốt. Sự cứu rỗi đến bởi ân điển qua đức tin, chứ không phải bởi việc làm như Giáo Hội La Mã đã dạy, để không ai có thể khoe khoang. Như Kinh Thánh đã nói, không có người trung gian nào giữa Chúa và con người. Phong trào Cơ Đốc Giáo Tin Lành không còn cần đến chức linh mục hay giáo hoàng để nhận được sự cứu rỗi nữa. Những lời dối trá và quyền lực tuyệt đối của Giáo Hội La Mã bắt đầu sụp đổ.

Phong trào này đã châm ngòi cho sự ra đời của các Hội Thánh Tin Lành, cuối cùng dẫn đến việc một nhóm người Tin Lành phải tìm cách trốn thoát khỏi sự đàn áp mà họ phải gánh chịu ở Châu Âu, kết quả từ sự phản kháng các chế độ quân chủ ở Châu Âu, Giáo Hội Công Giáo và Giáo Hội Anh Giáo.

Nhóm tín đồ Cơ Đốc Tin Lành ấy được biết đến là những người hành hương. Họ là những người định cư đầu tiên ở Tân Thế Giới, nơi mà sau này trở thành 13 thuộc địa ở Mỹ. Sự kiện quan trọng này là lịch sử và di sản của chúng ta với tư cách là người Mỹ và người Tây Phương, cũng là nền tảng cho các phong trào của chúng ta bắt đầu. Chúng ta vốn dĩ kế thừa phong trào Cơ Đốc Giáovà nền văn minh Tây Phương, là một tập hợp những giá trị của xã hội Do Thái-Cơ Đốc Giáo.

Tâm điểm của Phong Trào Tự Do chính là khái niệm Tự Do của Cơ Đốc Giáo, đó là Tự Do khỏi tội lỗi, Tự Do khỏi cái chết và địa ngục, Tự Do khỏi sự ức chế của Giáo Hoàng La Mã, và cuối cùng là Tự Do khỏi sự áp bức của Đế Quốc Anh.

Xét cho cùng, Chúa Giêsu đã nói: *"Các ngươi sẽ biết lẽ thật, và lẽ thật sẽ giải phóng các ngươi."* Đồng thời, chúng ta cũng nhìn thấy diễn tiến của một sơ đồ trong phong trào đầu tiên này:

1. Một nhóm cá nhân quyền lực và giàu có thiết lập quyền lực của họ đối với người dân bằng cách điều khiển các thể chế và bắt đầu lạm dụng chúng (Thiết Lập Quyền Lực).

2. Những lạm dụng này được dung túng qua nhiều năm trong khi các vi phạm ngày càng tồi tệ hơn (Chuyên Chế).

3. Người dân bắt đầu tìm kiếm sự thật về lý do tại sao họ phải chịu đựng (Phong Trào Manh Nha).

4. Các nhà lãnh đạo xuất hiện, và một sự kiện lạm dụng mang tính xúc tác cuối cùng, khiến người dân không thể chịu đựng được nữa mà phải tuyên bố độc lập khỏi những kẻ chuyên chế (Điểm Đột Phá).

5. Phong trào lan rộng thành hành động công khai

với quy mô lớn để thay đổi thể chế (Phong Trào Cải Cách).

6. Có hai trường hợp:

A) Những kẻ chuyên chế đàn áp người dân và khẳng định sự thống trị hoàn toàn, đưa xã hội vào thời kỳ đen tối (Thất Bại).

B) Những kẻ chuyên chế bị đánh bại, và người dân giành được tự do. Họ thành hình các thể chế mới để bảo đảm các quyền tự do, đưa xã hội vào thời kỳ hoàng kim của hòa bình và thịnh vượng (Chiến Thắng).

7. Nếu là trường hợp B: Người dân trở nên thoải mái và tập trung vào cuộc sống. Con cháu của họ được sinh ra mà không hiểu biết gì về chế độ chuyên chế, trong khi thế hệ của những kẻ chuyên chế mới âm thầm làm việc để thành hình chế độ chuyên chế mới (Ngủ Quên Trở Lại).

Sơ đồ trên đây là chu kỳ của Tự Do và chuyên chế. Tiến trình tương tự đã xảy ra trong thời kỳ Cải Cách Tin Lành và Cách Mạng Hoa Kỳ, và hiên nay nó đang tái diễn. Đây là một chu kỳ liên tục của con người tìm kiếm sự thật, và được giải phóng khỏi những kẻ tìm cách thống trị cuộc sống cũng như kiểm soát tài sản của họ.

Cùng trong thời kỳ Cải Cách Tin Lành, một phong trào khác cũng diễn ra ở Florence, Ý, được gọi là Thời Kỳ Phục Hưng. Biến cố này đánh dấu sự hồi sinh của nghệ thuật, kinh doanh và khoa học. Châu Âu đạt được những bước tiến vĩ đại về trí tuệ, thoát khỏi thời kỳ Trung Cổ Tăm Tối thông qua những khám phá. Phong trào này khởi đầu cho lối suy nghĩ dẫn đến phương pháp khoa học và thời đại lý trí.

Điều cần thiết phải nhận ra rằng, hai phong trào này luôn diễn ra song song và đồng thời với nhau, một phong trào thức tỉnh tâm linh song hành cùng với một phong trào khai sáng trí tuệ qua những khám phá mới.

CUỘC THỨC TỈNH VĨ ĐẠI

Vài thế hệ sau, nhiệt huyết của phong trào tái sinh Tin Lành đã nguội lạnh, và người dân lại ngủ yên trong sự thoải mái của cuộc sống thường nhật.

Đó là thời gian đầu của những năm 1700 khi mà Cơ Đốc GiáoTin Lành của những người hành hương đã trở thành một trụ cột văn hóa và thể chế được chấp nhận trong đời sống Tây Phương.

Cơ Đốc Giáomột lần nữa lại rơi vào trạng thái của một quốc giáo lạnh lẽo, cứng ngắc giống như tình trạng sau khi Đế Chế La Mã sụp đổ ở châu Âu.

Các Hội Thánh Tin Lành phát triển thành các trung tâm văn hóa giáo lý, với nghi lễ và thói quen tôn giáo. Cơ Đốc Giáo mang tính văn hóa hơn là tâm linh; lịch sử, phong tục, truyền thống, giáo điều và quy tắc đời sống được định hình phần lớn bởi hội thánh.

Nó phổ biến đến mức người ta dễ dàng tự coi mình là Cơ Đốc Nhân nếu họ sinh ra trong một quốc gia hoặc trong một gia đình Cơ Đốc Giáo, hoặc được nuôi dưỡng trong một hội thánh Cơ Đốc Giáo.

Ký ức về kinh nghiệm cứu rỗi cá nhân như một khởi đầu của đức tin đã biến mất. Hội Thánh Tin Lành trở lại nghi thức rửa tội cho trẻ sơ sinh vốn được gìn giữ lâu dài trong Giáo Hội Công Giáo.

Như đã thấy, phong trào Cơ Đốc Giáo một lần nữa đã hoàn thành mục tiêu cho thế hệ của mình để rồi chìm vào giấc ngủ của một chu kỳ thường lệ, rồi lại chờ đợi sự thức tỉnh của những nhà lãnh đạo Cơ Đốc Giáo tương lai đang ngủ say, khám phá lại những kinh nghiệm về Chúa cho chính họ và thế hệ của họ.

Đây là trường hợp ở Anh và các thuộc địa ở Mỹ, cả hai đều nằm dưới sự cai trị của Đế Quốc Anh. Đời sống tâm linh trở thành hình thức nghi lễ tôn giáo một lần nữa ở những vùng đất này, những nơi mà chỉ vài thế hệ trước đã tự giải phóng khỏi sự chuyên chế của Giáo Hội La Mã để bảo vệ đức tin quý báu của mình.

Có ba nhân vật xuất hiện trong thời kỳ này và trở nên nổi tiếng. Tất cả họ đều là những thanh niên Tin Lành có cùng một câu hỏi: "Tôi có thực sự được cứu rỗi và sẽ được lên Thiên Đàng không? Làm sao tôi có thể nắm chắc điều này?"

Người thứ nhất là John Wesley. Là con trai của một mục sư, Wesley theo học Đại Học Oxford ở Anh và thành lập một nhóm mục vụ trong khuôn viên trường có tên là Câu Lạc Bộ Thánh Thần (The Holy Club).

Người thứ hai là con trai nghèo của chủ quán rượu, theo học Oxford với tư cách là người hầu cho những sinh viên giàu có. Tên ông là George Whitfield, trở thành bạn thân của Wesley và anh trai Charles.

Người thứ ba là con trai của một mục sư Thanh Giáo ở Boston tên là Jonathan Edwards. Ông tốt nghiệp đại học khi còn trẻ và bắt đầu giảng đạo trong nhà thờ của cha mình.

Cả ba thanh niên đều đang tự hỏi cùng một câu hỏi về sự cứu rỗi của chính mình. Tất cả đều lớn lên trong hội thánh và là những thanh niên có đạo đức, là những tín đồ Cơ Đốc sùng đạo, nhưng trong thâm tâm, không một ai cảm thấy được cứu rỗi.

Không một ai cảm nhận những kinh nghiệm cứu rỗi được mô tả trong Kinh Thánh, và cũng không một ai chắc chắn rằng mình sẽ được lên Thiên Đàng, cho dù họ là những nhà truyền đạo tích cực tham gia vào công tác mục vụ và truyền giáo.

Như chu kỳ thường lệ đến với phong trào này, đời sống tâm linh dần bị ngủ quên, nhường chỗ cho những nghi lễ tôn giáo nặng về hình thức.

Nhưng chính vào thời điểm ấy, một điều gì đó đã xảy ra. Tất cả bắt đầu từ một người phụ nữ nghèo nhảy sông tự tử nhưng bất thành.

George Whitfield lúc ấy 18 tuổi, đang theo học tại Oxford. Anh tích cực tham gia vào công tác mục vụ trong khuôn viên trường và các hoạt động của nhà thờ.

Một ngày nọ, khi đang đi vào thị trấn, anh gặp một phụ nữ quen biết, và bà ấy ướt sũng từ đầu đến chân.

Bà ấy kêu cứu khi nhìn thấy anh và kể cho anh nghe chuyện đã xảy ra.

Số là chồng của bà đang ở tù, và hiện giờ bà đã cạn tiền không thể nuôi con được nữa.

Áp lực hoàn cảnh và tình thế tuyệt vọng khiến bà phải lao mình xuống sông tự tử. Tuy nhiên, một người đàn ông đã nhảy xuống và cứu bà lên bờ. Chính lúc đó, hình ảnh George Whitfield hiện lên trong đầu nên bà vội vã đi tìm anh và tình cờ gặp được.

Người phụ nữ cầu xin Whitfield cùng đến thăm chồng bà trong tù vào ngày hôm sau. Whitfield đồng ý và tặng một số tiền để bà mua thức ăn cho các con.

Ngày hôm sau, điều gì đó đã xảy ra.

Whitfield đến thăm tù nhân cùng với người phụ nữ.

Anh khích lệ họ bằng những câu Kinh Thánh để củng cố đức tin và nâng cao tinh thần của họ.

George Whitfield mở Kinh Thánh và đọc to đoạn Kinh Thánh từ Gioan 3:16 cho họ nghe:

"Thiên Chúa yêu thế gian đến nỗi đã ban Con Một, để ai tin vào Con của Người thì khỏi phải chết, nhưng được sống muôn đời."

Rồi, một điều phi thường xảy ra mà George không ngờ tới.

Người phụ nữ bắt đầu nói: "Tôi tin. Tôi có thể có sự sống đời đời. Tôi tin." Và bà trở nên vui mừng khôn xiết. Dường như có một điều huyền bí đã đến với bà với một cảm giác hưng phấn. Bà ấy đang thay đổi trước mắt anh.

Rồi thì người chồng cũng cảm nhận được điều đã xảy ra với vợ mình. Ông bắt đầu tuyên bố: "Tôi cũng tin! Tôi cũng có thể có sự sống đời đời này! Tôi tin!" Ông trở nên rất vui vẻ và hân hoan khi một cảm giác kỳ lạ mới lạ ập đến và không thể diễn tả được cảm giác đó. Cả hai vợ chồng đều đang trải qua cảm giác xao động của một cảm xúc hoàn toàn mới, một kinh nghiệm kỳ lạ chưa từng có.

George Whitfield rất bối rối. Anh đã từng chia sẻ và làm chứng về những đoạn Kinh Thánh này với nhiều người trước đây, nhưng chưa bao giờ chứng kiến điều tương tự xảy ra như thế này.

George trở về nhà và suy ngẫm về sự việc này. Anh đắn đo cân nhắc những câu hỏi về sự cứu rỗi của mình và tìm đến một cuốn sách trăm tuổi mang tên "Cuộc sống của Đức Chúa Trời trong linh hồn con người".

Trong cuốn sách này, tác giả (Henry Scougal) mô tả

một ý tưởng xuất phát từ Luther: rằng con người có hai cuộc sống: cuộc sống bên ngoài và cuộc sống nội tâm.

Ý tưởng này khiến George nhận ra rằng, một người có thể có một cuộc sống tôn giáo bên ngoài trông giống như một Cơ Đốc Nhân, với các hình thức và phong thái sùng đạo, nhưng bên trong lại không có sự liên kết hay kinh nghiệm nào với Chúa.

Chính lúc đó, khi George còn đang vật vã băn khoăn với ý tưởng này, thì nhận biết rằng bên trong tâm hồn mình cũng không hề có kinh nghiệm nào với Chúa. Nhưng trong lúc chứng kiến những gì xảy ra với người phụ nữ và chồng bà ở nhà tù, George Whitfield chợt nhận ra rằng anh cũng tin như họ. Anh tin rằng chỉ có Chúa Giêsu Kitô mới cứu rỗi được mình, và anh lớn tiếng tuyên bố lời thú nhận của mình, giống như người tù và vợ ông ấy.

Trước sự ngạc nhiên của George, một cảm giác kỳ lạ ập đến ngay trong khoảnh khắc anh thú nhận. Anh cảm thấy một sự ấm áp và hân hoan khó có thể diễn tả. Anh nói rằng vào khoảnh khắc đó, anh đã hoàn toàn được tái sinh. Niềm vui và hạnh phúc của kinh nghiệm này kéo dài trong nhiều ngày và trong nhiều tuần lễ.

Giống như kinh nghiệm được cứu rỗi của Luther, sự kiện này là tia lửa thắp sáng thế giới và thay đổi tiến trình lịch sử Tây Phương.

George sớm bắt đầu rao giảng về kinh nghiệm "tái sinh" của mình, tuyên bố rằng một người phải được tái sinh khi trưởng thành và nhận được sự cứu rỗi của Chúa Kitô cho chính mình qua sự chấp nhận bằng lời nói.

Anh hướng dẫn những người nghe theo anh chấp nhận Chúa Giêsu giống như anh và người phụ nữ cùng chồng bà đã làm. Mọi người đã đáp ứng một cách nhiệt tình và hào hứng khi nhận được kinh nghiệm hưng phấn mà George mô tả.

Sự phấn khích ngày càng tăng lên cùng với đám đông. Bài giảng của anh đã gây ra sự tức giận trong giới giáo sĩ, vốn là những người dạy rằng trẻ sơ sinh trở thành tín đồ Cơ Đốc Giáongay khi được rửa tội và được phó thác cho giáo hội của họ.

George bị đuổi ra khỏi hội thánh và bị cấm cửa hầu hết tại các nhà thờ ở Anh. Vì vậy, anh rao giảng thông điệp của mình ngoài đường phố và ở nông thôn.

George trở nên nổi tiếng với thông điệp cứu rỗi này, đến nỗi hơn một triệu người Anh đã tìm đến để nghe anh thuyết giảng..

Tuy nhiên, George cảm nhận có một tiếng gọi mạnh mẽ từ các thuộc địa ở Mỹ. Anh đến đó nhiều lần với tư cách là một nhà truyền giáo và nhanh chóng trở thành một nhà thuyết giáo siêu đẳng.

Một lần nữa, nhiều nhà thờ đã từ chối thông điệp của anh, cấm cửa và phỉ báng anh. Tuy nhiên, cả thị trấn đổ xô đến để nghe anh thuyết giảng.

George đã thuyết giảng về kinh nghiệm cứu rỗi "tái sinh" cho 80% dân số ở thuộc địa, dẫn dắt nhiều người đến với Chúa Giêsu Kitô.

Sự kiện này đã có tác động mạnh mẽ đến dân chúng thuộc địa đến nỗi nó tạo ra một phong trào văn hóa tâm linh mới, lần đầu tiên hình thành một ý thức bản sắc Hoa Kỳ thống nhất, tách biệt khỏi Châu Âu và Vương Quốc Anh.

Sự phục hưng Cơ Đốc Giáo ở Mỹ và Anh được gọi là

Đại Thức Tỉnh. Đây là phong trào quyết định dẫn đến sự độc lập của Hoa Kỳ và Chiến Tranh Cách Mạng.

Ngọn lửa hồi sinh đã được thắp lên. Phong Trào Cơ Đốc Giáo đã thức tỉnh sau giấc ngủ dài. Sự cứu rỗi và thông điệp về một người có thể nhận được sự cứu rỗi đã lan rộng. Sự cải đạo và kinh nghiệm tâm linh của đám đông vô cùng mãnh liệt.

John Wesley, đồng môn và là bạn của George Whitfield, cũng tham gia phong trào này. Wesley đi thuyết giảng khắp nước Anh và thành lập Hội Thánh Giám Lý (Methodist Church).

Một mục sư trẻ khác ở Boston tên Jonathan Edwards, cũng tham gia phong trào và thuyết giảng về sự cứu rỗi, dẫn dắt hàng trăm người đến với Chúa Giê-su ở Massachusetts. Một trong những bài giảng của Jonathan Edwards trở nên nổi tiếng trong văn học Hoa Kỳ được in trên báo, đó lá bài giảng "Những kẻ tội lỗi trong tay một vị Chúa giận dữ" (Sinners in the Hand of an Angry God).

Ở những vùng khác của thuộc địa, George Whitfield trở nên nổi tiếng đến nỗi Benjamin Franklin đã kết bạn với anh, in các bài giảng của anh và phân phối đến các thuộc địa, lan truyền phong trào Tỉnh Thức.

Các thuộc địa đón nhận sự cứu rỗi và phúc âm như miếng bọt biển khô hút nước thấm đẫm. Người dân thuộc địa ở Mỹ vốn là hậu duệ của những người hành hương Pilgrims xuất thân từ phong trào Tin Lành. Họ có một di sản mạnh mẽ về niềm tin Cơ Đốc Giáo, nhưng hầu hết chưa từng thực sự trải qua kinh nghiệm của bất cứ điều gì thuộc về tâm linh cho chính bản thân họ.

Rồi những nhà truyền giáo này tới, mang đến những bài học từ Martin Luther về Phaolô và Chúa Giêsu, giúp họ có thể chiêm nghiệm quyền năng của Chúa trong cuộc sống của chính mình.

Phong trào này củng cố bản sắc văn hóa của Hoa Kỳ như một quốc gia Cơ Đốc Giáo và đặt nền móng cho nhiều phong trào phục hưng ở Mỹ cho các thế hệ tương lai.

Hoa Kỳ cũng trở thành ngọn hải đăng Cơ Đốc Giáo cho thế giới, trở thành trụ sở chính của các phong trào truyền giáo và truyền bá phúc âm trên toàn thế giới trong hai trăm năm tiếp theo.

Phong trào này còn có một tác động độc đáo khác đối với người dân thuộc địa ở Mỹ. Nói cách khác, phong trào đã gắn kết họ lại với nhau như một quốc gia Tin Lành hành hương tách biệt khỏi Châu Âu, có một sự độc lập riêng biệt trên lục địa của chúng ta, và được Chúa ban phúc lành.

Kinh nghiệm nhận được sự cứu rỗi cá nhân đã thay đổi đời sống của nhiều người Mỹ khi họ tiếp nhận.

Những người Tin Lành của thời kỳ đầu nhận ra rằng họ có thể tiếp xúc với Chúa trực tiếp mà không cần đến các tư tế làm trung gian. Bài học này đã giải phóng họ khỏi xiềng xích và những dối trá của Giáo Hoàng Công Giáo La Mã. Họ đã tự thoát ly ra khỏi Giáo Hội ấy.

Hơn thế nữa, bài học nhận được sự cứu rỗi trực tiếp từ Chúa đã khiến những người dân thuộc địa nhận ra rằng, họ không cần một người chủ nào khác cai trị họ, như Hoàng Gia Anh, Ngân Hàng Anh hoặc Công ty Đông Ấn Anh.

Chúa là Chủ Nhân duy nhất của họ, và Đức Giêsu là Vua duy nhất của họ. Họ không cần bất kỳ ông vua nào khác.

Phong trào hồi sinh này định hình một bản sắc độc đáo và riêng biệt cho người Mỹ. Nó càng thúc đẩy chủ nghĩa cá nhân, bởi vì sự cứu rỗi là một kinh nghiệm riêng của từng cá nhân và tùy thuộc vào sự đón nhận của mỗi cá nhân ấy.

Lại càng không thể nào phủ nhận tầm quan trọng của Phong Trào Đại Tỉnh Thức đối với cuộc cách mạng năm 1776.

George Whitfield và Benjamin Franklin thậm chí đã cùng nhau phát biểu trước Hạ Viện Anh để phản đối Đạo Luật Đánh Thuế Tem, dẫn đến cuộc cách mạng.

Ta không quên, Phong Trào Tin Lành nguyên thủy đã khiến nhiều nông dân Châu Âu phá đổ Giáo Quyền La Mã. Phong trào Đại Tỉnh Thức cũng khiến những người dân thuộc địa lật đổ những bạo chúa mới nhất của họ là Đế Quốc Anh, Ngân Hàng Anh và Công ty Đông Ấn Anh.

Phong Trào Đại Tỉnh Thức bắt đầu bằng việc nghiên cứu lại bài học đầu tiên trong bốn kinh nghiệm.

Đó là:

1. Kinh Nghiệm Cứu Rỗi: Kinh nghiệm này diễn tiến qua hai bước. Thứ nhất, người nghe nhận thức được rằng sự cứu rỗi là có thật và có thể đạt được bằng cách chấp nhận Chúa Giêsu. Thứ hai, họ nói to, tuyên bố niềm tin của mình vào Chúa Giêsu là Đấng Cứu Thế, cũng như tin vào quyền năng của máu cùng với sự phục sinh của Ngài để cứu họ. Họ cầu xin Chúa cứu rỗi và tuyên bố rằng họ đã được cứu.

Đây chính là kinh nghiệm đầu tiên của Phong Trào Đại Tỉnh Thức.

Khởi đầu của hệ tư tưởng trong Phong Trào Đại Tỉnh Thức diễn tiến như sau:

1. Đức Chúa Trời tạo dựng con người theo hình ảnh của Ngài. Ngài tạo dựng người nam và người nữ.

2. Con người sa ngã vào tội lỗi. Tất cả đều phạm tội và đánh mất vinh quang của Đức Chúa Trời. Mọi người đều phải chết và chịu sự phán xét.

3. Đức Chúa Trời yêu thương thế gian đến nỗi đã ban Con Một của Ngài, hầu cho hễ ai tin vào Con Một ấy thì không bị hư mất mà được sự sống đời đời.

4. Nếu bạn tuyên xưng bằng lời rằng Chúa Giêsu là Chúa và trong lòng tin rằng Đức Chúa Trời đã cho Ngài sống lại từ cõi chết, thì bạn sẽ được cứu rỗi.

5. Chúa Giêsu sẽ trở lại vào cuối thời đại để tập hợp hội thánh của Ngài, trừng phạt kẻ ác, phục hồi mười hai chi tộc Israel và thiết lập vương quốc của Ngài.

PHONG TRÀO KHAI SÁNG

Phong Trào Đại Tỉnh Thức là một sự kiện trọng đại. Nó tạo ra một nền văn hóa và hệ thống tín ngưỡng độc đáo của Hoa Kỳ, đồng thời khơi dậy khát vọng tự do, độc lập và biểu hiện cá nhân trong lòng người Mỹ.

Cùng một lúc với phong trào tâm linh đó, một phong trào trí tuệ cũng đang nảy nở ở Châu Âu, được gọi là Thời Kỳ Phục Hưng. Nó bắt đầu ở Florence, Ý và lan rộng, tạo ra một làn sóng hiểu biết mới ở Pháp và Anh vào những năm 1700.

Thời kỳ này được gọi là Thời Kỳ Khai Sáng. Đó là thời kỳ mà nhân loại hoàn toàn thoát khỏi giai đoạn đen tối của mê tín và giáo điều, quan sát thế giới chung quanh bên ngoài và quan sát bên trong nội tâm bằng sự hợp lý và bằng lý trí.

Thời Kỳ Khai Sáng không những chỉ là Thời Đại của Lý Trí, và Lý Trí vốn là một trong những công cụ được sử dụng, nhưng cốt lõi của Thời Kỳ Khai Sáng còn là khát vọng của con người muốn biết sự thật. Họ khám phá sự thật về chính phủ, về kinh tế; sự thật về cơ thể; sự thật về tâm trí; sự thật về xã hội, nghệ thuật, sự sáng tạo, cái đẹp, ý thức; và sự thật về mọi thứ.

Như đã nói, các nhà tư tưởng Khai Sáng đã sử dụng lý trí như một phương tiện để khám phá sự thật. Phong trào này mạnh mẽ đến mức không thể ngăn cản. Các nhà sử học mô tả Thời Kỳ Khai Sáng là Thời Đại của Lý Trí, trong khi thực tế, đó là Thời Đại của Sự Thật. Họ bắt đầu viết sách, viết tiểu luận và xuất bản những tác phẩm này.

Cùng vào thời điểm đó tại thuộc địa ở Mỹ, một trong những người tham gia Quốc Hội Lục Địa là một luật sư trẻ ở Virginia tên là Thomas Jefferson. Ông đã đọc ngấu nghiến các tác phẩm của những nhà tư tưởng Khai Sáng từ Anh, Pháp và làm chủ một thư viện khổng lồ chứa các cuốn sách của họ.

Với ba ý tưởng trọng tâm của 3 tác giả Khai Sáng dưới đây, đã định hình hệ tư tưởng Hoa Kỳ của Jefferson, về sau phát huy như một hệ thống tín ngưỡng, đó là Chủ Nghĩa Lập Hiến.

- Nhân vật đầu tiên là một nhà triết học người Pháp tên là René Descartes. Ông nổi tiếng với câu nói: "Tôi suy nghĩ, vậy tôi tồn tại". Bạn có thể đã nghe câu nói này trong văn hóa đại chúng. Đây là bản dịch tiếng Anh thô sơ từ tiếng Pháp. Bản dịch chính xác hơn sẽ là: "Tôi có ý thức; do đó, tôi tồn tại."

Ý tưởng này xuất phát từ cuốn sách gây nhiều ảnh hưởng và bán chạy của Descartes, với tựa đề Meditations, trong đó ông ghi lại nỗ lực bằng cách sử dụng lý trí để chứng minh rằng sự tồn tại là có thật, sau đó xem xét câu hỏi: "Có Chúa không?" Kết luận của ông thông qua thuần lý, là sự tồn tại có thật vì ông có ý thức và khả năng suy nghĩ, đồng thời với việc quan sát những suy nghĩ thật sự của mình.

Câu hỏi về Thượng Đế, Descartes lập luận rằng Thượng Đế nhất định phải tồn tại, bởi nếu không, thì ý thức và khả năng nhận thức về Thượng Đế của ông từ đâu mà có? Bằng chứng cuối cùng của ông là chân lý đơn giản rằng "Không thể có cái gì xuất hiện từ hư không". Đây là một suy nghĩ vô cùng đơn giản, nhưng lại là một chân lý không thể phủ nhận.

Ý tưởng trên là một trong những điểm khởi đầu cho toàn bộ Thời Kỳ Khai Sáng của Châu Âu. Phần lớn các nhà tư tưởng Khai Sáng bắt đầu cuộc tìm kiếm sự thật của Tự Nhiên và cuộc sống với một giả định chính yếu: Thượng Đế là Đấng Tạo Hóa tạo nên vũ trụ và loài người.

Triết lý này được gọi là thuyết hữu thần, là niềm tin có một Đấng Tạo Hóa thiêng liêng. Hầu hết các nhà tư tưởng này khi đi đến kết luận trên, đều hoàn toàn dựa trên phân tích hợp lý, không chịu ảnh hưởng của bất kỳ tôn giáo hay giáo điều nào. Đối với họ, đây là một chân lý của Tự Nhiên; rằng tâm trí, cơ thể, các thiên hà và toàn bộ thiên nhiên đều được thiết kế, chế tác và được tạo ra bởi một Trí Tuệ Tối Cao với một mục đích cụ thể.

- Nhà tư tưởng vĩ đại thứ hai của thời đại này là một người Anh theo đạo Cơ Đốc và là một bác sĩ tên John

Locke. Ông là bác sĩ của hoàng gia và là bạn thân của một nhà tư tưởng Khai Sáng khác là Isaac Newton, cha đẻ của khoa học hiện đại.

Locke đã viết hai bài luận mô tả quan điểm Khai Sáng của ông về vai trò thích hợp của một chính phủ lý tưởng. Những tác phẩm này có ảnh hưởng chính yếu đối với các Cha Lập Quốc ở Mỹ, và một số đoạn trong Hai Luận Thuyết về Chính Phủ của ông được điều chỉnh để thích ứng cho bản Tuyên Ngôn Độc Lập.

Khái niệm trọng yếu của Locke là, Thượng Đế hay Đấng Tạo Hóa đã tạo ra con người bình đẳng trước pháp luật, không theo hệ thống đẳng cấp gồm có quý tộc và nông dân. Ông nhận thấy con người khi sinh ra thì đã được ban cho những thứ như cuộc sống, cơ thể, tiếng nói và trí óc, cùng nhiều thứ khác. Khái niệm này có nghĩa là không thể phủ nhận rằng con người sinh ra đã có quyền sở hữu tài sản riêng. Trong suốt cuộc đời, việc người nam và nữ tích lũy ngày càng nhiều tài sản là một điều tự nhiên.

Locke nhận thấy vai trò thích hợp của chính phủ không phải là cai trị người dân mà là thực thi luật pháp và trật tự với mục đích bảo vệ quyền sở hữu tài sản của công dân. Đối với Locke, nhiệm vụ này là lý do khiến các cá nhân tập hợp lại và đồng ý được quản trị bởi một chính phủ, thay vì sống trong thiên nhiên hoang dã với Tự Do vô giới hạn.

Locke gọi những đơn vị sở hữu này là "quyền tự nhiên". Những ví dụ quan trọng nhất về quyền tự nhiên do Chúa ban tặng trong mắt Locke là cuộc sống, Tự Do và tài sản. Sau này, Jefferson đã điều chỉnh lại thành "cuộc sống, Tự Do và quyền mưu cầu hạnh phúc".

Ảnh hưởng chính yếu thứ ba đối với Jefferson và các Cha Lập Quốc là một giáo sư kinh tế ở Anh tên là Adam Smith.

Adam Smith nghiên cứu và quan sát các thương nhân, chính phủ từ thời Hy Lạp, La Mã và thời đại của ông ở Châu Âu. Ông đã xem xét thương mại, kinh doanh, luật thương mại, sự can thiệp của chính phủ và việc tạo ra của cải, tổng hợp những quan sát của chính ông để viết thành một tác phẩm nổi tiếng gọi là "Sự Giàu Có của Các Quốc Gia"(The Wealth of Nations).

Cuốn sách này xác định và định nghĩa một tập hợp các thực tế và quy luật kinh tế chi phối tất cả hoạt động kinh doanh, thương mại và tiền tệ. Sách đề nghị rằng các cá nhân nên có quyền Tự Do tối đa để thành lập công ty riêng, phát triển các sản phẩm và dịch vụ mới để phục vụ nhu cầu của đồng loại với mức giá mà cả hai bên thỏa thuận, với sự can thiệp hạn chế của chính phủ.

Hệ tư tưởng kinh tế này về sau được định nghĩa là "Chủ Nghĩa Tư Bản Thị Trường Tự Do "sẽ là động lực thúc đẩy khiến Hoa Kỳ trở nên một quốc gia giàu có và thịnh vượng nhất trong lịch sử nhân loại. Đây là bởi vì các Cha Lập Quốc đã đưa những ý tưởng của Smith vào luật tối cao của Hiến Pháp Hoa Kỳ. Họ đã nung đúc chúng trở thành nền tảng cấu trúc quốc gia.

Ta có thể tóm tắt Chủ Nghĩa Lập Hiến bằng những điều cơ bản hợp lý sau đây:

1.	René Descartes: Tôi có ý thức, do đó tôi tồn tại, và do đó Chúa tồn tại. Bởi vì không thể có cái gì xuất hiện từ hư không.

2.	John Locke: Chúa tạo ra con người bình đẳng, ban cho họ những quyền bất khả xâm phạm; trong số đó có quyền sống, quyền Tự Do và quyền sở hữu tài sản cá nhân (quyền mưu cầu hạnh phúc).

3 John Locke: Con người tự thành lập chính phủ để bảo vệ các quyền tự nhiên và tài sản cá nhân của công dân. Nếu các chính phủ này không thực hiện nhiệm vụ của mình, công dân có thể giải tán các chính phủ đó và thành lập những chính phủ mới cho chính họ.

4.   Adam Smith: Bàn Tay Vô Hình của thị trường Tự Do sẽ đáp ứng nhu cầu cũng như mong muốn của người dân, và làm giàu cho quốc gia thông qua việc các doanh nhân theo đuổi lợi ích cá nhân của họ. Họ làm điều này bằng cách tạo ra sản phẩm và dịch vụ để đáp ứng nhu cầu và mong muốn của đồng loại hoặc bằng cách bán sức lao động với sự can thiệp hạn chế của chính phủ.

5.   Thomas Jefferson: Chúng ta coi những chân lý này là điều hiển nhiên.

Bản tóm tắt dưới đây được đơn giản hóa tối đa, nhưng rất quan trọng để hiểu triết lý cơ bản của nền văn minh Tây Phương hiện đại:

1.   Có một đấng Thượng Đế hay đấng Tạo Hóa

2.   Vị Thượng Đế này ban cho chúng ta những quyền bất khả chuyển nhượng

3.   Vai trò hạn chế thích hợp của chính phủ

4.   Chủ Nghĩa Tư Bản Thị Trường Tự Do

5.   Sự thật tồn tại và được chứng minh bằng chứng cớ Những ý tưởng trên là nền tảng của tất cả các hệ tư tưởng

Những ý tưởng này là nền tảng của mọi hệ tư tưởng Hiến pháp và Bảo thủ. Nếu không có Chúa, không có quyền tự nhiên, không có chính phủ hạn chế, không có

Chủ Nghĩa Tư Bản và không có sự thật, thì sẽ không có tự do, quyền tự quyết hay xã hội dân sự.

Thomas Jefferson đã thể hiện khả năng nối kết tất cả các mối dây ý tưởng từ các nhà tư tưởng Khai Sáng kể trên, cùng với những người khác để trở thành một nền tảng khuôn khổ duy nhất.

Những Vị Lập Quốc đã chuyển hóa nền tảng này thành hai văn kiện kiệt tác. Đầu tiên là bản Tuyên Ngôn Độc Lập, tóm tắt những ý tưởng về quản trị từ góc độ của Thời Kỳ Khai Sáng. Thứ hai là bản Hiến Pháp Hoa Kỳ, bao gồm Tuyên Ngôn Nhân Quyền.

Hai văn kiện này là những tác phẩm xuất sắc nhất, chỉ đứng sau Thánh Kinh.

Chính những văn kiện này đã giải phóng thế giới Tây Phương, tái định hình lại tư tưởng và cấu trúc chính trị của Tây Phương trong hai trăm năm mươi năm kế tiếp, vượt qua mười lăm thế kỷ với tư tưởng và cấu trúc chính trị Tây Phương Latin. Tuy nhiên không thể quên rằng những văn kiện này được xây dựng dựa trên những ý tưởng của các triết gia trong Thời Kỳ Khai Sáng.

Các triết gia Khai Sáng là những người cha tinh thần của Phong Trào Tự Do. Nhưng Thomas Jefferson mới là người cha tinh thần của phong trào này. Ông đã tập hợp toàn bộ các triết lý đó và truyền bá ra thế giới. Chủ Nghĩa Bảo Thủl à hệ tư tưởng hiện đại tồn tại để bảo vệ và duy trì thể chế Cộng Hòa Lập Hiến và Chủ Nghĩa Tư Bản cho chính chúng ta và các thế hệ tương lai.

Cấu trúc suy nghĩ mới này đã xóa bỏ hệ thống giai cấp của lãnh chúa, nông dân, vua chúa và thần dân, biến tất cả mọi người thành công dân bình đẳng thông qua quyền bầu cử cũng như được bảo vệ bình đẳng trước pháp luật.

Hệ thống mới này sẽ xóa bỏ tuyên ngôn về quyền cai trị thượng tôn của hoàng gia, để thay vào đó thiết lập một chính phủ do dân bầu ra, của dân và vì dân.

Trong hệ thống này, có những cơ chế kiểm soát và cân bằng để bảo vệ người dân khỏi chính phủ và tạo cơ hội cải cách nếu chính phủ đó trở nên bất ổn.

Như chúng ta đã nói ở trên, hệ tư tưởng mới này khi được thực hành, sẽ thay đổi nền văn minh nhân loại mãi mãi. Đó là một lý thuyết mà một khi được thử nghiệm trong đời sống thực tế, nó thành công đến mức sẽ khơi mào cho các kỷ nguyên Tự Do và hiện đại, hoàn toàn biến đổi cuộc sống thành những gì mà chúng ta đang thực nghiệm hôm nay.

CHƯƠNG 5

KHAI SÁNG BÓNG TỐI NGUỒN GỐC THỰC SỰ CỦA CÁNH TẢ

Javier Milei, một nhà kinh tế học 52 tuổi và nhân vật truyền hình với bộ tóc mai kiểu Wolverine và mái tóc Elvis Presley, gần đây đã trở thành Tổng Thống Argentina.

Trong chiến dịch tranh cử, ông đã có một cuộc phỏng vấn truyền hình nảy lửa với một người dẫn chương trình nữ Tự Do tóc vàng. Cô ta nhìn ông trân trối, há hốc miệng, kinh hoàng trước những phát biểu của ông. Đó là một khoảnh khắc đáng kinh ngạc trong truyền thông hiện đại. Những gì ông tóm lược chỉ trong 45 giây đã khiến thế giới chính trị bùng cháy.

Quan trọng hơn, bản tóm lược của Milei đã làm thay đổi hoàn toàn cục diện chính trị. Trong một đoạn video lan truyền mạnh mẽ, Milei đã đưa một phong trào bảo thủ từ thế phòng thủ sang thế tấn công.

Cuối cùng, đã có một người đại diện cho các giá trị bảo thủ của Phương Tây nói ra sự thật mà không xin lỗi hay khoác lên mình vẻ chuyên nghiệp u ám. Thay vào đó, ông tuyên bố sự thật hừng hực lửa với thái độ nghiêm chỉnh.

145

Người đàn ông này đã chứng kiến cảnh tả phá hủy đất nước mà ông yêu quý, đất nước nơi ông lớn lên, và ông không thể nào chịu đựng được nữa. Ông phẫn nộ. Và chính đó là khoảnh khắc khi sự thay đổi thực sự xảy ra khi người dân cuối cùng cũng không chịu đựng được nữa và bắt đầu phản kháng. Khi họ hoàn toàn chán ngán. Sau đây là lời lẽ thẳng thừng ông nói:

"Không thể nhượng bộ bọn cánh tả rác rưởi dù chỉ một tấc. Tất cả bọn tập thể, mọi dạng tập thể đều là đồ rác rưởi!

"Nếu anh nghĩ khác chúng, chúng sẽ giết anh. Đó chính là vấn đề. Không thể nhượng bộ bọn tả dù chỉ một tấc; nếu anh nhượng bộ, chúng sẽ dùng nó để hủy diệt anh.

"Không thể thương lượng với đám cánh tả hôi thối. Anh không thương lượng với rác hôi thối, vì chúng sẽ kết liễu đời anh!

"Đây là thực tại của phe cánh tả. Nếu một người thuộc phe chúng, hắn ta quàng khăn xanh (ủng hộ phá thai) và suốt ngày la hét về chủ nghĩa tân tự do, thì chúng che dấu đi.

"Nếu bỗng nhiên có một nhà báo — người của chúng — quấy rối một nhà báo khác, chúng che dấu ngay. Một khi là người của chúng, chúng che dấu. Chúng che dấu mọi thứ lệch lạc đó.

"Còn nếu anh ở phía bên kia, chúng sẽ hủy diệt anh. Chúng sẽ giết anh, chúng sẽ ném mọi thứ vào anh, chúng không quan tâm nếu phá hủy toàn bộ cuộc đời anh. Vì sao? Chỉ vì anh không nghĩ giống chúng.

"Và anh biết điều hay nhất trong tất cả chuyện này là gì không? Vì là con người, ai cũng có thể sai lầm, chúng buộc chúng ta phải trở nên tốt hơn. Và vì chúng ta đang trở nên tốt hơn chúng, vì chúng ta đang nghiền nát chúng trong cuộc chiến văn hóa, chúng ta không chỉ vượt trội về kinh tế, mà còn vượt trội về đạo đức, vượt trội về thẩm mỹ, vượt trội hơn chúng trong mọi thứ, và điều đó khiến chúng thêm cuồng nộ.

"Và vì chúng không thể đánh bại chúng ta bằng lập luận thật sự, chúng chỉ biết dùng bộ máy đàn áp của Nhà nước với núi tiền thuế của dân để tiêu diệt chúng ta. Vậy mà chúng vẫn đang thua!

"Chúng buộc phải gỡ bỏ danh sách đen. Quý vị hiểu không? Chúng đang THUA! Chúng đang tuyệt vọng! Đám tả rác rưởi đang thua trong cuộc chiến văn hóa! Lần đầu tiên trong lịch sử, chúng bị dồn vào chân tường! ĐÁM TẢ RÁC RƯỞI HÔI THỐI ĐANG THUA!"

Những video như thế này là những khoảnh khắc khi mọi thứ bắt đầu thay đổi. Đó là bước ngoặt khi pe bảo thủ ngừng thúc thủ trước cánh tả và bắt đầu phản công. Khi chúng ta, cuối cùng cũng chấm dứt việc đầu hàng đất nước, tiền thuế, Tự Do của chúng ta, và giờ đây là sự hồn nhiên của con cái mình sẽ chứng minh cho những kẻ xu nịnh vô thần này biết.

Một phong trào đang âm thầm nổi lên khắp Phương Tây, đưa các lực lượng chính trị của chúng ta vào các vị trí quyền lực, nhằm thực hiện những cải cách thể chế quy mô lớn và phá sập tòa tháp của chủ nghĩa Mác cánh tả trên toàn bộ thế giới Phương Tây.

Nhưng để thành công, chúng ta phải hiểu rõ mình đang đối đầu với ai về mặt chính trị. Phần này sẽ quay lại xem xét nguồn gốc đen tối của chủ nghĩa cánh tả, những người khai sinh ra nó, hệ tư tưởng, chiến thuật, tầm nhìn cho thế giới và các mục tiêu trước mắt của nó. Đã đến lúc phong trào Tự Do trên toàn cầu một lần nữa tràn qua Phương Tây để bảo vệ Tự Do và thịnh vượng trước làn sóng cánh tả này.

Như Milei ngụ ý, đây không phải là những con người biết lý lẽ. Những kẻ cánh tả này sẽ hủy diệt bất kỳ ai cản đường hoặc chống đối họ. Chúng ta không thể cho phép những con người như vậy nắm giữ quyền lực hay cai trị xã hội của mình. Điều đó là không thể chấp nhận được. Các quốc gia Phương Tây là những nền cộng hòa lập hiến tự do, không phải là "nền Dân Chủ tự do" như cánh tả vẫn gọi.

Hệ thống của chúng ta tồn tại để nuôi dưỡng chính quyền đại diện dựa trên sự đồng thuận của người dân. Chúng ta phải đòi hỏi sự đại diện từ những cá nhân chia sẻ các giá trị, hệ tư tưởng và mục tiêu của chúng ta cho đất nước mình. Đó mới là đại diện thực sự. Chúng ta không được phép để những kẻ Mác-xít vô thần "cánh tả rác rưởi" tiếp tục thống trị các cơ quan chính quyền, truyền thông, trung tâm Giáo dục, và những lĩnh vực tương tự.

KHAI SÁNG BÓNG TỐI

Vài thập niên sau khi phong trào Khai Sáng tạo dựng nước Mỹ, một phong trào đối nghịch đã xuất hiện nhằm chống lại những tư tưởng của các nhà tư tưởng như Locke và Jefferson.

Tôi gọi phong trào thứ hai này là Khai Sáng Bóng Tối, vì nó nhằm đảo ngược những thực tại đã hình thành từ thời Khai Sáng.

Hệ tư tưởng xấu xa này, Khai Sáng Bóng Tối, từ đó đã

di căn, lan rộng và trở thành ung thư của nền văn minh mà chúng ta đang phải đối đầu trong thời đại này. Nếu Phong trào Thức Tỉnh, thời Khai Sáng và Cách mạng Hoa Kỳ là cội nguồn của Chủ Nghĩa Bảo Thủ hiện đại, thì KHAI SÁNG BÓNG TỐI chính là câu chuyện về nguồn gốc của Chủ nghĩa Cánh Tả hiện đại và toàn bộ những sản phẩm tư tưởng quái dị của nó.

NHỮNG NGƯỜI CHA TƯ TƯỞNG CỦA KHAI SÁNG BÓNG TỐI
CHARLES DARWIN

Người cha tư tưởng đầu tiên của Khai Sáng Bóng Tối là một thành viên của Hội Hoàng gia Anh, Charles Darwin. Ông ta là "pháp sư tối cao" của thuyết thượng đẳng chủng tộc, một lý thuyết diệt chủng mang danh khoa học, và chủ nghĩa vô thần Phương Tây. Có lẽ bạn biết ông ta qua học thuyết tiến hóa chưa từng được chứng minh, thứ đang bị nhồi nhét một cách cưỡng bức vào đầu óc mọi học sinh ở Phương Tây. Học thuyết đó còn gọi là chọn lọc thiên nhiên.

Charles Darwin là một nhà thiên nhiên học nghiên cứu thế giới của thiên nhiên.

Vào thời đó, con người đang cố gắng hiểu xem muôn loài động vật, thực vật và con người đã đến từ đâu.

Người Kitô hữu tin rằng Thiên Chúa đã tạo dựng sự sống trên Trái Đất trong sáu ngày, như Môsê đã ghi lại trong sách Sáng Thế.

Nhưng những người khác, xuất phát từ thời Khai Sáng, thời đại khám phá, muốn có một câu trả lời "chính xác" hơn là một bản văn 4.000 năm tuổi do Môsê viết ra. Khát vọng này càng trở nên cấp bách khi nhiều hóa thạch khủng long cổ đại và đã tuyệt chủng được phát hiện.

Charles Darwin và những người khác đã xây dựng các học thuyết nhằm giải thích nguồn gốc của vạn vật từ một góc nhìn khoa học hiện đại.

Darwin đã đến quần đảo Galapagos và nghiên cứu các loài động vật bị cô lập tại đó. Ông quan sát thấy sự khác biệt trong hình dạng mỏ chim sẻ và các loài khác, chúng có những đặc điểm hình thể khác với những cá thể cùng loài ở nơi khác.

Từ những quan sát này, ông phát triển học thuyết tiến hóa dựa trên chọn lọc tự nhiên. Học thuyết này cho rằng mọi loài đều bắt nguồn từ một tổ tiên chung hoặc một "cây gia phả" phân nhánh thành nhiều cành qua hàng triệu năm, từ đó hình thành sự đa dạng của giới động vật và thực vật mà chúng ta thấy ngày nay.

Tuy nhiên, Darwin không chỉ tìm cách giải thích nguồn gốc của vạn vật. Ông còn cố gắng trả lời câu hỏi về các chủng tộc "cao cấp" và "thấp kém" của loài người mà ông quan sát thấy, trong đó ông đề cập đến các chủng tộc Anglo, Germanic, Ấn Độ, Á Châu và Phi Châu, cùng nhiều nhóm khác.

Darwin đã viết hai tác phẩm lớn trong sự nghiệp của mình. Tác phẩm đầu tiên, có lẽ bạn được dạy, có tên là Nguồn Gốc

Các Loài. Tuy nhiên, đó không phải là nhan đề ban đầu của ấn bản đầu tiên. Thực ra, cuốn sách của Darwin có tên là:"Về Nguồn Gốc Các Loài bằng Con Đường Chọn Lọc Tự Nhiên, hay Sự Bảo Tồn Các Chủng Tộc Được Ưa Chuộng trong Cuộc Đấu Tranh Sinh Tồn".

Darwin xuất bản tác phẩm này tại London vào năm

1859.

Thật kỳ lạ, phải không, khi nhan đề ấy sau đó bị thay đổi?

Hệ quả của cuốn sách này là gì? Học thuyết của Darwin mang theo dư âm của những hệ lụy nghiêm trọng đối với nhân loại. Nó đưa ra một luận cứ và nền tảng đạo lý mới để nhìn nhận sự sống, chủng tộc và luân lý.

Trong học thuyết này, những người bác bỏ quan niệm Do Thái và Kitô Giáo về Sự Sáng Tạo trong Kinh Thánh giờ đây có một huyền thoại riêng để giải thích nguồn gốc sự sống mà không cần đến một Đấng Tối Cao hay Đấng Sáng Tạo.

Đó chính là mục đích chính của Darwin: loại bỏ Thiên Chúa, xóa Ngài hoàn toàn khỏi câu chuyện của nhân loại. Nhưng học thuyết của ông không chỉ dừng lại ở đó mà nó còn tạo ra một hệ tư tưởng mới.

Nó tạo ra niềm tin rằng một số con người "thích nghi" hơn những người khác do các "quy luật của Thiên Nhiên". Nó dạy rằng thiên nhiên là một cuộc đấu tranh, một cuộc cạnh tranh giữa cá nhân và tập thể để sinh tồn.

Kẻ mạnh sẽ sống sót và sinh sôi, còn kẻ yếu và kém thích nghi sẽ bị đào thải và tuyệt chủng.

Học thuyết này khởi đầu trong giới động vật nhưng nhanh chóng được áp dụng sang con người.

Trong thuyết Darwin, không chỉ những con linh cẩu hay sư tử mạnh nhất sống sót bằng cách tiêu diệt đối thủ; các "chủng tộc người" được cho là ưu việt cũng phải làm điều tương tự để tồn tại và phát triển.

Tác phẩm thứ hai của Darwin bị che dấu nhiều hơn,

đã mở rộng và kết nối thuyết chọn lọc trong thiên nhiên với nền văn minh nhân loại. Cuốn sách đó mang tên Sự Thăng Hoa của Con Người – *The Descent of Man*, trong đó Darwin trình bày niềm tin của mình về các chủng tộc người cao cấp và thấp kém, cũng như sự ưu việt di truyền của đàn ông da trắng Châu Âu.

"Từ những thời xa xưa nhất, các bộ tộc thành công đã thay thế các bộ tộc khác. Ngày nay, các quốc gia văn minh ở khắp nơi đang thay thế các quốc gia man rợ."

"Các quốc gia Phương Tây Châu Âu… nay vượt xa tổ tiên man dã của họ và đứng trên đỉnh cao của nền văn minh."

"Trong một tương lai không xa, tính theo thế kỷ, các chủng tộc văn minh của loài người gần như chắc chắn sẽ tiêu diệt và thay thế các chủng tộc man rợ trên toàn thế giới."

— Charles Darwin, *The Descent of Man*

Trong số các "chủng tộc man rợ" này, Darwin trực tiếp nhắc đến người Phi Châu và các bộ lạc thổ dân Úc, và ví họ là còn gần gũi với khỉ đột (*Descent of Man*, tr. 201).

Trong cuốn sách này, Darwin sử dụng "sự sinh tồn của kẻ thích nghi nhất" để biện minh cho chủ nghĩa phân biệt chủng tộc, thuyết thượng đẳng da trắng, sự vượt trội của nam giới so với nữ giới, việc diệt chủng các nhóm bị coi là thấp kém như người Phi Châu và thổ dân Úc, cũng như chủ nghĩa bành trướng và thực dân.

Thật khó tin rằng, chính "Chúa Tể Bóng Tối" của chủ nghĩa cánh tả, hệ tư tưởng tự xưng là giải phóng và cứu rỗi phụ nữ và các nhóm thiểu số, lại tạo ra một học thuyết coi phụ nữ và các nhóm thiểu số là thấp hèn và kém tiến hóa hơn người đàn ông da trắng "ưu việt".

Những giáo huấn này tạo ra một nghịch lý lớn. Nhưng xin đừng lo vì các trường công lập sẽ không dạy cho học sinh toàn bộ hệ tư tưởng của Darwin, mà chỉ dạy phần giúp các em hiểu rằng không có Thiên Chúa nào tồn tại để ban cho họ các quyền con người bất khả xâm phạm.

Nhóm đầu tiên tiếp nhận tư tưởng của Darwin là người Đức. Họ từ lâu đã tin mình là chủng tộc ưu việt nhất Châu Âu, và giờ đây Darwin đã cung cấp cho họ một "lời giải thích khoa học" để xác nhận niềm tin đó.

Chỉ trong vài thập niên, người Đức đã thực dân hóa một vùng ở Tây Nam Phi, nơi nay là Namibia. Dựa trên học thuyết Darwin, tướng Đức Lothar von Trotha đã tiến hành một chiến dịch diệt chủng nhằm xóa sổ các bộ tộc Herero và Nama.

Người Đức đã tàn sát hơn 100.000 người Phi Châu trong chiến dịch này. Vụ thảm sát này được coi là cuộc diệt chủng đầu tiên của thế kỷ 20, và là tiền thân của cuộc Đại Thảm Sát Do Thái tại Đức Quốc Xã trong thập niên 1930–1940.

Việc bỏ đói, tra tấn, cưỡng hiếp và tàn sát người Phi Châu còn đi kèm với những thí nghiệm khoa học man rợ mà người Đức tiến hành trên họ. "Bãi thử" này đã trở thành mảnh đất huấn luyện màu mỡ cho Josef Mengele, kẻ sau này lãnh đạo các thí nghiệm diệt chủng khoa học của chế độ Quốc Xã.

Darwin chính là một "nhà truyền Giáo", một "đại Giáo sĩ" đã trao cho con người ý tưởng trí thức, đã cho phép họ vứt bỏ tất cả và xóa Thiên Chúa khỏi câu chuyện của nhân loại.

Đó chính là điều mà thuyết Darwin mang lại. Nó

khiến con người tin rằng họ đã thoát khỏi Thời Kỳ Tăm Tối, không còn là những kẻ sống trong hang động hay lâu đài mê tín. Họ là những con người "khai sáng", "khoa học", "hiện đại", hiểu rằng Kitô Giáo, giống như các truyền thuyết cổ xưa khác, chỉ là một huyền thoại.

Những câu chuyện trong Kinh Thánh chỉ là truyền thuyết và cổ tích, giống như Hercules và các thần thoại khác chỉ là một tập hợp những câu chuyện và ngụ ngôn cổ xưa.

Giờ đây, họ cho rằng họ đã "khai sáng", đã "khoa học", đã "hiện đại". Họ tin rằng không có Thiên Chúa, rằng tất cả chúng ta tiến hóa từ một tổ tiên chung, bò ra từ bùn nhão nguyên thủy. Đó là Darwinism, thuyết Darwin, tất cả chúng ta bò ra từ bùn, và không có Thiên Chúa.

Vào thời của Darwin, người ta chưa hiểu nhiều về di truyền học, vi sinh học hay cấu trúc tế bào. Họ chưa biết đến nhiễm sắc thể và chỉ có hiểu biết rất sơ khai về hồ sơ khảo cổ.

Vì vậy, họ không thể biết rằng, vào năm 2024, sau khi hàng triệu người vẫn còn tin theo học thuyết này, vẫn không có bằng chứng nào chứng minh bất kỳ lý thuyết nào của Darwin.

Trong khi đó, khái niệm Sáng Tạo đã bị loại bỏ khỏi sách Giáo khoa, cũng như học thuyết đối nghịch với tiến hóa. Trẻ em Phương Tây ngày nay bị lập trình sẵn bằng thuyết Darwin. Vì sao? Vì đó chính là con đường dẫn đến các căn bệnh ý thức hệ, điểm khởi đầu then chốt của tiến trình ung thư hóa.

Học thuyết của Darwin đã tạo ra một nền tảng luận cứ mới cho nền văn minh Phương Tây, đối nghịch hoàn toàn với nền tảng do Descartes, Locke, Adam Smith và

Jefferson xây dựng.

Hệ niềm tin của thời Khai Sáng bắt đầu như sau: *Tôi có ý thức, nên tôi tồn tại; và do đó Thiên Chúa tồn tại vì không có gì có thể sinh ra từ hư vô.*

Hệ niềm tin mới từ Darwin bắt đầu như sau:

1.   Không có Thiên Chúa. Mọi sự sống đều phát sinh từ bùn nhão nguyên thủy và tiến hóa qua vô số thời đại.

2.   Tất cả những gì tồn tại chỉ là sự cạnh tranh và sự sinh tồn của kẻ thích nghi nhất. Kẻ mạnh và "ưu việt" thống trị và nuốt chửng kẻ yếu. Điều này đúng cho cả động vật lẫn con người.

Đây là hai câu chuyện hoàn toàn khác nhau. Chúng mô tả hai thực tại, hai thế giới và hai viễn cảnh tương lai hoàn toàn khác biệt.

Câu chuyện thứ nhất là nền tảng lý luận của thời Khai Sáng, tạo nên các hệ tư tưởng của thuyết hữu thần (niềm tin vào Đấng Sáng Tạo), chủ nghĩa lập hiến, và Chủ Nghĩa Tư Bản, hợp lại thành Chủ Nghĩa Bảo Thủ hiện đại.

Câu chuyện thứ hai là nền tảng lý luận của các hệ tư tưởng xuất phát từ Khai Sáng Bóng Tối, sau này được gọi là Chủ Nghĩa Cánh Tả hiện đại, Chủ Nghĩa Tự Do, Thức Tỉnh, và Chủ Nghĩa Toàn Cầu.

Một hệ tư tưởng đầu đã tạo ra nước Mỹ. Hệ tư tưởng thứ hai đã tạo ra Đức Quốc Xã, Liên Xô, Trung Quốc Cộng Sản, và hiện đang tìm cách chinh phục nước Mỹ và Phương Tây.

Hai hệ niềm tin này hoàn toàn không thể dung hợp với nhau được!

Giờ chúng ta sẽ chuyển sang "người cha bóng tối"

thứ hai của Khai Sáng Bóng Tối.

Câu chuyện từ đây sẽ còn tồi tệ hơn rất nhiều.

FRIEDRICH NIETZSCHE

Người cha thứ hai của phong trào Khai Sáng Bóng Tối này là một triết gia người Đức.

Vào thế kỷ XIX, đã xuất hiện một nhóm triết gia được gọi là chủ nghĩa hiện sinh. Họ vật lộn với thế giới mà họ đang sống, một thế giới vừa giành được nhiều Tự Do mới, đạt được các đột phá hiện đại, và chứng kiến sự trỗi dậy của khoa học. Họ đặt câu hỏi: tất cả những điều đó có ý nghĩa gì? Sự hiện hữu của con người và mục đích của vạn vật là gì? Nietzsche là nhân vật hiện sinh nổi bật nhất trong số họ.

Nếu bạn theo học tại một đại học thiên tả ở Phương Tây, đặc biệt trong các ngành triết học, khoa học chính trị, khoa học xã hội, hay tâm lý học, bạn sẽ bị tẩy não để yêu mến Nietzsche như một anh hùng dân gian. Tuy nhiên, sự thật thì hoàn toàn ngược lại. Ông ta là điềm báo của sự chết. Ông là một trong những lãnh chúa bóng tối của thời kỳ Khai Sáng Bóng Tối, một phong trào tư tưởng đã dẫn đến cái chết của hơn một trăm triệu người vô tội trong thế kỷ XX.

Là một trong những nhân vật khai sinh của Khai Sáng Bóng Tối tại Đức, Nietzsche tìm kiếm ý nghĩa của đời sống con người Châu Âu hậu Khai Sáng, nhưng không tìm trong đức tin truyền thống của quốc gia mình là Kitô Giáo. Ông bác bỏ đức tin ấy, cho rằng nó bị áp đặt lên dân tộc mình bởi quyền lực thống trị của Giáo hội Công Giáo La Mã.

Thay vào đó, Nietzsche quay về tìm kiếm cội nguồn

tinh thần nơi một tôn Giáo phương Đông cổ đại của người Ba Tư, được gọi là Hỏa Giáo - Zoroastrianism. Truyền thống này trở thành lịch sử tâm linh mà ông ta mong muốn gắn kết.

Nietzsche viết rất nhiều tác phẩm triết học trong suốt sự nghiệp của mình, nhưng toàn thể tư tưởng của ông có thể được tóm lược trong ba chữ đơn giản:

THƯỢNG ĐẾ – ĐÃ – CHẾT.

Nietzsche lập luận rằng các khám phá khoa học hiện đại và những học thuyết như Darwinism đã giết chết Thượng Đế trong tâm trí và trí tưởng tượng của xã hội đương thời, ít nhất là đối với tầng lớp trí thức có học thức như ông và những người cùng thời.

Ông cho rằng, đối với xã hội hiện đại, Thượng Đế đã chết, hoặc chỉ còn là một khái niệm mê tín lỗi thời mà xã hội không còn cần đến.

Ý tưởng này được xây dựng trên nền tảng Darwin, dù hai người sống và viết trong cùng một thời kỳ.

Nietzsche lập luận rằng, nếu niềm tin ấy là đúng, thì nó sẽ dẫn đến những hệ quả vô cùng nghiêm trọng.

Nếu Thượng Đế thực sự đã chết, thì:

1. Cuộc sống không có mục đích (chúng ta chỉ bò lên từ bùn lầy để sinh tồn và giao phối, không hơn không kém).

2. Không tồn tại luật luân lý (đúng và sai không còn thực sự tồn tại).

3. Không có đời sau (không thiên đàng, không địa ngục; không phần thưởng hay hình phạt cho hành vi thiện hay ác; không còn động lực để sống thiện hay tránh điều ác).

4.   Thứ duy nhất còn lại là "ý chí quyền lực", cùng với khoái lạc, cái đẹp và việc kéo dài đời sống càng lâu càng tốt.

Đó là những kết luận của Nietzsche sau khi ông thành thật chiêm nghiệm ý nghĩa của sự tồn tại trong một thế giới mà Darwinism là đúng, và Kinh Thánh chỉ là một huyền thoại cổ xưa.

Từ đây hình thành một nguồn gốc triết học mới của chủ nghĩa hư vô, tức quan niệm rằng mọi thứ đều vô nghĩa, khiến con người từ bỏ mọi hy vọng.

Đây cũng là nguồn gốc của chủ nghĩa tương đối luân lý, theo đó đúng và sai không phải là những chuẩn mực bất biến cho toàn xã hội, mà do từng cá nhân tự xác định, dựa trên cảm xúc và niềm tin của họ tại mỗi thời điểm.

Nó cũng là một nguồn gốc quan trọng của chủ nghĩa vô thần, không có Thượng Đế hiện hữu, không có đời sau, không có lý do để tìm kiếm Thượng Đế, để sống thiện nhằm làm đẹp lòng Ngài, hay để đuổi bắt bất cứ giá trị tâm linh nào trong đời sống.

Điều quan trọng nhất mà Nietzsche đã làm cho phong trào cánh tả đang hình thành của Khai Sáng Bóng Tối là cung cấp cho họ một mục đích thay thế cho đời sống, sau khi Darwin đã tước bỏ khỏi họ mọi ý nghĩa và mục tiêu lâu dài.

Ông đề xướng khái niệm "ý chí quyền lực". Ông tin rằng đời sống không chỉ là sinh tồn của kẻ mạnh nhất, mà ý nghĩa thật sự nằm ở sự việc chạy theo quyền lực lớn hơn bằng mọi phương tiện có thể. Ông giảng dạy rằng đây chính là ý nghĩa tối hậu của tồn tại, cùng với việc chăm chú vào khoái lạc, cái đẹp và kéo dài tuổi thọ trên cõi trần.

Xét cho cùng, điều duy nhất mà những tín đồ của Khai Sáng Bóng Tối có thể trông đợi là một giấc ngủ dài trong lòng đất và bị giun dế rỉa thịt. Vậy thì, họ cho rằng tốt hơn hết là kéo dài 80 đến 100 năm này càng lâu càng tốt.

Thật khó có thể diễn tả hết mức độ ảnh hưởng sâu rộng và quyền lực của tư tưởng Friedrich Nietzsche đối với nền văn minh Tây Phương. Những tư tưởng này là trung tâm của phong trào ý thức hệ cánh tả và là nền móng cho hệ thống niềm tin và tư duy hiện nay của họ.

Nietzsche đã và vẫn là trụ cột trong Giáo dục bậc cao. Tại Phương Tây, các trường trung học và trung học phổ thông nhồi nhét học sinh bằng giáo huấn của "Giáo sĩ bóng tối" Charles Darwin.

Sau đó, các đại học sẽ "khai tâm" cho sinh viên lớn tuổi hơn, đưa họ gia nhập Giáo phái cánh tả bằng cách tẩy não họ với giáo lý của chính lãnh chúa bóng tối Friedrich Nietzsche.

Bạn có thể hỏi:"Làm sao Stalin, Lenin, Hitler và Mao có thể giết hại nhiều người dân của mình đến vậy mà vẫn ngủ yên ban đêm?"

Câu trả lời là:"Họ tin vào Giáo huấn của Friedrich Nietzsche."

"Và làm sao những người tương thuận Chủ Nghĩa Tự Do ngày nay có thể cổ xúy cho những chính sách tàn bạo như việc phá thai hàng loạt, giết trẻ sơ sinh, triệt sản cưỡng bức, chích ngừa cưỡng ép, chiến tranh…?"

Câu trả lời vẫn vậy:" Họ tin vào giáo huấn của Friedrich Nietzsche."

Có thể nói rằng, tín đồ số một của Nietzsche không

ai khác chính là Adolf Hitler.

Hitler bị ám ảnh bởi tư tưởng của Nietzsche, trực tiếp rút ra triết lý "kẻ mạnh là lẽ phải" từ tư tưởng đó. Năm 1934, sau khi Hitler trở thành Thủ Tướng Đức, ông ta đã đến thăm kho lưu trữ của Nietzsche, nơi em gái của Nietzsche trao tặng cho Quốc Trưởng cây gậy đi bộ của ông. Hitler thường gửi sách của Nietzsche cho bạn bè và thân tín, và hay trích dẫn Nietzsche ông. Phát Xít Đức đã thay thế Kinh Thánh bằng tác phẩm "Zarathustra đã nói như thế" trong các nghi lễ hôn phối của họ.

Giới chỉ huy Quốc Xã coi là "người báo hiệu của một kỷ nguyên mới cho nhân loại". Nietzsche xem Kitô Giáo và Do Thái Giáo là "đạo đức nô lệ", cần bị lật đổ và thay thế bằng tinh thần "kẻ mạnh là lẽ phải". Ông kêu gọi tiêu diệt những kẻ yếu đuối, bệnh tật để nhường chỗ cho Siêu Nhân (Übermensch), và cổ xúy cho những nhà quản trị cứng rắn, sẵn sàng giết chóc.

Một lần nữa, hãy nhìn vào lý luận của Khai Sáng Bóng Tối, dựa trên đóng góp trí tuệ của Nietzsche:

Niềm tin của Khai Sáng Bóng Tối

1.   Không có Thượng Đế. Mọi sự sống ngoi lên từ bùn lầy nguyên thủy và tiến hóa qua hàng triệu năm.

2.   Tồn tại chỉ là sự cạnh tranh và sinh tồn của kẻ mạnh nhất. Kẻ mạnh và ưu việt thống trị và nuốt chửng kẻ yếu, và điều này đúng cho cả động vật lẫn con người.

3.   Vì Thượng Đế đã chết, nên không có mục đích sống, không có chân lý, không có luật luân lý, và không có đời sau.

4.   Thứ duy nhất còn lại cho con người là ý chí về quyền lực, khoái lạc, cái đẹp và kéo dài sự sống của chính mình.

Anh có thấy hai lập luận hợp lý nầy đang tách rẽ thành hai dạng ý thức nhân loại hoàn toàn khác biệt không?

—	Một bên dựa trên Thượng Đế, chân lý và tự do;

—	Còn bên kia dựa trên niềm tin rằng không có Thượng Đế, không có chân lý, và chỉ còn lại việc theo đuổi quyền lực cá nhân.

Anh có thấy có ẩn dụ gì của sự hình thành lập hai luận cứ trên hay không? Không lâu sau, những điều trên sẽ kết tinh thành hai phe ý thức hệ.

—	Một bên là những người bảo thủ thiên hữu;

—	Bên còn lại là những người Tự Do thiên tả, những người cánh tả, những người tôn thờ chủ nghĩa toàn cầu, và phong trào "Thức Tỉnh" cực đoan của thời đại chúng ta.

Tôi muốn dừng lại một chút để khai triển thêm một điểm: luật luân lý và vai trò trung tâm của nó trong ý thức hệ chính trị.

Trong tư tưởng Khai Sáng, có ba loại luật: luật tự nhiên, luật luân lý, và luật nhân tạo (hay còn gọi là luật do con người đặt ra).

Cicero và nhiều nhà tư tưởng khác tin rằng mục tiêu của xã hội và chính quyền là điều chỉnh luật pháp quốc gia sao cho phù hợp với luật của Thượng Đế, được thể hiện qua luật tự nhiên và luật luân lý.

Ý tưởng này hứa hẹn cho phép con người sống như các vị thần. Chúng ta đã chứng kiến lời hứa ấy trở thành hiện thực khi những người lập quốc Hoa Kỳ kiến tạo một chính quyền phù hợp với hai nguyên lý đó, khai sinh ra kỷ nguyên hiện đại.

Chúng ta hãy cùng nhau xem xét.

Quy luật tự nhiên là những quy tắc chi phối Tự nhiên, bao gồm cả con người.

Các ví dụ về các quy luật tự nhiên là các định luật vật lý, như trọng lực hấp dẫn, luật nhân quả, nhiệt động lực học, các quy luật kinh tế, v.v.

Những quy luật này là bất biến và không thể bị phá vỡ, bất kể con người có nỗ lực đến đâu. Chúng là những nguyên tắc chi phối sự tồn tại, được chính Thượng Đế khắc ghi vào cấu trúc của vũ trụ ngay từ thuở sáng tạo.

Những quy luật này sắp xếp vũ trụ thành một trật tự có tổ chức thay vì sự hỗn loạn, bởi vì chúng tạo ra các ranh giới và khuôn khổ cho mọi vật chất và sinh vật. hờ những quy luật này mà mặt trời mọc vào buổi sáng và lặn vào buổi tối; chúng khiến thủy triều dâng lên và rút xuống theo một nhịp điệu nhất định.

Đó chính là các quy luật tự nhiên. Xin nhắc lại, chúng không bao giờ thay đổi.

Thượng Đế cũng khắc ghi một hệ thống quy luật khác vào bản tính con người ngay khi Ngài tạo dựng và nhào nặn nên chúng ta. Những quy luật này được gọi là các quy luật đạo đức.

Đây là những quy tắc ứng xử nhằm kiềm chế nhân loại. Chúng bao gồm các quy định liên quan đến tội giết người, vu khống, trộm cắp, ngoại tình, v.v.

Thượng Đế đã khắc ghi những quy luật này vào tâm thức của loài người ngay từ thời tổ phụ của chúng ta. Chúng ta nhận thức về quy luật đạo đức này ngay từ lúc mới lọt lòng. Nó được gọi là lương tâm – với ý nghĩa "thấu hiểu về điều thiện và điều ác". Đó là di sản mà chúng ta thừa hưởng, và nó bắt nguồn từ Đấng Tạo Hóa – Đấng đã tạo dựng nên chúng ta.

Yếu tố này trong bản tính của mỗi người khiến ta cảm thấy thanh thản hay day dứt về những hành vi của chính mình; nó khiến ta cảm thấy vô tội hay có tội về cách hành xử của bản thân.

Quy luật đạo đức đã hiện hữu trước khi chúng ta ra đời và luôn song hành cùng loài người ngay từ thuở sơ khai. Tuy nhiên, quy luật này đã được Thượng Đế diễn giải tường tận, ghi chép lại và trao truyền cho nhà tiên tri Moses thông qua Mười Điều Răn – những điều răn được khắc trên hai bia đá dành cho dân tộc Israel sau khi họ thoát khỏi Ai Cập.

Luật xác định: "Ngươi chớ giết người" và "Ngươi chớ trộm cắp".

Chúng ta luôn có luật đạo đức. Đó chính là lý do tại sao hành vi giết người hay trộm cắp lại bị coi là phạm pháp tại hầu hết mọi xã hội trên Trái Đất. Tuy nhiên, Thượng Đế diễn giải và làm sáng tỏ quy luật đạo đức này thông qua Mười Điều Răn dành cho dân tộc Israel, hay nói cách khác, ban cho họ "Giao ước của Luật pháp".

Những quy luật này khác biệt so với các quy luật tự nhiên ở chỗ: con người có quyền chọn lựa vi phạm hoặc tuân thủ.

Một người có thể bị cám dỗ đi trộm cắp, nhưng bằng ý chí tự do của người đó, họ quyết định có trộm cắp hay không.

Những luật này tạo ra hai phạm trù: đúng và sai, thiện và ác.

Chúng cũng tạo ra những tình huống tiến thoái lưỡng

nan về đạo đức hoặc những lựa chọn đạo đức.

Chính trên những chuẩn mực về đúng và sai, thiện và ác này mà toàn bộ luật pháp do con người đặt ra được xây dựng.

Luật pháp của con người là những quy định do chính phủ ban hành nhằm định hướng và cầm quyền xã hội. Các ví dụ điển hình bao gồm luật cấm giết người, luật chống trộm cắp và ăn cắp vặt, luật chống hiếp dâm, loạn luân và các hành vi đồi bại khác. Phạm vi này còn mở rộng sang các luật chống khai man, vu khống và lạm dụng quyền lực.

Những đạo luật do con người tạo ra để cầm quyền xã hội thường dựa trên một trong hai triết lý cơ bản.

Đối với những người theo chủ nghĩa bảo thủ mang tư duy Khai sáng, luật pháp của con người phải dựa trên các quy luật đạo đức đã hiện hữu từ trước – những quy luật đặt trên nền tảng của Mười Điều Răn, bộ luật đạo đức của Moses.

Nếu các đạo luật được ban hành mà mâu thuẫn với quy luật đạo đức, thì những luật đó buộc phải được cải cách và thay đổi để phù hợp, bởi lẽ chúng là những đạo luật bất công. Đây chính là lập luận của Abraham Lincoln, người bãi bỏ các đạo luật hợp pháp hóa chế độ nô lệ.

Đây cũng chính là lập luận được Martin Luther King Jr. sử dụng, người góp phần bãi bỏ các đạo luật Jim Crow ở miền Nam Hoa Kỳ thông qua phong trào dân quyền của ông.

Luật pháp của con người buộc phải được cải cách để phù hợp với quy luật đạo đức của Thượng đế. Chế độ nô lệ và phân biệt chủng tộc đều là những chính sách vô đạo đức và bất công – và cuối cùng bị người dân xóa bỏ.

Tuy nhiên, đối với những người theo chủ nghĩa tự do và phe Cánh tả, không nhìn nhận Thượng đế; do đó, tđối với họ, cũng không hề có cái gọi là quy tắc đạo đức hay quy luật đạo đức nào cả. Như Nietzsche từng nhận định: quy luật đạo đức vốn bắt nguồn từ ý niệm rằng có một Thượng Đế.

Đối với những người thuộc phe Cánh tả, việc thay thế quy luật đạo đức bằng chủ nghĩa tương đối đạo đức đồng nghĩa với quan điểm cho rằng: chuẩn mực đạo đức nên được xác định dựa trên bất cứ điều gì có vẻ đúng hoặc cảm thấy đúng đối với một cá nhân hay một nhóm người tại một thời điểm nhất định.

Đây là một quan niệm về đạo đức mang tính tạm thời và luôn biến đổi. Đây là lý do tại sao cánh tả trong một thời kỳ từng mang tư tưởng thanh giáo (puritanical) và bài trừ rượu bia – điển hình là việc thúc đẩy Phong trào Cấm rượu; thế nhưng, chỉ vài thập niên sau đó, chính họ lại chuyển sang cổ súy cho lối sống "tự do yêu đương", quan hệ tình dục phóng khoáng và việc sử dụng ma túy công khai, bắt đầu từ thập niên 60 trở đi.

Chính chủ nghĩa tương đối đạo đức này là động lực thúc đẩy phong trào đấu tranh nhằm tôn trọng quyền phụ nữ. Tuy nhiên, trớ trêu thay, chính phong trào này lại đồng thời tìm cách phá thai và tước đoạt sinh mạng của hàng triệu bé gái vô tội qua các ca phá thai ở giai đoạn thai nhi đã phát triển hoàn chỉnh, thậm chí cả sau khi đứa bé chào đời.

Đối với một người theo chủ nghĩa bảo thủ, hành động này chính là tội ác giết người. Đây chính là sự tước đoạt quyền được sống. Hành động này luôn luôn là một cái ác về mặt đạo đức, bất biến dưới góc nhìn của con người.

Thế nhưng đối với phe Cánh tả, không hề tồn tại bất kỳ chuẩn mực đạo đức bất biến nào. Không có luật đạo đức bởi vì đối với họ, Thượng Đế – đấng ban hành luật đạo đức – đã chết.

Do đó, nền tảng đạo đức của họ được xây dựng dựa trên hệ tư tưởng và những trào lưu văn hóa nhất thời – nó xoay chuyển theo bất cứ chiều gió đạo đức của từng thời điểm. Nó liên tục thay đổi hình hài và diện mạo để phù hợp với những xu hướng phổ biến hiện tại trong phong trào của họ.

Chính tư tưởng này giải thích tại sao những người Cánh tả tại Đức, Nga và Trung Quốc lại có thể ra tay sát hại chính những người hàng xóm và thân nhân ruột thịt trong các cuộc cách mạng mà không hề băn khoăn day dứt một chút nào. Đối với họ, vào thời điểm ấy, hành động này lại được xem là tương đối phù hợp về mặt đạo đức, tất cả vì lợi ích cách mạng, vì sự thành công của các phong trào chính trị mà họ theo đuổi.

Khái niệm về quy luật đạo đức này sẽ trở nên nổi bật hơn khi chúng ta đi sâu thảo luận về quá trình phát triển của trào lưu "Khai sáng Bóng tối" (Dark Enlightenment) diễn ra trong thập niên 1800.

KARL MARX

Nhân vật đứng đầu, "Đại Long Vương", trong số các người cha trí thức của Khai Sáng Bóng Tối chính là Karl Marx.

Ông ta từng viết thơ ca tụng Quỷ Satan và xây dựng nên một hệ triết học tàn độc đến mức có thể khiến chính Satan cũng phải tự hào.

Xét cho cùng, công trình lớn nhất của Satan là nỗ lực lật đổ nền văn minh thiên quốc của Thiên Chúa bằng cách tạo ra một luồng tư tưởng dối trá nhằm dụ dỗ một phần ba các thiên thần phản loạn chống lại Thiên Chúa và dựng nên một chính quyền mới, với Satan làm hoàng đế và "Vua của các Vua".

Sự tương đồng mang tính ma quái giữa công trình của Satan và tư tưởng của Karl Marx là điều không thể phủ nhận. Mác cũng đã tạo ra một tập hợp các lời dối trá mang tính ý thức hệ, đánh trúng vào bản tính con người, nhằm lừa dối một phần lớn các xã hội nổi dậy lật đổ chính quyền của họ và thiết lập các nhà nước toàn trị, với một nhà độc tài toàn năng ở đỉnh quyền lực.

Ý tưởng này được gọi là cách mạng xã hội chủ nghĩa, và nó đã trở thành động lực trung tâm chi phối Chủ Nghĩa Tả Khuynh và nhiều nền văn minh Đông Phương trong thế kỷ XX.

Chúng ta sẽ không đi sâu vào tiểu sử cá nhân của Mác, nhưng cần nói rằng ông xuất thân từ một gia đình Do Thái Đức khá giả. Ông bị cực đoan hóa theo chủ nghĩa xã hội trong thời sinh viên, sau đó di cư sang Anh, nơi ông không thể duy trì bất kỳ công việc ổn định nào và sống dựa vào sự chu cấp tài chính của cha mẹ, gia đình bên vợ, và cuối cùng là người bạn Frederick Engels.

Ông là một kẻ sống ký sinh, đã xuất bản một số tác phẩm. Những đóng góp của ông cho cái ác là vô cùng lớn, và ông có lẽ là kẻ vĩ đại nhất trong số các "người cha bóng tối" của Khai Sáng Bóng Tối.

Mác bị mê hoặc bởi ý tưởng chủ nghĩa xã hội. Ý tưởng này đã tồn tại hàng ngàn năm. Tuy nhiên, trong thời kỳ Khai Sáng Bóng Tối, Karl Marx đã hệ thống hóa nó thành một học thuyết chặt chẽ, mạch lạc và cung cấp một khuôn mẫu cụ thể để tổ chức một xã hội hiện đại dựa trên những nguyên lý đó.

Bằng cách này, Mác đã cung cấp một lộ trình cho những tín đồ trung thành và cực đoan của Nietzsche, những kẻ đang tìm cách tuân theo "điều răn tối thượng" của vị Moses bóng tối của họ nhằm mục đích thực hiện "ý chí quyền lực" để chiếm lấy quyền lực tuyệt đối trong xã hội. Lộ trình Mác-xít này trở thành tấm bản đồ kho báu dẫn đến đích bịnh hoạn và ghê tởm như chúng ta chứng kiến ngày hôm nay.

Những tác phẩm chính của Mác bao gồm Tuyên ngôn Cộng sản và Tư bản luận - Das Kapital.

Học thuyết của ông có thể được tóm lược trong sứ mệnh cốt lõi là xóa bỏ quyền sở hữu tư nhân. Nói cách khác, Mác muốn tước đoạt mọi thứ của người dân bằng bạo lực, tập trung toàn thể tài sản vào tay một nhà nước độc tài, để người dân không còn sở hữu gì cả. Dĩ nhiên, điều này nghe không mấy hấp dẫn, nên Mác đã sử dụng một khẩu hiệu nghe có vẻ nhân đạo hơn để "chào hàng" tư tưởng của mình cho những sinh viên ngây thơ:"Làm theo năng lực, hưởng theo nhu cầu."

Mác không phải là một triết gia đích thực. Ông ta đúng hơn là một dạng nhà thần học thế tục vô thần. Ông muốn tạo ra một tôn giáo thế tục mới, đặt Nhà nước vào vị trí trung tâm, với tham vọng tái tạo ý thức con người, tẩy xóa khát vọng sở hữu tư nhân, và buộc mọi người giao nộp tất cả cho nhà độc tài xã hội chủ nghĩa của cuộc cách mạng hiện thời.

Nhìn vào phương diện này, Mác đã thành công vang dội. Chủ nghĩa Mác đã trở thành hiện thực, và cho đến nay vẫn là một tôn Giáo thống trị của cánh tả và nhiều xã hội Đông Phương.

Nhờ Karl Marx, người dân Bắc Hàn đói khát, bị áp bức, nay phải cúi đầu thờ lạy hình ảnh treo tường của nhà độc tài cộng sản béo tốt, thối nát, nếu không sẽ bị xử bắn. Cảm ơn Karl.

Nhờ Karl Marx, các tín đồ Kitô Giáo tại Trung Cộng buộc phải thờ phượng và nhóm họp trong bí mật, nếu không sẽ bị hàng xóm tố giác, mất điểm tín nhiệm xã hội và bị tống giam. Cảm ơn Karl.

Nhờ Karl Marx, hơn 100 triệu người phản kháng có lương tri cùng những phụ nữ, đàn ông và trẻ em vô tội đã bị giết hoặc chết đói trong thế kỷ XX do ý thức hệ Mác-xít. Cảm ơn Karl.

Và đừng quên hàng triệu người Do Thái và người Châu Âu bị thiêu sống trong các lò hơi ngạt của Đức Quốc xã dưới danh nghĩa của hệ tư tưởng này. Cảm ơn Karl.

Ngày nay, nhiều học giả cánh tả tìm cách phân biệt các kẻ sát nhân hàng loạt, cố dựng lên một câu chuyện giả rằng Mao, Lenin và Stalin thuộc cánh tả, còn Hitler thuộc cánh hữu.

Không gì sai lầm hơn thế.

Hitler lấy trực tiếp các ý tưởng xây dựng đế chế của mình từ chủ nghĩa Mác, rồi pha chế với thuyết phát xít của Mussolini. Ông ta chỉ công kích Mác vì Mác là người Do Thái, Hitler là một kẻ bài Do Thái khét tiếng.

Nhưng Mác-xít chính là học thuyết của chủ nghĩa xã hội. Phong trào của Hitler không được gọi là "Chủ Nghĩa Tự Do Quốc Gia" hay "Chủ Nghĩa Bảo Thủ Quốc Gia".

Đảng của ông ta được gọi là Đảng Quốc Xã – Đảng Xã Hội Chủ Nghĩa Quốc Gia. Chủ nghĩa xã hội là học thuyết thuộc cánh tả, và người cha bóng tối của học thuyết đó không ai khác chính là Karl Marx.

Học thuyết của Mác là gì?

Trong Tuyên Ngôn Cộng Sản, Mác đưa ra mười điểm nền tảng để định nghĩa một nhà nước cộng sản:

1. Xóa bỏ quyền sở hữu tư nhân về đất đai và dùng toàn bộ địa tô cho mục đích công;

2. Thuế thu nhập lũy tiến nặng;

3. Xóa bỏ quyền thừa kế;

4. Tịch thu tài sản của người di cư và những kẻ chống đối;

5. Hoạch định tập quyền tín dụng trong tay nhà nước thông qua ngân hàng quốc gia độc quyền;

6. Hoạch định tập quyền hệ thống truyền thông và giao thông vận tải;

7. Mở rộng các nhà máy và tư liệu sản xuất thuộc sở hữu nhà nước; khai khẩn đất hoang theo một kế hoạch chung;

8. Nhiệm vụ lao động bắt buộc cho tất cả; thành lập các "đạo quân công nghiệp", đặc biệt trong nông nghiệp;

9. Kết hợp nông nghiệp với công nghiệp; xóa bỏ dần sự phân biệt giữa thành thị và nông thôn;

10. Giáo dục miễn phí cho trẻ em trong các trường công lập; xóa bỏ lao động trẻ em; kết hợp Giáo dục với sản xuất công nghiệp.

Và thế là, chúng ta chứng kiến đỉnh điểm của trào lưu "Khai sáng Bóng tối" với sự bổ sung triết lý của vị đại phù thủy bóng tối thứ ba: Mác. Hãy cùng điểm lại quá trình phát triển của triết lý Cánh tả, đặt nó trong sự đối lập với triết lý bảo thủ của trào lưu Khai sáng truyền thống.

Như vậy, với Mác, Khai Sáng Bóng Tối đã hoàn tất tam trụ: Darwin – Nietzsche – Marx.

CÁC NIỀM TIN CỦA TRÀO LƯU KHAI SÁNG

1.   René Descartes: Tôi có ý thức, do đó tôi tồn tại; và vì thế, Chúa cũng tồn tại. Bởi lẽ, không thể có thứ gì tự nhiên mà có được từ hư không.

2.   John Locke: Chúa tạo dựng con người với sự bình đẳng, ban cho họ những quyền bất khả xâm phạm; trong số đó có quyền sống, quyền tự do và quyền sở hữu tư nhân (hay quyền mưu cầu hạnh phúc).

3.   John Locke: Con người lập nên chính phủ nhằm bảo vệ các quyền tự nhiên và quyền sở hữu tư nhân của công dân. Nếu các chính phủ này không hoàn thành bổn phận của mình, công dân có quyền giải tán chúng và thiết lập nên những chính phủ mới.

4.   Adam Smith: "Bàn tay vô hình" của thị trường tự do đáp ứng mọi mong muốn và nhu cầu của người dân, đồng thời làm giàu cho quốc gia nhờ các doanh nhân theo đuổi lợi ích cá nhân. Họ thực hiện điều này bằng cách tạo ra các sản phẩm và dịch vụ nhằm thỏa mãn mong muốn và nhu cầu của đồng loại, hoặc bằng cách bán sức lao động của mình trong một môi trường ít chịu sự can thiệp của chính phủ.

5.   Jefferson: Chúng tôi xem những chân lý này là hiển nhiên.

CÁC NIỀM TIN CỦA TRÀO LƯU KHAI SÁNG BÓNG TỐI

1. Không hề có Thiên Chúa. Mọi sự sống đều phát sinh từ lớp bùn nguyên thủy và tiến hóa qua hàng triệu năm lịch sử.

2. Tất cả những gì tồn tại chỉ là sự cạnh tranh và quy luật "kẻ mạnh tồn tại" (sự chọn lọc tự nhiên). Kẻ mạnh và kẻ ưu việt sẽ thống trị và bòn rút sức sống của kẻ yếu; quy luật này đúng cho cả thế giới động vật lẫn con người.

3. Vì Thiên Chúa đã chết, nên cuộc sống không còn mục đích, không còn chân lý, không còn luật lệ đạo đức, và cũng chẳng có đời sau.

4. Tất cả những gì còn lại cho con người chỉ là "ý chí quyền lực", sự hưởng thụ khoái lạc, cái đẹp, và nỗ lực kéo dài cuộc sống để hưởng mọi lạc thú trên trần gian.

5. Để hiện thực hóa "ý chí quyền lực" đó, hãy cùng nhau chiếm đoạt xã hội, châm ngòi cho một cuộc cách mạng, dùng vũ lực tước đoạt tài sản của tất cả mọi người, và thiết lập vị thế thống trị của một nhóm thiểu số quyền lực lên đại đa số quần chúng bần hàn.

Chủ nghĩa Cánh tả là một hệ tư tưởng tà ác và đen tối. Chính vì thế, nó luôn khoác lên mình lớp vỏ bọc của những mỹ từ hiện đại. Nó tuyên bố đấu tranh chống lại sự áp bức, trong khi thực chất lại chính là kẻ áp bức tột cùng. Nó hô hào đấu tranh vì quyền lợi của phụ nữ và các nhóm thiểu số, nhưng lại gieo rắc tư tưởng Darwin cho rằng phụ nữ và các nhóm thiểu số vốn dĩ mang gen di truyền kém ưu việt hơn so với nam giới châu Âu. Nó tự nhận là đại diện cho tình yêu và sự tự do, thế nhưng lại ủng hộ hệ tư tưởng của Marx – một hệ tư tưởng gắn liền với sự đố kỵ, thù hận, trộm cắp, giết chóc, hủy diệt tự do và việc xóa bỏ quyền tư hữu.

Vì vậy, để có thể tồn tại và tiêm nhiễm vào tâm trí giới trẻ, chủ nghĩa cánh tả ngụy trang dưới một vỏ bọc khác – một vỏ bọc mang vẻ đạo đức, công bằng, chính nghĩa và chân lý. Tuy nhiên, thực chất nó chẳng hề mang bất kỳ phẩm chất nào như thế.

Bởi lẽ chủ nghĩa xã hội rêu rao một chiêu bài lôi cuốn – đó là tinh thần "hãy bảo bọc anh em mình", hoặc "hãy chăm lo người hàng xóm" – nên nó rất dễ gây nhầm lẫn. Suy cho cùng, người bình thường ai cũng mong muốn trở thành người tốt, làm việc thiện và giúp đỡ những người xung quanh. Chủ nghĩa xã hội tìm cách lợi dụng chính khuynh hướng tốt đẹp này nằm sẵn trong bản tính con người.

Có một câu chuyện cần nên biết về những người định cư đầu tiên tại châu Mỹ. Những người thực dân đầu tiên tại Plymouth vào năm 1620 đã thử từ bỏ mọi quyền tư hữu và chia sẻ mọi thứ theo chế độ công hữu, dựa trên điều lệ chung do họ đặt ra. William Bradford đã ghi chép lại rằng: người dân dần trở nên lười biếng, khu định cư rơi vào cảnh hoang tàn đổ nát, mùa màng thối rữa, và nạn đói hoành hành khắp trại.

Sau hai năm rưỡi, họ từ bỏ nỗ lực này và quay trở lại với chế độ tư hữu. Sự thay đổi này, một lần nữa, mang lại nguồn lương thực dồi dào và sự thịnh vượng cho những người định cư, thôi thúc họ tổ chức Lễ Tạ ơn đầu tiên để bày tỏ lòng biết ơn Thượng đế vì những phước lành mà họ nhận được. Sau này, trong nhiệm kỳ tổng thống, George Washington chính thức công nhận và đưa truyền thống này trở thành ngày lễ Tạ ơn quốc gia.

Một lần và mãi mãi về sau, chúng ta hãy xóa tan huyền thoại cho rằng Kinh Thánh ủng hộ chủ nghĩa xã hội dưới bất kỳ hình thức nào.

1.   Một trong Mười Điều Răn có chép: "Ngươi chớ trộm cắp." Và một điều nữa: "Ngươi chớ tham muốn của cải của người khác." Cả hai điều này đều ngầm khẳng định tính thiêng liêng của quyền tư hữu cá nhân, đồng thời nghiêm cấm hành vi tịch thu tài sản hay sự trộm cắp từ phía chính quyền.

2.   Nhóm chữ "người canh giữ anh em mình" là lời mà Cain đã dùng trong sách Sáng Thế để hòng đánh lừa Thiên Chúa – Đấng tìm kiếm Abel ngay sau khi Cain vừa sát hại người em này. Thiên Chúa hỏi Abel đang ở đâu, và Cain đáp lại rằng: "Con là người giữ em con hay sao?" Câu nói này hoàn toàn không liên quan gì đến việc giúp đỡ anh em, và cũng không phải là một mệnh lệnh của Thiên Chúa.

3.   Về việc "yêu thương người lân cận" và dụ ngôn về người Samari nhân hậu. Chúa Giêsu quả thực đã dạy chúng ta phải yêu thương người lân cận, và Ngài đã đưa ra một ví dụ minh họa cho lời dạy đó qua dụ ngôn về người Samari nhân hậu. Tuy nhiên, trong dụ ngôn này, người Samari nhân hậu là một người đàn ông có thu nhập khá nhờ kinh doanh, sở hữu tài sản, và đưa người đàn ông bị bọn cướp tấn công đến một quán trọ (tương tự như một nhà nghỉ ngày nay), rồi trả tiền cho chủ quán nhờ săn sóc người bị thương cho đến khi hồi phục. Người đàn ông này thực hiện một hành động từ thiện đối với người bị nạn. Ông không hề dâng hiến tất cả những gì mình có cho nạn nhân; thậm chí ông cũng không đưa người đó về chính ngôi nhà của mình. Thay vào đó, ông giúp đỡ nạn nhân bằng cách sử dụng dịch

vụ của một cơ sở kinh doanh tư nhân (quán trọ), nhờ đó vừa giúp được nạn nhân lại vừa góp phần hỗ trợ nền kinh tế địa phương. Chính quyền hoàn toàn đứng ngoài, không hề can dự vào giao dịch này.

4.   Sách Đệ Nhị Luật 19:14 chép rằng: *"Anh em không được xê dịch ranh giới của người đồng loại, ranh giới các tiền nhân đã ấn định, trong gia nghiệp anh em được thừa hưởng trong miền đất mà Đức Chúa, Thiên Chúa của anh em, ban cho anh em làm sản nghiệp."* Đoạn Kinh Thánh này là một mệnh lệnh trực tiếp, yêu cầu con người phải tôn trọng và đề cao quyền tư hữu tài sản cũng như quyền sở hữu đất đai.

Chủ trương xóa bỏ quyền tư hữu là một lời dối trá của ma quỷ. Đó không phải là giáo huấn của Thiên Chúa nằm trong Kinh Thánh; trái lại, điều đó hoàn toàn đi ngược lại với giáo huấn ấy. Giờ đây, sau khi đã tìm hiểu về những "người cha tư tưởng" của trào lưu Khai sáng Bóng tối, chúng ta hãy cùng chuyển sang tìm hiểu về những "người cha tinh thần" của phong trào Cánh tả trên phạm vi toàn cầu.

NHỮNG NGƯỜI CHA TINH THẦN CỦA KHAI SÁNG BÓNG TỐI:

HITLER, MAO, LENIN, GEORGE BERNARD SHAW VÀ FDR

Chúa Giêsu nói trong Phúc Âm Matthew 6:22–23:

"Đèn của thân thể là con mắt. Vậy nếu mắt sáng, thì toàn thân anh sẽ sáng. Còn nếu mắt anh xấu, thì toàn thân anh sẽ tối. Vậy nếu ánh sáng nơi anh lại thành bóng tối, thì tối biết chừng nào!"

Sau đó, Chúa Giêsu nói câu nổi tiếng về việc không

thể làm tôi hai chủ. Ngài dạy rằng con người không thể vừa thờ phượng Thiên Chúa vừa thờ phượng Mammon. Mammon (theo ngôn ngữ Aramaic là tiền tài và của cải) là vị thần Babylon của thế giới ngầm, một danh xưng khác của Hades hay Pluto, cánh tay phải của Satan.

Đoạn Kinh Thánh này không chỉ nói về thiện và ác, mà còn nói đến các hình thức ánh sáng và bóng tối trong nhận thức, ý thức và hệ tư tưởng.

Ở đây, Chúa Giêsu đề cập đến ánh sáng của ý thức con người có thể dẫn đến Khai Sáng, mang lại sự thiện hảo và hiệp nhất hoặc ý thức dẫn đến Khai Sáng Bóng Tối, mang lại cái ác to lớn.

Ngài đối chiếu những người chọn thờ phượng Thiên Chúa chống lại những kẻ chọn thờ phượng Ác Quỷ và phe nhóm của chúng. Đáng buồn thay cho thế kỷ XX, nhiều nhà lãnh đạo chọn Khai Sáng Bóng Tối và chọn thờ phượng Mammon, kẻ đứng thứ hai trong đạo binh của Satan.

Tóm lại, Khai Sáng Bóng Tối lan rộng như lửa gặp gió.

Vào đầu thế kỷ XX, quyền lực thế giới được tập trung vào bốn khu vực chính. Những đế chế hùng mạnh trước đó đã đến lúc suy tàn. Sau Thế Chiến Thứ Nhất, nhiều đế chế đã chấm dứt vương quyền.

Những quyền lực mới trỗi dậy tại Nga, Đức, Anh và Hoa Kỳ.

Chủ nghĩa Marx lan rộng, lây nhiễm bốn trung tâm quyền lực này như một loại vi khuẩn tư tưởng, và biến đổi thành bốn hình thức khác nhau.

Tại Nga, Mác-xít kết hợp với đấu tranh giai cấp, nhấn mạnh quyền lực công đoàn lao động, trở thành Chủ nghĩa Cộng sản Xô Viết.

Tại Đức, triết thuyết này đã hòa trộn với chủ nghĩa huyền bí, Thông Thiên Học, thuyết ưu sinh và chủ nghĩa phát xít để trở thành Chủ nghĩa Xã Hội Quốc Gia (Nazism).

Tại Anh, Mác-xít được cải tiến theo chiều hướng dài hạn, thay thế cách mạng bằng xâm nhập từng bước. Những người đi theo đường lối này hình thành Chủ nghĩa Xã Hội Fabian và lập ra Đảng Lao Động.

Tại Hoa Kỳ, hệ tư tưởng này khoác lên mình một diện mạo "nhân đạo" kiểu Mỹ, tự nhận là phong trào chính trị bảo vệ người nghèo, phụ nữ và các nhóm thiểu số. Nó gọi mình là Chủ Nghĩa Tự Do, và đại diện chính thức là Đảng Dân Chủ Hoa Kỳ.

Bốn trung tâm quyền lực này là những nhánh mọc ra từ thân cây Khai Sáng Bóng Tối. Chúng là bốn hậu duệ mang tính hủy diệt của Darwin, Marx và Nietzsche. Cũng như Socrates, Plato và Aristotle khai sinh tư tưởng Hy Lạp, cần có Alexander Đại Đế để truyền bá ra thế giới, thì Khai Sáng Bóng Tối cũng cần những nhân vật mang tư tưởng ấy đến với các quốc gia.

Hệ tư tưởng này đã thai nghén trong nhiều thập niên, lan truyền trong các đại học và hành lang quyền lực, và giờ đây đã đến lúc ra đời.

Nó giống như một hạt giống đã nảy mầm, vươn lên thành thân cây xanh lớn với nụ hoa căng nhựa sống, sẵn sàng nở rộ trước mắt thế giới.

Darwin, Nietzsche và Marx có thể đã hình thành triết lý này, nhưng cần có một người Nga, một người Đức, một người Anh và một người Mỹ để hiện thực hóa nó trở thành những người cha tinh thần của phong trào

Khai Sáng Bóng Tối.

Tại Nga, Lenin và phe Bolshevik đã khởi động cuộc cách mạng cộng sản, tàn sát hàng loạt và đẩy nước Nga cùng các quốc gia chư hầu vào tám mươi năm đói khát, khổ đau và chết chóc.

Tại Đức, Hitler đưa Chủ Nghĩa Xã Hội Quốc Gia lên nắm quyền qua bầu cử dân chủ, rồi nhanh chóng biến đất nước thành chế độ độc tài, xâm lược các quốc gia xung quanh và sát hại hàng chục triệu người trong các trại tập trung và lò hơi ngạt.

Tại Anh, Hội Xã Hội Fabian của George Bernard Shaw cuối cùng nắm quyền trong thập niên 1940, từng bước làm suy thoái quyền lực, đạo đức, đức tin, biên giới, tài sản, vị thế và ảnh hưởng toàn cầu của nước Anh, chờ thời điểm ra đòn quyết định.

Tại Hoa Kỳ, dưới thời Franklin Delano Roosevelt, phe Tự Do chiếm quyền lực, tịch thu tài sản của người Mỹ gốc Nhật và đưa họ vào trại tập trung, cưỡng bức triệt sản người da đen và thổ dân, tịch thu vàng quốc gia, quốc hữu hóa các công ty lớn, củng cố ngân hàng trung ương theo mô hình Mác-xít, áp đặt thuế lũy tiến và thuế thừa kế, đưa Giáo dục công lập vào hệ thống tuyên truyền, áp dụng hoạch định tập quyền kinh tế, và tiêu hủy hàng triệu tấn lương thực trong Đại Khủng Hoảng khi hàng triệu người đang chết đói.

Câu chuyện ít được kể về Thế Chiến Thứ Hai là đây thực chất là cuộc chiến giữa ba trong bốn hậu duệ của Khai Sáng Bóng Tối.

FDR liên minh với Stalin và Liên Xô để chống lại Đệ Tam Đế Chế của Hitler.

Cuộc chiến này làm Liên Xô suy kiệt cho dù đã đánh

bại Đức Quốc Xã, và chấm dứt sự kiểm soát kinh tế ngặt nghèo của FDR tại Hoa Kỳ sau chiến tranh.

Đỉnh điểm chí tử này mở ra một giai đoạn hòa bình tương đối kéo dài nhiều thập niên.

Tuy nhiên, chiến tranh cũng đánh dấu sự chấm dứt quyền lực của phe bảo thủ tại Anh. Năm 1945, phe Fabian chính thức nắm quyền và bắt đầu quá trình làm suy tàn quốc gia – từng một thời lãnh thổ không có mặt trời lặn – hùng mạnh này.

Tại châu Á, Trung Hoa trải qua cuộc cách mạng cộng sản dưới Mao Trạch Đông, người thành lập Đảng Cộng Sản Trung Quốc và nhà nước cộng sản.

Hoa Kỳ tiếp tục tồn tại trong thế cân bằng chính trị giữa cánh hữu và cánh tả, nơi phe bảo thủ và phe Tự Do tranh đấu về không ngừng nghỉ về quy mô, phạm vi và chi tiêu của chính quyền liên bang.

Đó là bối cảnh dẫn đến hiện tại. Đó là lịch sử nguồn gốc của Chủ Nghĩa Tả thông qua Khai Sáng Bóng Tối.

CÁCH THỨC CHỦ NGHĨA CÁNH TẢ ĐƯỢC THIẾT LẬP

Năm 1984, Yuri Alexandrovich Bezmenov, một cựu nhân viên KGB đào thoát sang Hoa Kỳ, mô tả trên truyền hình các chiến thuật mà Phe Tả sử dụng để lật đổ một quốc gia và thiết lập cuộc cách mạng (https://www.youtube.com/watch?v=Z1EA2ohrt5Q).

Theo ông, các chiến thuật này đang được áp dụng nhằm vào Hoa Kỳ qua những kẻ xâm nhập đã len lỏi vào chính phủ, quân đội và các cấu trúc quyền lực trong xã hội Mỹ.

Đây chính là các phương thức từng được sử dụng tại Nga, Trung Quốc, Cuba, Venezuela, Bắc Hàn, Việt Nam và nhiều quốc gia khác để phá hủy chính quyền và thiết lập chế độ toàn trị.

Ông mô tả một tiến trình có hệ thống, kéo dài hàng thập niên, gồm bốn giai đoạn rõ rệt.

Giai đoạn 1: Sự Phi Đạo Đức Hóa - Demoralization

Giai đoạn này kéo dài hàng chục năm và đòi hỏi quyền kiểm soát hoàn toàn hệ thống giáo dục và truyền thông.

Đây là quá trình nhồi sọ có hệ thống học sinh từ tiểu học đến đại học bằng hệ tư tưởng cánh tả, đồng thời làm xói mòn tinh thần xã hội thông qua tuyên truyền.

Khi một hoặc nhiều thế hệ đã bị nhồi sọ và phi đạo đức hóa, họ sẽ không còn khả năng nhận thức thực tại khác, ngay cả khi sự thật hiển hiện ngay trước mắt.

Giai đoạn 2: Sự Bất ổn - Destabilization

Giai đoạn này kéo dài vài năm.

Những kẻ xâm nhập Mác-xít bắt đầu phá hoại nền kinh tế và các hệ thống quốc gia từ gốc rễ bằng cách thao túng tiền tệ và lãi suất, mở cửa biên giới để tràn ngập di dân bất hợp pháp và tội phạm, gieo rắc nỗi sợ khủng bố, làm sụp đổ kinh tế, khiến hệ thống phúc lợi quá tải, v.v…

Xã hội rơi vào hỗn loạn, trong khi dân chúng đã bị phi đạo đức hóa thì rơi vào trạng thái hoang mang.

Giai đoạn 3: Sự Khủng Hoảng - Crisis

Khi đã sẵn sàng, phe cách mạng tạo ra một cuộc

khủng hoảng lớn, thường chỉ kéo dài vài tuần.

Trong giai đoạn này, quốc gia đã suy sụp sẽ bị chiếm quyền bởi những kẻ độc tài cách mạng, kiểm soát chính phủ và các định chế.

Nhóm Tự Do, Cánh Tả, Toàn Cầu hiện nay gọi biến cố khủng hoảng này là "Đại Tái Thiết" (The Great Reset).

Giai đoạn 4: Sự Bình Thường Hóa - Normalization

Giai đoạn sau cách mạng, khi dân chúng buộc phải thích nghi với thực tại và hệ tư tưởng mới dưới chế độ cánh tả.

Nghe thấy có quen quen không?

Hoa Kỳ và nhiều quốc gia Âu Châu hiện đang ở giai đoạn 2, bất ổn, và chuẩn bị bước vào giai đoạn 3, khủng hoảng.

Chúng ta đã trải qua tám mươi năm nhồi sọ trong các trường lớp, bốn mươi năm gần đây với tốc độ cực nhanh, cùng làn sóng tuyên truyền liên tục từ truyền thông và Hollywood.

Điều đó hợp lý, bởi chúng ta là:

- Cái nôi của tự do;
- Lãnh đạo thế giới tự do;
- Xã hội tư bản giàu có và bền vững nhất.

Về việc phi đạo đức hóa, chúng ta đòi hỏi nhiều thời gian hơn bất kỳ quốc gia nào khác.

Tám năm gần đây, chúng ta đã trải qua hỗn loạn kinh tế, COVID-19, phong tỏa, bầu cử gian lận, tiêm chủng cưỡng bức, chiến tranh, khủng bố, và vô số mối đe dọa khác.

Kế tiếp sẽ là khủng hoảng.

Như đã nói trong phần mở đầu, chúng ta đang ở giai đoạn 2 của căn bệnh tư tưởng, và sắp bước vào giai đoạn 3.

Tất cả điều này là sự kết tinh của căn bệnh tư tưởng cánh tả nhằm tiêu diệt vật chủ của nó, nền văn minh Tây Phương, Kitô Giáo, tư bản và nền tảng hiến pháp.

Thế kỷ trước, vi trùng cánh tả đã lây nhiễm và thống trị nền Văn minh phương Đông, để lại một di sản tang thương với số lượng sinh mạng bị cướp đi lên tới hơn một trăm triệu người..

Thế kỷ này, mục tiêu kế tiếp chính là chúng ta. Để lót đường cho chủ nghĩa cánh Tả, số lượng sinh mạng phải nằm xuống tại phương Tây trong thế kỷ này sẽ là bao nhiêu, nếu chúng ta không thực hiện những biện pháp cần thiết để ngăn chặn âm mưu thâm độc hòng xóa sổ nền văn minh tự do và đậm nét bản sắc Cơ Đốc giáo của chúng ta – một nền văn minh từng sở hữu hệ thống niềm tin vĩ đại và đầy uy lực?

CHƯƠNG 6

ĐẦU CON RẮN: CHỦ NGHĨA TOÀN CẦU UNG THƯ TRONG TÂM TRÍ

AI LÀ NGƯỜI ĐIỀU HÀNH ĐẤT NƯỚC CHÚNG TA?

Gần đây Tucker Carlson đã gây chấn động toàn cầu khi trực tiếp phỏng vấn Vladimir Putin, tổng thống Nga, về cuộc chiến tại Ukraine. Đó là một cuộc phỏng vấn đáng chú ý, tuy nhiên truyền thông dòng chính Phương Tây lại lên án hành động này là phản quốc.

Trong cuộc phỏng vấn này, Putin đề cập đến trong suốt nhiệm kỳ của ông, nhiều đời tổng thống Hoa Kỳ từng nói với ông rằng họ muốn hợp tác trong một số sáng kiến, nhưng không ít lâu sau đó quay lại nói rằng điều đó "không thể thực hiện được". Mở lời nhưng rồi lại từ chối. Vì sao? Putin nhận xét đối với ông rõ ràng là các tổng thống không điều hành nước Mỹ. Tucker liền hỏi Putin: "Theo ông, vậy ai đang điều hành Hoa Kỳ?" Putin ngập ngừng một giây, cân nhắc câu trả lời, rồi thận trọng nói rằng ông không chắc.

Nhưng chính đó là câu hỏi cốt lõi của thời đại chúng ta. Nếu ý nguyện của người dân bị từ khước, nếu các viên chức dân cử dường như phục vụ cho lợi ích của một nhóm quyền lực vô danh nào đó, thì nhóm đó là ai? Nền Cộng Hòa này đang đại diện cho ai, nếu không phải là đại diện cho ý nguyện của người dân? Ai đang thực sự điều hành Hợp Chủng Quốc Hoa Kỳ?

GIỚI THIỆU VỀ CHỦ NGHĨA TOÀN CẦU (GLOBALISM)

Căn bệnh thứ tư trong tâm – và cũng là nghiêm trọng nhất – đang tàn phá xã hội Tây Phương chính là loại xảo quyệt và giấu kín nhất.

Đó chính là hệ tư tưởng tự gọi là Chủ Nghĩa Toàn Cầu (Globalism) nhưng lại ít ai hiểu thấu.

Gần đây, tôi nghe một buổi podcast giữa các nhà lãnh đạo ngành kỹ nghệ và một nhân vật truyền thông bảo thủ, họ cố gắng lý giải vì sao Văn Minh Tây Phương đang tự hủy hoại. Lẽ dĩ nhiên họ đang tự soi gương xem lại chính mình, tự lượng định lại mình, cố tìm hiểu xem tại sao nhân bản lại đưa văn minh đến tự thù ghét mình và tìm sự hủy diệt.

Họ nghĩ rằng "có lẽ vì chúng ta quá thịnh vượng nên trở nên sa đọa vì sự thịnh vượng đó? Quá thoải mái và quá xấu xa?"

"Có thể họ nghĩ con người đã giầu có, và con người giầu quá nhanh, sinh mặc cảm tội lỗi, rồi dẫn đến tự hủy diệt?"

Họ đang cố chẩn đoán căn bệnh của xã hội, nhưng lại chẩn đoán sai, bởi vì họ không nhận ra rằng hủy diệt của Phương Tây không xuất phát từ quần chúng.

Có một nhóm người đang phối trí việc này. Đây là

một nghị trình, nó không diễn ra tự nhiên từ nền văn hóa của chúng ta. Nó mang tính ý thức hệ và được phối hợp rất chặt chẽ.

Nỗ lực này nhắm vào Phương Tây bởi một nhóm theo đuổi tư tưởng Khai Sáng Bóng Tối (Dark Enlightenment) theo một nghị trình được đặt ra từ hơn một thế kỷ trước.

Chúng ta đang chứng kiến nó trở nên hàng đầu trong thời đại của chúng ta. Nhóm này tự gọi họ là Giới Toàn Cầu, và hệ tư tưởng của họ là Globalism.

Từ ngữ Globalism, không phải là Globalization.

Toàn Cầu Hóa (Globalization) là thương mại, là viễn thông và du lịch giữa các quốc gia – đó là toàn cầu hóa. Globalization là hiện tượng tự nhiên, giống như quốc hữu hóa diễn ra khi các bộ lạc và các dân tộc tập hợp lại để hình thành quốc gia có biên giới và chính quyền độc lập.

Chủ Nghĩa Toàn Cầu là ý thức hệ thì hoàn toàn khác – Globalism như chúng ta định nghĩa là một hệ tư tưởng của một nhóm người muốn trở thành nhóm quyền lực nắm giữ chính quyền thế giới kỹ thuật cao.

Họ muốn có một tòa án toàn cầu, luật pháp toàn cầu, và một ngân hàng toàn cầu- đó là một độc tài tuyệt đối.

Globalism là sự diễn đạt tuyệt đỉnh học thuyết Darwin, Nietzsche, và Marx.

Đó là sự hiện thực hóa cuối cùng của Khai Sáng Bóng Tối được thể hiện trong hình thức khả dĩ nhất, một tổ hợp đế chế Mác-xít.

Bằng cách nào?

Nó sẽ là một xã hội dựa trên chủ thuyết Darwin xã hội – những người thích nghi nhất, những kẻ được lựa chọn tự nhiên, những kẻ được bầu để cai trị đa số quần chúng chưa được tẩy rửa.

Quan điểm này chính là cốt lõi của "sinh tồn của nhóm thích nghi nhất" và "ý chí quyền lực" được diễn tả trong những dạng thực chất nhất có thể nghĩ tới.

Đây sẽ là cơn ác mộng về sinh sản. Globalism tin vào sự chọn lọc giống, giảm thiểu dân số, và bắt buộc triệt sản. Nó sẽ là một sự triệt sản khổng lồ cho giới bị loại bỏ, giới không thích nghi, và những giòng giống thấp kém của lý thuyết Darwin.

Nietzsche nói rằng vì không có Thượng Đế, nên không có đạo đức. Globalism mang tất cả ý nghĩa của sự vô đạo đức đó, sẵn sàng xâm nhập vào bất cứ tầng lớp nào và bất cứ hành vi xấu xa nào mà không cảm thấy một chút gì hối hận hay tội lỗi khi gây ra nó. Họ đã hoàn toàn dấn thân họ vào cái mà Nietzsche nói sẽ là mục đích của đời sống con người: ý chí nắm lấy quyền lực và theo đuổi sự ngự trị.

Vậy hình thức cao nhất của quyền lực bạn có thể nắm được là gì?

Đó là nắm lấy toàn bộ quyền lực của tất cả các quốc gia trên thế giới, một sự kiểm soát toàn bộ- nhà nước thế giới.

Giới Toàn Cầu có bốn cuộc cách mạng về kỹ nghệ, họ gọi như thế. Biến cố này là diễn tiến của những kỹ thuật mới về sinh học, số học, và trí thông minh nhân tạo. Sắp có, một loạt những người máy tân tiến, kể cả về không gian, quân sự, và y tế.

Chúng ta đang kết thúc thời đại tin tức và đang bước vào kỷ nguyên người máy.

KHUÔN MẪU CHINA

Giới Toàn Cầu đang đặt kế hoạch cho một ứng dụng điện toán mới hơn trong Internet, để không những kết nối được các máy điện toán cá nhân và modem và với tất cả những máy điện tử nữa. Họ gọi điều này là "Những Thứ của Internet".

Kế tiếp, họ đang cố đưa sinh học vào Internet và tạo ra "Internet về Thân Thể", họ gọi như thế. Sự phát triển mới này có nghĩa là sự giám sát to lớn tất cả mọi người trong hiện thực, nghĩa là kiểm soát tuyệt đối.

Họ đã thiết lập một mạng lưới khổng lồ những vệ tinh quỹ đạo thấp, có thể dùng để giám sát toàn bộ thế giới. Đó là một chương trình đáng kinh sợ đang được thực hiện.

Cái câu đố chính yếu là khả năng cấy vào những công dân cuối cùng với một máy digital ID có thể theo dõi được, mang trong đó những hồ sơ y tế, chích ngừa của họ, và về ngân hàng thì dùng CBDC.

Nếu điều này có vẻ xa vời, hãy nghĩ lại vài năm trước, khi bị khóa trong nhà, bắt buộc phải chích ngừa, các trại cách ly và thông hành chích ngừa đã được thực hiện tại một số nước Châu Âu. Sự đáp ứng của đại dịch là sự thử nghiệm xem công chúng có chấp nhận những hệ thống này hay không. Ngay cả thông hành chích ngừa cũng được thực hiện tại nhiều nước Châu Âu.

Bây giờ, họ đang đẩy mạnh, nhưng vẫn còn thiếu một trong những mảnh ghép quan trọng nhất của bức tranh toàn cảnh này. Họ cần đưa ra CBDC, "những tiền tệ ảo của ngân hàng trung ương" và được đặt vào trong một điện thoại, và rồi vào trong chỗ được cấy hay vào một chỗ xăm mình bằng điện tử.

Con chíp này sẽ chứa đựng tất cả về ngân hàng của bạn. Với con chip, bạn sẽ có việc làm. Bạn sẽ mua được rau trái. Bạn sẽ được mượn tiền mua nhà mua xe. Bạn không thể tham gia vào kinh tế nếu không có con chip.

Nếu điều này có vẻ như truyện giả tưởng, thì bạn chưa am tường tình hình thế giới hiện nay. Hệ thống này đang hiện hữu tại China. Các thủ tục này đang được thí nghiệm khi bạn đang đọc những dòng chữ này, và các tổ chức của Giới Toàn Cầu đang mở cửa cho việc đem những hệ thống này vào Phương Tây.

Tại China, các đối tượng cần phải tuân thủ nghiêm ngặt những luật về hạnh kiểm và theo tiêu chuẩn của cộng sản. Người dân sống trong những căn phòng 23m³, nằm lọt thỏm trong những khu chung cư cao nghều nghện.

Một hệ thống giám sát được đặt trong tất cả máy móc, điện thoại, điện toán, dụng cụ điện tử, máy ảnh trên đường phố, đường băng qua, các cột trên đường, v.v… Những hệ thống này được trang bị với phần mềm nhận diện khuôn mặt qua AI.

Hệ thống nhận diện khuôn mặt qua sinh học này được kết nối vào thẻ ID digital của người đó, và nó nối vào trương mục ngân hàng trung ương của họ. Trương mục này chứa đựng tiền ảo trong ngân hàng trung ương của họ và số điểm tín dụng xã hội của họ.

Nếu những đối tượng này không theo những luật về hạnh kiểm và diễn đạt của cộng sản, mạng lưới giám sát này sẽ đóng số điểm tín dụng xã hội của họ. Hàng xóm và thành viên trong gia đình cũng được khuyến khích tố cáo lẫn nhau..

Nếu số điểm tín dụng xã hội quá thấp, người đó sẽ lãnh những hậu quả nghiêm trọng về tài chánh. Nếu họ tiếp tục phá vỡ luật lệ, họ sẽ bị bắt giải lên xe van và chở đến những trại cải tạo hay trại cưỡng bức lao động.

Hiện nay, khoảng vài triệu người Hồi Giáo Duy Ngô Nhĩ, người thực tập Pháp Luân Công, giáo dân Thiên Chúa Giáo, và những kẻ đối lập chính trị đều bị tống giam vào những trại này.

Giới Toàn Cầu, qua Henry Kissinger, Ngân Hàng Chase, Liên Hiệp Quốc, và chính quyền Clinton và Nixon đã giúp hiện đại hóa và tài trợ cho China, điều đó giúp cho China có khả năng phát triển những hệ thống toàn trị kỹ thuật cao này.

Giới Toàn Cầu thường nêu lên tán thưởng của họ với "mẫu mực China". Ý đồ của họ là muốn phân nhánh loại mạng lưới kiểm soát với kỹ thuật cao này ra khắp thế giới, như quảng cáo trên phim ảnh thường có: sắp sửa đến một nước ở gần bạn.

Ý tưởng này là viễn ảnh của Giới Toàn Cầu – biểu hiện cao nhất về Nhiệm Vụ Vĩ Đại của Khai Sáng Bóng Tối từ Nietzsche – để hoàn thành "ý chí nắm quyền".

NGUỒN GỐC CỦA CHỦ NGHĨA TOÀN CẦU

Nguồn gốc của chủ thuyết Toàn Cầu này rất hấp dẫn. Chúng ta đã trải qua Khai Sáng Bóng Tối của thập niên 1880's và Khai Sáng Bóng Tối đã sản sinh ra bốn hình thức của chủ nghĩa Marx: 1. Cộng Sản Nga, 2. Đức Quốc Xã, 3. Chủ Thuyết Tự Do Mỹ Quốc, và 4. Chủ Thuyết Dân Chủ Xã Hội Anh Quốc

Chủ Nghĩa Cộng Sản đã ngự trị tại Phương Đông, Nga, China, Bắc Hàn, Việt Nam, v.v…

Ngày nay, chúng ta vẫn còn phải chịu đựng những tư tưởng bệnh hoạn bệnh lý tại Phương Tây về Chủ Nghĩa Tự Do. Và giờ đây là phiên bản cực đoan của chủ nghĩa Mác văn hóa – thứ mà chúng ta gọi là "Wokeism" (Mầm Bệnh Tư Tưởng 'Thức Tỉnh').

Các nền văn hóa của chúng ta vẫn đang tiếp tục phải gánh chịu những tai họa, những loại vi khuẩn này – vốn được thiết kế riêng để tấn công phương Tây và đánh sập nền văn minh tự do, cởi mở và thịnh vượng của chúng ta.

Tuy vậy, có một loại bệnh lý thứ tư, nó mạnh mẽ hơn ba thứ kia. Căn bệnh thứ tư này chỉ đạo và điều khiển các nhóm Khai Sáng Bóng Tối kia. Nó nằm trên đỉnh kim tự tháp. Cái hệ thống niềm tin thứ tư này là Chủ Thuyết Toàn Cầu Globalism.

Nó từ đâu đến? Một lần nữa, trong cái Khai Sáng Bóng Tối đó, bạn có ba ông thầy từ trước rồi: Darwin, Nietzsche và Marx

Thật là hệ trọng để hiểu điều này.

Nhưng câu hỏi vẫn còn đó: ý tưởng của Chủ Nghĩa Toàn Cầu này nó đến từ đâu? Lịch sử nó ra sao?

Để hiểu điều này, bạn cần biết rằng đế chế vĩ đại nhất của thời đại những đế chế là Đế Quốc Anh. Câu ngạn ngữ nổi tiếng là: "Mặt Trời không bao giờ lặn trên Đế Quốc Anh". Thực sự nó là một loại chính quyền thế giới tiêu biểu. Nó ngự trị Ấn Độ, Canada, những thuộc địa Mỹ Châu, nhiều hòn đảo quốc gia, và một phần Châu Phi.

Nó cũng ngự trị những láng giềng của nó như Tô Cách Lan, Ái Nhĩ Lan, và các tỉnh khác của quận Wales và Britain. Có những lúc, nó xâm chiếm và cai trị nhiều phần tại Pháp và Hòa Lan. Đế Quốc Anh là đế chế vĩ đại nhất trong các đế chế của Châu Âu kể từ thời cổ La Mã hay Đế Chế La Mã Thánh Linh.

Từ đế chế này nảy sinh ra Ngân Hàng Anh Quốc, và cũng từ đế chế đó sinh ra tổ hợp thế giới đầu tiên, Công Ty Đông Ấn Anh Quốc.

Nền tảng của Chủ Nghĩa Toàn Cầu có thể thấy dấu vết từ Đế Quốc Anh, Ngân Hàng Anh, và Công Ty Đông Ấn Anh Quốc.

Chính những cấu trúc, tổ chức này là mẫu mực căn bản. Cùng với ba thứ kia, nó là hệ thống những nhóm tình báo khắp thế giới giúp cho quân đội của họ thống trị.

Jefferson, Washington, Benjamin Franklin, và Những Vị Cha Lập Quốc đã đấu tranh chống lại thứ cấu trúc ghê rợn của quyền lực độc đoán, loại rắn bốn đầu này

Những nhà lập quốc này đã chiến đấu với loại hệ thống ác thú bốn đầu này và chiến thắng, để tạo nên một thế giới tự do, và giải thoát Phương Tây khỏi sự kìm kẹp và điều khiển của những hệ học thuyết này.

Trận chiến đó đã thắng, và một chính quyền

cộng hòa Dân Chủ đã trải dài qua 13 tiểu bang đến trên 60 nước. Vậy đó, Phương Tây đã ra đời và đua nở, để cho một thế giới với những cách mạng kỹ nghệ thăng tiến. Chúng ta đã đến với thế giới như ngày nay thế đó. Chúng ta đã trải qua lịch sử một cách bao quát như thế.

Cuộc cách mạng tại Châu Mỹ bắt đầu cho sự suy thoái từ từ của Đế Quốc Anh. Theo thời gian, những nước bị trị nổi dậy, muốn được tự trị, như những thuộc địa Mỹ Châu vậy.

Theo thời gian, từng lúc một, Đế Quốc anh mất quyền lực và sự kìm kẹp của một hình thức chính quyền thế giới đối với thế giới. Ngân hàng bị xoay đảo trong nhiều nước, và Công Ty Đông Ấn Anh Quốc phai nhạt đi.

NHỮNG NGƯỜI CHA HỌC THỨC CỦA CHỦ NGHĨA TOÀN CẦU
CECIL RHODES

Khi Đế Chế Anh phai mờ, họ tìm thấy Châu Phi rất giầu về dầu mỏ, khoáng sản, hồng ngọc, đá quý, và kim cương.

Gia đình Rothschild đã tài trợ cho một thương gia trẻ tuổi đi xuống Châu Phi và mua hết các mỏ kim cương. Người đó tên là Cecil Rhodes.

Ông ta thiết lập một công ty được củng cố từ những hầm mỏ ấy lấy tên là De Beers, đã trở thành công ty kim hoàn thế lực nhất thế giới.

Rhodes trở nên có ảnh hưởng thế lực về chính trị trong chính quyền Anh. Một người quý phái khác tại Nam Phi thời đó là Alfred Milner. Ông ta là bạn thân và đồng minh của Cecil Rhodes.

Rhodes nhìn thấy Đế Quốc anh đang suy tàn và Mỹ Châu Tự Do đang mạnh mẽ lên.

Rhodes là một nhà đa triệu phú thời của ông. Ông ta có thể tương đương với những nhà tỷ phú kỹ thuật ngày nay.

Rhodes nhìn thấy Đế Quốc Anh sẽ không còn là uy quyền thế giới nữa.

Ông ta nghĩ để mất một học thuyết như thế là điều đáng hổ thẹn, một thảm kịch

Ông tin rằng giòng giống Anh, dân tộc nói tiếng Anh, có một định mệnh để cai trị và thống trị thế giới.

"Tôi cho rằng chúng tôi là chủng tộc tốt nhất trên thế giới, và chúng tôi càng ở đâu nhiều trên thế giới thì càng tốt cho thế giới. Tôi sẽ làm việc để tiếp nối nữa Đế Quốc Anh, để đưa toàn thể thế giới thiếu văn minh dưới sự điều khiển của người Anh. Lời tự thú của Cecil Rhodes.

Hệ thống tin tưởng của Rhodes giống như viễn ảnh của Hitler rằng giống Aryan có một định mệnh, một giống chủ tể được ấn định để cai trị và thống trị thế giới.

Có một viễn ảnh giống nhau bởi vì họ đều là người theo thuyết Darwin và kiểm soát sinh sản, cả hai đều tin vào chủng tộc thượng đẳng.

Cecil đề cao lý thuyết Châu Âu "Đổ xô về Châu Phi" bằng cách bành trướng thuộc địa tại Nam Phi cho Đế Quốc Anh, tạo ra những chính sách về sắc tộc mà nó đã ảnh hưởng mạnh đến sự ra đời của thuyết phân biệt chủng tộc Apartheid trong nhiều thập niên. Công trình của ông ta đưa đến ăn cắp đất đai, chuyển nơi cư ngụ, và tử vong cho hàng trăm ngàn người da đen Phi Châu.

Ông ta lại tiếp tục lường gạt và giết hại một nhóm người Phi Châu dân tộc Matabele trong khu vực của Zimbabwe để lấy đất đai của họ. Ước chừng một ngàn rưởi cho đến năm ngàn người dân tộc này đã bị giết chết chỉ trong một buổi chiều dưới các nòng súng máy của Rhodes. Ông ta và các lực lượng ăn mừng với bữa ăn và sâm banh tối hôm đó.

Chính là đất ăn cắp này mà Cecil Rhodes đã đặt tên quốc gia đó theo tên ông, quốc gia Rhodesia, ngày nay là Zimbabwe.

Rhodes đặt ra kế hoạch dùng tiền của ông tạo ảnh hưởng dựng lại Đế Chế Thế Giới Anh Quốc – một Đế Quốc Anh.

Ông ta nhận ra rằng cách duy nhất để hoàn thành như thế là đồng minh với Mỹ. Ông thấy người Mỹ cũng giống như người Anh bởi vì Mỹ Châu đã từng là thuộc địa và nói tiếng mẹ đẻ là Anh Ngữ.

Quan điểm của ông dành cho giới tinh hoa chính trị, giới quyền lực, và tiền lời tại Anh để tạo mối quan hệ với những người Mỹ, nhất là những triệu phú tàn bạo Bờ Biển Miền Đông.

Viễn ảnh của ông ta là làm sao tạo nên một chính quyền thế giới Anh-Mỹ, dù có mất một trăm năm.

Đây chính là sự khai sinh ra "Chủ Nghĩa Quốc Tế" mà sau này nó được gọi là Chủ Nghĩa Toàn Cầu, tạo nên một chính quyền thế giới mới bằng cách tạo ra "Trật Tự Thế Giới Mới" (New World Order).

Khi sắp lìa đời, Rhodes bỏ gia tài lớn lao của ông vào những foundation và trust, để nó liên tục sinh lời. Ông ta sẽ dùng lợi tức này để tìm kiếm những nhà lãnh đạo trẻ tuổi và tuyển mộ họ vào trong hệ tư tưởng của ông. Những sinh viên nào là người thừa kế của học bổng sẽ được biết đến là những Học Giả Rhodes.

Bạn sẽ nghe thấy những người như Bill Clinton và nhiều người khác nữa là Học Giả Rhodes. Rhodes lập ra nhiều học bổng để tuyển mộ cho nhiệm vụ của ông thời gian lâu dài sau khi ông chết.

Việc kế tiếp ông làm là thành lập một hội kín gọi là "Hội của Những Người Được Lựa Chọn", nó sẽ là nhóm tinh hoa vòng trong để thực hiện cho bằng được một chính quyền thế giới.

Nhóm này sẽ dĩ nhiên thành những người điều hành của chính quyền mới. Theo chủ nghĩa Marx, luôn luôn chỉ với một số nhỏ có thế lực để thống trị mọi điều với thành phần tinh hoa vòng trong. Ý đồ này là mục tiêu của Hội Của Những Người Được Lựa Chọn. Nhưng trước hết họ phải làm cho chính quyền thế giới này thành hiện thực.

ALFRED MILNER

Người cộng sự viên của Rhodes trong nỗ lực này là người bạn của ông Alfred Milner. Họ nhận ra rằng nỗ lực này cần có tiền.

Rhodes tạo ảnh hưởng của Đế Quốc Anh lan rộng ra khắp Á Châu. Vì Anh Quốc đang mất dần đất đai tại nhiều nơi khác trên thế giới, nên Rhodes phải tăng cường nỗ lực của họ để thực dân hóa Phi Châu và thâu lợi từ những tài nguyên thiên nhiên của châu này. Sự xâm chiếm này vẫn còn cho đến ngày hôm nay.

Điều này tạo ra một sức mạnh mà Người Anh và các gia đình tổ hợp Châu Âu đã nắm được, chứ không phải người Châu Phi, từ những tài nguyên thiên nhiên tại Châu Phi và Trung Đông, như quyền lợi hầm mỏ, khí đốt, và dầu hỏa.

Khi mà bất cứ một nước Trung Đông hay Châu Phi nào chống lại chương trình này hay quốc hữu hóa nguồn tại nguyên của họ, lấy nó lại từ những công ty Châu Âu, những chính quyền Châu Âu sẽ đánh đổ nó. Những cơ quan tình báo sẽ gửi quân đội đến hay làm một cú đảo chánh.

Giới Toàn Cầu sẽ hạ bệ tay độc tài gây ra vấn đề đó, buộc họ phải chạy trốn, hay là giết họ,

Những thí dụ tân tiến của hành động này có thể được thấy trong Hành Quân AJAX của CIA.

Sự cướp bóc những tài nguyên thiên nhiên này từ Trung Đông và Châu Phi vẫn còn tiếp tục cho tới hôm nay, phần lớn nhờ vào Rhodes.

Sự cướp bóc này là di sản của Cecil Rhodes và cộng sự viên của ông Alfred Milner tại Châu Phi.

Milner sẽ quay về Anh Quốc, nơi một cuộc chiến đang hình thành giữa Đế Quốc Anh chống lại Đế Quốc Hung-Áo và Đế Quốc Đức còn được gọi là Đệ Nhị Đế Chế.

Alfred Milner tổ chức quân đội qua nội các chiến

tranh, từ đó dẫn đến một hệ thống tân tiến về những học viện quân báo.

Cơ quan quân báo đầu tiên này sau đó đã biến thành những cơ quan tình báo Tây Phương như MI6, OSS, CIA, NSA, và the Five Eyes, trong một số nữa.

Hai người này, Milner và Rhodes, gia đình Rothschild, và Những Người Xã Hội Chủ Nghĩa Fabian đã trở thành những người cha đầu tiên trí thức của Chủ Nghĩa Toàn Cầu.

GEORGE BERNARD SHAW VÀ JOHN MAYNARD KEYNES

Milner cũng còn tham dự vào thành lập Hội Fabian Xã Hội Chủ Nghĩa tại Anh Quốc với Sidney Webb và George Bernard Shaw.

George Bernard Shaw trở thành người có ảnh hưởng nổi tiếng, tuyển mộ nhiều người có ảnh hưởng và nổi tiếng nữa vào trong nhóm cực đoan của Chủ Nghĩa Xã Hội Fabian.

Những người Fabian coi họ như là những người Mác Xít cải biên. Họ thấy những yếu điểm của những cuộc cách mạng bất ngờ như Bolshevik dưới thời Lê Nin tại Nga. Thay vào đó, họ đề cao một chiến thuật Tả Phái gọi là Chủ Nghĩa Từng Phần (Incrementalism hay Gradualism). Mục tiêu của họ là từ từ chiếm lấy những nước Tây Phương qua chiến lược gọi là "Tiến Quân Dài qua những Định Chế"

Rhodes và Milner sẽ chấp nhận học thuyết này và thực hiện kế hoạch của họ một cách chậm rãi trong một thời gian dài, thảo kế hoạch qua nhiều thập niên, có thể cả thế kỷ hay hơn nữa, tiến hành cuộc tiến quân dài qua những định chế. Giống như Những người theo Fabian, họ sẽ từ từ theo thời gian làm cho những định chế Tây Phương bị thối nát và nắm bắt lấy nó. Cuộc tiến quân trường kỳ có thể bao gồm những chính phủ, các cơ quan gián điệp, quân sự, tổ hợp, các đại học, bệnh viện, nhà thờ, các trường tiểu học, các công ty y tế, những hãng phim, v.v...

Sau khi Rhodes chết vào năm 1902, Milner lên lãnh đạo Hội Những Người Được Bầu, và đổi tên nó thành Nhóm Bàn Tròn Milner. Nhóm Milner này ảnh hưởng trong việc thành lập hai ủy ban chính trị để tiên phong nghị trình Giới Toàn Cầu hầu kết hợp Anh và Mỹ để ra đời chính quyền thế giới.

Năm 1920, nhóm Milner lại đổi tên thành Chatham House hay Royal Institute for International Affairs. Rồi năm 1921, nhóm này đã ảnh hưởng trong việc tạo ra hội đồng liên kết anh em trong nước tại New York và Washington. Nhóm này được gọi là CFR hay là Hội Đồng Quốc Ngoại, nó sẽ ấn hành tạp chí Foreign Affairs, hướng chính sách đối ngoại của Hợp Chủng Quốc Hoa Kỳ vào nghị trình chính phủ thế giới của Giới Toàn Cầu hay Quốc Tế.

Đây sẽ là hai nhóm tiên phong với nhiệm vụ tuyển mộ những thành viên trong các cộng đồng tình báo, quân đội, tổ hợp, tài chánh, chính trị để tham gia vào hệ tư tưởng của Chủ Nghĩa Toàn Cầu, và đề cao những chính sách sẽ dẫn đến việc hình thành một Chính Quyền Thế Giới Anh-Mỹ.

Chính vào lúc này mà John Maynard Keynes được tuyển vào The Chatham House hay là Royal Institute for International Affairs. Mặc dầu Keynes là một trong những người cha trí thức đầu tiên của lý thuyết kinh tế Tự Do cấp tiến, ông ta thật sự lại không phải người cấp tiến.

Keynes là một con người tự hào là "Giới Quốc Tế", mà sau này được biết là Giới Toàn Cầu. Trong những bàn viết hay sách của ông, những thông điệp đầu tiên của Keynes là nhu cầu cần có những ngân hàng trung ương mạnh mẽ để nắm lấy chính sách tài chánh và tiền tệ quốc gia, cũng như nhu cầu cho những chính phủ để thực hiện việc kiểm soát dân số dựa trên lý thuyết của Thomas Malthus.

Chính Keynes đã tiên phong việc cấu tạo trật tự kinh tế quốc tế tại Bretton Woods,

NH sau Thế Chiến Thứ II, nơi mà tiền của Ngân Hàng Trung Ương của Quỹ Dự Trữ Liên Bang được nhận là tiền tệ dự trữ của thế giới, đồng đô la Mỹ. Ông ta cũng tiên phong trong việc tạo ra Ngân Hàng Thế Giới, Quỹ Tiền Tệ Quốc Tế, và GATT mà sau đó trở thành Tổ Chức Thương Mại Thế Giới.

Những định chế này sẽ trở thành tiên phong trong những yếu tố tài chánh của một Chính Quyền Thế Giới Toàn Cầu tương lai. Phần lập pháp của nó sẽ tạo thành Liên Hiệp Quốc. Ngành tư pháp của nó là Tòa Án Thế Giới, và cánh quân sự trở thành NATO

Keynes không đề cao chủ nghĩa xã hội thuần túy như những người Fabian. Ông ta đưa ra một lý thuyết gọi là "Chủ Nghĩa Tư Bản Quản Trị"

(Managed Capitalism). Trong hệ thống này, Chủ Nghĩa Tư Bản được sử dụng như một công cụ để phát triển sự giàu có và kỹ thuật để sau đó nhà nước sẽ tịch thu và lấy nó. Trong hệ thống của ông, những nhà tư bản sẽ bị chế ngự kiểm soát bởi nhà nước xã hội chủ nghĩa đầy uy quyền, và sau đó lại bị kiểm soát bởi ngân hàng trung ương thế lực.

Chủ Nghĩa Tư Bản quản trị không thể hoạt động được trong nền kinh tế với những lãnh vực thương mại được cấu tạo bởi hàng trăm hàng ngàn những tiểu thương hay mới thành lập để phục vụ cho toàn thể quần chúng.

Có nghĩa là có quá nhiều thương vụ bị kiểm soát bằng vũ lực. Thay vào đó, Chủ Nghĩa Tư Bản quản trị muốn củng cố những ngành kỹ nghệ lớn vào trong tay một số băng đảng và độc quyền, điều này có thể dễ bị nguyên tắc, hối lộ, và đe dọa bằng vũ lực không chế. Đó là tại sao trong một số lãnh vực rất quan trọng như trí thông minh nhân tạo, điện thoại khôn ngoan, những bộ phận cung cấp, ngân hàng, đầu tư ngân hàng, giải trí, tin tức, v.v…Chỉ có một ít công ty phức hợp kiểm soát chặt chẽ được khuyến khích thành công và ngự trị được những thị trường của họ, với sự yểm trợ của những định chế chính phủ tả phái và ngân hàng.

Ý tưởng này được Tony Blair theo Chủ nghĩa Xã Hội Fabina tái hoạt động trong thập niên '90 và đặt tên nó là "Phương Thức Thứ Ba".

Tại Phương Tây, Giới Toàn Cầu đã cố làm việc để chuyển hướng Hợp Chủng Quốc Hoa Kỳ và các nước Phương Tây về với mẫu mực kinh tế này, với một số thành tựu lớn nhỏ khác nhau. Trở ngại chính của họ để hoàn thành toàn bộ nó là Hiến Pháp Hợp Chủng Quốc Hoa Kỳ với quyền hạn và những Tự Do do Chúa ban cho người dân, tạo nên những giới hạn đối với việc chính quyền xâm nhập và kiểm soát.

Không có nơi nào trên thế giới mà "Chủ Nghĩa Tư Bản Quản Trị" lại được nhận biết như Trung Hoa Cộng Sản ngày nay. Ở đó qua ý niệm Phương Thức Thứ Ba, người Cộng Sản đã cho phép công dân họ được phát triển các công ty và sản phẩm. Tuy nhiên, Đảng Cộng Sản Trung Hoa và Ngân Hàng Trung Ương lại kiểm soát chặt chẽ tất cả các CEO, cấp lãnh đạo, và đặt các đảng viên vào trong những văn phòng điều hành của tất cả các công ty để giữ nó theo đúng đường lối.

Nếu bất cứ CEO hay nhân viên điều hành nào đi trật đường lối, họ sẽ bị trừng phạt nhanh chóng và có thể tất cả mọi thứ kể cả tính mạng của họ. Hãy nhìn vào sự biến mất bất ngờ của tỷ phú CEO Jack Ma của Alibaba.

Đó là lý do tại sao Giới Toàn Cầu ca ngợi Trung Cộng và mẫu mực kinh tế trong cuộc phỏng vấn. Đó là sự diễn đạt sát nhất về hệ thống kiểm soát kinh tế toàn diện lý tưởng, mà người cha sáng lập của họ John Maynard Keynes đã chế biến ra một trăm năm trước.

Ngày nay, Giới Toàn Cầu đang thúc đẩy những điểm tín dụng ESG kiểu Trung Hoa vào những công ty Tây Phương, đẩy họ đến gần hơn với toàn bộ mẫu mực "Chủ Nghĩa Tư Bản Quản Trị".

NGƯỜI CHA TINH THẦN CỦA CHỦ NGHĨA TOÀN CẦU
JOHN D. ROCKEFELLER JR.

Nhà lãnh đạo tinh thần hay nhân vật Moses của phong trào này xuất hiện và đầu thập niên 1900. Tên ông ta là John D. Rockefeller Jr.

Cha ông, John D. Rockefeller r Sr. là một người theo phái Thệ Phản và từ bàn tay trắng. Ông nội ông là một con người lừa đảo và có một gia đình thứ hai. Tuy vậy, John D Rockefeller Sr. đã trở thành người tiên phong trong kỹ nghệ dầu hỏa và là người giầu có nhất tại Mỹ Quốc.

Ông điều hành Standard Oil và chế ngự kỹ nghệ này cho đến khi Teddy Roosevelt nổi lên với những cải cách chống độc quyền với đạo luật Sherman Antitrust Act. Chính quyền của Roosevelt đã phân hóa Standard Oil thành nhiều công ty khác nhau.

John D. Rockefeller Sr. có một con trai, John D. Rockefeller Jr. người thừa hưởng hầu hết thế lực và tiền bạc của người cha. John D. Rockefeller Jr. không phải là người theo phái Thệ Phản như cha ông.

Ông không bám vào những lý tưởng của cha ông, mà đúng vậy ông là một thương gia rất thành công và rồi trở nên một nhà từ thiện quan trọng, rất giống như Carnegie và những tên tuổi lớn của thời đó như Ford chẳng hạn.

Rockefeller Jr. đến theo học tại Đại Học Chicago để lấy bằng cấp, và chính tại đó ông bị nhiễm chủ thuyết Bóng Tối Khai Sáng. Nơi đó ông bị ảnh hưởng mạnh mẽ bởi những bài viết của Karl Marx.

Rockefeller Jr. là một trong những người thừa kế giầu có nhất trên thế giới và có quan hệ nhiều với các bạn của cha ông, như J.P. Morgan, người đứng đầu của ngân hàng lớn nhất nước Mỹ thời đó. Morgan cũng là người có thế lực nhất tại Mỹ Quốc. Ông ta đã mua Carnegie Steel từ Carnegie khi ông về hưu và dành toàn bộ thời gian làm từ thiện. Morgan đã sở hữu một phần quan trọng kinh tế Hoa Kỳ.

J.P. Morgan đã thuê John D. Rockefeller Jr. để điều hành ngân hàng của ông.

Morgan cũng quan hệ nhiều với House of Rothschild, gia đình ngân hàng Anh Quốc.

Qua Morgan, Rockefeller Jr. liên hệ chặt chẽ với gia đình Rothschild. Rockefeller Jr. cũng liên hệ sâu đậm với Carnegie và Ford qua người cha.

Rockefeller Jr. từ đó cải đạo thành thứ tôn giáo Khai Sáng Bóng Tối, trở nên một người theo "Chủ Thuyết Quốc Tế" hay sau này được gọi là Giới Toàn Cầu.

Rockefeller Jr. không chỉ trở thành Giới toàn Cầu. Ông là người cha tinh thần của phong trào, một Moses của Chủ Thuyết Toàn Cầu, một Đức Chúa của Chủ Thuyết Toàn Cầu, một ông thánh St. Paul của Chủ Thuyết Toàn CẦu, và nhà lãnh đạo tinh thần của phong trào.

Rockefeller Jr. đặt nền tảng cho chính quyền thế giới Anh-Mỹ.

Theo Marx, điều cần trước tiên là họ phải thành lập ngân hàng trung ương.

Cùng với Morgans, the Rothschild, và những gia đình ngân hàng khác, họ có Aldrich, một thượng nghị sĩ Cộng Hòa, để cổ võ cho dự luật thành lập ngân hàng trung ương cho Hợp Chủng Quốc Hoa Kỳ, Ngân Hàng Dự Trữ Liên Bang. Đã được thông qua năm 1913 dưới thời Woodrow Wilson, sau khi đảng Dân Chủ tiếp nhận và tiếp sức cho mục tiêu này.

John D. Rockefeller Jr. rất gần gũi với Aldrich. Ông ta còn lấy con gái của Aldrich và Aldrich đã cổ vũ cho Federal Reserve Act. Rockefeller Jr. liên hệ sâu vào việc định hình và thành lập ngân hàng trung ương này của Mỹ.

Rockefeller Jr. đã tài trợ cho càng nhiều tổ chức của Giới Toàn Cầu này trên thế giới thì càng tốt. Ông ta đã tài trợ cho Cecil Rhodes và Milner.

Ông đã yểm trợ cho cả hai Royal Institute for International Affairs, The Chatham House, và the Council on Foreign Relations, the CFR.

Rockefeller cổ vũ cho việc thành lập the League of Nations, tiền thân của chính quyền thế giới.

Khi nước Mỹ phản đối nó, Rockefeller Jr.hiến tặng đất đó để thành lập tổng hành dinh của Liên Hiệp Quốc, sự lập lại của Liên Hiệp Các Quốc Gia.

Rockefeller cũng thúc đẩy việc thành lập Tòa Án Thế Giới như một phần của LHQ.

Ông cũng cổ động thành lập Ngân Hàng Thế Giới

và Quỹ Tiền Tệ Quốc Tế tại Bretton Woods, và sau này Tổ Hợp Tài Chánh Quốc tế.

Ông tài trợ Học Viện Giáo Dục Quốc Tế để tạo ảnh hưởng đến những hệ thống giáo dục toàn cầu.

Ông cổ vũ cho thành lập Planned Parenthood, UNESCO, và nhiều tổ chức kiểm soát sinh sản.

Để tạo ảnh hưởng và kiểm soát tôn giáo nhóm của ông tài trợ cho Riverside Church, the National Council of Churches và rồi the World Council of Churches, và nhiều tổ chức thế giới khác nữa để đặt nền tảng cho độc tài tương lai.

Bất cứ khi nào bạn tìm trở lại để xem các tài trợ này cho bất cứ một trong những sáng kiến nào, một tên luôn hiện ra Rockefeller.

Người đàn ông này đã dùng tiền bạc kếch sù của người cha cùng với bên trong những giới tài chánh và thương gia giầu có, kể cả Ford Foundation và The Carnegie Endowment để tuôn tài trợ khổng lồ vào dự án Chủ Nghĩa Toàn Cầu.

Đó là lý do tại sao John D. Rockefeller Jr. trở thành Moses của sứ mạng Cecile Rhodes để tạo thành chính quyền thế giới Anh-Mỹ.

CẤU TRÚC HOẠT ĐỘNG CỦA CHỦ NGHĨA TOÀN CẦU

Sau này, John D. Rockefeller Jr. chuyển bó đuốc lãnh đạo đó cho con trai ông, David Rockefeller David Rockefeller đã cổ vũ phong trào và lan rộng ảnh hưởng của nó.

Bởi vì phong trào hệ ý tưởng này không trở thành một chính quyền hoạt động, bạn cần hiểu cấu trúc của nó.

Bạn cần nghĩ đến sự lãnh đạo của Chủ Nghĩa Toàn Cầu theo hai giai cấp tiên khởi. Bạn có những ông vua, nói như thế; đây có thể là những ông vua của chính quyền thế giới như John D. hay David Rockefeller. Họ là những tinh hoa về tài chánh, giai cấp sở hữu, và là những người quyết định cuối cùng.

Bạn cũng có giai cấp tu sĩ cao trí thức. Họ là những nhà trí thức, những đầu óc chiến lược. Bạn có thể nghĩ điều đó như là sự tiến độ của Kinh Cựu Ước, nơi mà bạn có ông vua và vị tu sĩ chức cao. Đây là cấu trúc cổ xưa uy quyền tại Do Thái và Judea.

Tương tự như phong trào Chủ Nghĩa Toàn Cầu. Bạn có những ông Vua và rồi bạn có những Tu Sĩ.

Bạn cũng có thể nghĩ đến một cấu trúc theo nghĩa như những Chủ Nhân Ông và Người Điều Hành. Ban giám đốc, chủ tịch, và những lợi tức của những cổ đông đại diện cho nhóm sở hữu.

Rồi bạn có những người điều hành công ty, mà đại diện là những người đứng đầu lãnh đạo như CEO, COO, CFO, và vân vân, giới điều hành cao cấp C-suite.

Chủ Nghĩa Toàn Cầu nắm lấy tiến độ này. Giai cấp sở hữu bao gồm Ford Foundation, Carnegie Endowment, gia đình Rockefeller, gia đình Rothschild, gia đình Morgan, và nhiều gia đình hoàng gia nữa.

Rồi bạn có giới điều hành hay giai cấp tu sĩ, thành phần tinh hoa trí thức, và những khoa học gia chính trị.

Những điển hình của những tu sĩ và điều hành là những Henry Kissinger, Zbigniew Brzeziski, Julian Huxley, Klaus Schwab, và Yuval Noah Harari, trong số nhiều người khác nữa.

Những người điều hành này họ làm gì? Một hệ thống những tổ chức quốc tế kiểm soát phong trào này. Những tổ chức này được nối kết với nhau và hình thành vào trong một hệ thống đẳng cấp. Thí dụ như the World Council of Churches, the World Wildlife Fund, the World Bank, the International Monetary Fund, và the European Union Commission

Cùng với nhau, họ tài trợ cho phong trào, đề ra chính sách, tạo ảnh hưởng lên những chính quyền, tuyển mộ những lãnh đạo, và điều khiển những thương vụ của họ

Gia cấp điều hành và chủ nhân ông cũng họp nhau vài lần hàng năm để lái những ủy ban để đề ra nghị trình niên giám, và giải quyết những trở ngại đến với các kế hoạch của họ. Một thí dụ về việc này là the Bilderberg Group vẫn họp thường niên.

Họ có những tổ chức tuyển mộ khác để kéo những lãnh đạo trong chính quyền, thương mại, văn hóa vào trong nhóm của họ và loan truyền thông điệp của họ cho công chúng. Những thí dụ loại này như Diễn Đàn Kinh Tế Thế Giới và Hội Nghị Thượng Đỉnh các Chính Quyền trên Thế Giới.

Hệ tư tưởng này đã tiến hóa như những hệ tư tưởng khác. Nó trở nên chín chắn hơn theo mỗi thế hệ lãnh đạo, đem một số mới mẻ vào phong trào, mà lúc nào cũng luôn luôn được tài trợ dồi dào.

Trong thập niên 1930 và sau đó, hệ tư tưởng này còn có thêm một ý tưởng mạnh mẽ khác: rằng kỹ thuật sẽ tiến triển đến những trình độ không thể tưởng tượng được trong một trăm năm nữa.

Với sự phát minh ra truyền hình, truyền thanh, máy bay, xe hơi, bóng đèn, người ta có thể hình dung ra dễ dàng một tương lai với những hệ thống điện toán cực mạnh, những người máy, những kỹ thuật y khoa, những hóa chất mới, những hệ thống truyền thanh tân tiến, du lịch không gian, và nhiều nữa.

Sự thăng tiến về kỹ thuật này trở thành điểm trọng tâm của nhóm và là cột trụ cho hệ tin tưởng của họ.

Ý tưởng rằng kỹ thuật sẽ tân tiến đến một ngày nó sẽ cuối cùng cho phép Giới Toàn Cầu thực hiện được chính quyền thế giới, và sau đó cho họ năng lực để chữa những bệnh tật của họ, kể cả tuổi già, cho phép họ sống đời đời.

Ý tưởng con người phối hợp với kỹ thuật có thể được biết đến như Chủ Nghĩa Biến Cải Con Người (transhumanism) và là điều kỳ thú của những người cháu của hệ chỉ huy thứ hai của Charles Darwin, Thomas Huxley.

Tên của chúng là Aldous và Julian Huxley. Julian trở thành phụ tá cho những chủ nhân Giới Toàn Cầu và thành lập tổ chức UNESCO của Giới Toàn Cầu, một hoạt động với sứ mạng về kiểm soát sinh sản để cho thế giới thứ ba qua giáo dục sẽ có ít con cái hơn, loan truyền ra thuyết Darwin vô thần và thúc đẩy tư tưởng vô thần của Giới Toàn Cầu đến với thế giới thứ ba để sửa soạn cho họ tham gia vào tương lai của chính quyền thế giới với lời hứa vì hòa bình thế giới.

Aldous sẽ lấy viễn ảnh một đế chế toàn cầu kỹ thuật cao của tương lai để viết một tiểu thuyết tên là Thế Giới Mới Dũng Cảm (Brave New World). Ông ta cũng sẽ tham gia vào với Liên Hiệp Quốc trong vai trò lãnh đạo.

Những nghệ sĩ và văn sĩ cũng được bỏ vào trong nhóm cực đoan của Giới Toàn Cầu. H.G. Wells là Giới Toàn Cầu và viết cuốn sách mô tả điều đó, sách tên là Trật Tự Thế Giới Mới (The New World Order).

Những lý do hiển nhiên là, giai cấp đại phú và chủ nhân hàng đầu của thế giới tây Phương thường vẫn bị nhồi sọ bởi tư tưởng này và thúc thủ trước nó. Điều này trở thành như tôn giáo của họ, mục đích sống của họ, và tất cả nó đều thoát ra từ chủ nghĩa Bóng Tối Khai Sáng.

Những thuyết Darwin, Nietzsche và Mác Xít chính là viễn ảnh cho tương lai. Đó là tại sao thứ tôn giáo chính trị này đã trở nên căn bệnh ung thư tư tưởng nguy hiểm được tài trợ nhiều nhất đang tiêm nhiễm vào thế giới Phương Tây.

Khác với Cơ Đốc Giáo, phổ biến lời rao giảng đến từng người đàn ông, phụ nữ, trẻ em, mọi giòng giống, đức tin, ngôn ngữ, hay mầu da. Chủ Nghĩa Toàn Cầu là thứ tôn giáo chỉ cho giới đại phú và những thành phần tinh hoa khoa học của họ.

Viễn ảnh của họ trong vương quốc tương lai của họ không phải là một ngàn năm hòa bình dưới Đức Chúa với những thiên thể vinh quang.

Nó là một ngàn năm kỷ nguyên đen tối bạo lực và biến diện, một diệt chủng đối với người nghèo, những chủng tộc thấp của Darwin, và những người không thích nghi để cho Giới Toàn Cầu có thể thừa hưởng Trái Đất và cai trị nó với một nắm tay sắt về kỹ thuật cao, mãi sống với những thân thể hòa đồng với kỹ thuật.

Đó là tại sao Chúa Jesus thường vẫn nói về giới đại phú: "một nhà giầu vào vương quốc thiên đàng còn khó hơn một con lạc đà chui qua một lỗ kim"? Trong đoạn tiếp theo chúng ta sẽ đào sâu hơn về những niềm tin trong tư tưởng của Giới Toàn Cầu.

HỆ TƯ TƯỞNG CỦA GIỚI TOÀN CẦU GALTON – KIỂM SOÁT SINH SẢN

Hệ tư tưởng của Giới Toàn Cầu tập trung vào chung quanh trụ cốt chính hay vào quan điểm của Cecil Rhodes và Alfred Milner đem đến cho chúng ta, rằng chủng tộc nói tiếng Anh là giống siêu đẳng và định mệnh của họ là thiết lập một chính quyền thế giới và cai trị thế giới.

Tuy nhiên, khác với quan điểm quân sự của Napoleon và Hitler, Rhodes và Milner chấp nhận thuyết tiến triển từng phần (incrementalism or gradualism) của the Fabian Socialist Society, thực hiện một cuộc trường chinh qua những định chế để từ từ nắm lấy quyền hạn, nhiều quyền hạn hơn, và sự giầu có sau một thời gian dài.

Việc này sẽ giúp cho họ đủ thời gian trong khi hệ thống tư bản phát triển kỹ thuật đến mức độ sẽ giúp cho họ thiết lập được một chính quyền thế giới kỹ thuật cao và tân tiến đến độ đủ giúp cho họ chữa trị được các căn bệnh của họ, đảo ngược tuổi già, và cốt yếu là sống đời đời.

Đây là tiêu đề chính hay niềm tin của Giới Toàn Cầu.

Tuy nhiên, những ý tưởng khác cũng đi song song với ý tưởng này. Chủ Nghĩa Toàn Cầu là một thứ tôn giáo chính trị được những thủ lĩnh của kỹ nghệ ngân hàng, gia đình vương giả, và những tổ hợp quốc tế tạo ra.

Những người này xem xét vị trí của họ, đời sống, và kết quả. Họ tự hỏi "Tại sao tôi lại đứng trên đỉnh cao và mọi người ở dưới đáy? Tại sao chúng tôi lại giầu có thế lực nhiều như vậy, và mọi người khác lại quá hạn chế về nguồn tài chánh?"

Vậy thì có nhiều câu trả lời cho câu hỏi này. Thì dụ như, gia đình của họ đã thâu lượm được kiến thức và ý thức được về thương mại và ngân hàng mà những người khác không sở hữu được, điều này cho phép họ tiến lên.

Một số trong họ đã ở trong thời điểm đúng, không gian đúng với ý tưởng đúng. Một số họ đã may mắn.

Một số có thể nói Chúa đã phần nào ban phép lành cho họ.

Có những câu trả lời then chốt cho câu hỏi này. "Tại sao họ lại có quá nhiều trong khi những người khác lại có quá ít nếu so sánh?"

Nhưng có một câu trả lời mà Giới Toàn Cầu thích

hơn

Charles Darwin có một người bà con tại Pháp tên là Francis Galton. Galton lấy ý tưởng của Darwin và áp dụng nó vào quan điểm của loại giống siêu việt.

Ý tưởng của ông ta là về giòng giống và sự thượng đẳng của giòng giống. Nếu họ truyền giống cho nhau, sẽ sinh sản ra con cháu có giống siêu việt. Bạn sẽ có thể có được như là siêu nhân di truyền nếu nó tiếp diễn trong nhiều thế hệ.

Ông ta đua ra lý thuyết rằng điều đối nghịch cũng là đúng, rằng nếu giống hạ đẳng được cho sinh sản tự do, họ sẽ tạo thành một xã hội hoàn toàn với kiểu mẫu của giống hạ đẳng sau nhiều thế hệ.

Đây là lý thuyết chọn lựa về sinh sản, dựa theo ý tưởng của thuyết Darwin.

Những lý thuyết này giúp thăng tiến cho niềm tin vào khoa kiểm soát sinh sản. Khoa này cho giới đại phú lời giải thích tại sao họ lại có nhiều như thế. Họ tin rằng họ là sản phẩm của sự truyền giống siêu việt.

Sự giàu có của họ là chứng cớ của sự siêu việt về giống, rằng họ là những người được chọn lựa. Đó là điều mà họ tin tưởng.

Khi nhìn vào những người này, người ta nhận thấy ngay họ chẳng phải siêu việt hơn ai. Họ nằm trong những người lạ kỳ xấu xí nhất và bạn đã thấy.

Nếu bạn nhìn vào phần trăm của Giới Toàn Cầu, bạn sẽ thấy họ xuất thân từ những hình thức truyền giống hạ đẳng nhất, ấy vậy mà họ tin vào ý tưởng đó.

Đây sẽ là một phần của hệ tư tưởng của họ, sự

siêu việt về nòi giống. Đây là sự giải thích khoa học về sự thánh linh cho họ có quyền cai trị.

Trong thế giới cổ, vị hoàng đế được xem là ông vua hay nhà lãnh đạo của dân tộc. ý tưởng này được tôn trọng vì ông ta được tin là từ những vị thần tiên hay chúa.

Ông ta được xem như một vua chúa. Bởi vì ông vừa là vua vừa là chúa, người dân vẫn theo và thờ phượng ông, đem sự hợp nhất đó vào trong xã hội.

Trong thế giới trung cổ, đức giáo hoàng thường chọn lựa và đăng quang những vị vua khi mà Châu Âu theo Cơ Đốc Giáo.

Văn hóa thời đó tin rằng các vị vua và giòng giống ông ta được Chúa chọn lựa, như câu chuyện của David, được tiên tri Samuel chọn trong Kinh Cựu Ước.

Tư tưởng ngày trở thành một sức mạnh cả ngàn năm tại Châu Âu. Đó là quyền thiêng liêng của những vị vua.

Tại sao những gia đình quyền lực giầu có nhất được phép cai trị trong khi những người khác lại có ít? Họ có quyền thiêng liêng để cai trị.

Tuy nhiên, ý tưởng đó đã bị từ khước sau thời đại Khai Sáng, kỷ nguyên khoa học, và cuộc Cách Mạng Mỹ Quốc.

Những kẻ bạo chúa, người ta nhìn thấy, chẳng phải được Chúa chọn lựa, và người dân chẳng còn tôn trọng quyền cai trị của họ nữa.

Đã có nhiều cuộc cách mạng khi quần chúng bắt

đầu từ khước ý tưởng quyền thiêng liêng cai trị này.

Bởi thế, Giới Toàn Cầu cần một hệ tư tưởng mới để biện minh cho việc tại sao họ lại điều khiển mọi việc, nắm giữ hết tiền bạc, và kiểm soát xã hội.

Galton đã cho họ điều đó, Quyền thiêng liêng được cai trị chính là siêu việt về nòi giống và di truyền siêu việt.

Họ đã được thiên nhiên chọn một cách thiêng liêng qua nòi giống siêu việt của họ, đó là tại sao họ lại tốt hơn những người khác.

Theo họ, họ sẽ điều khiển mọi thứ và nắm giữ hết quyền lực và cả sự giầu có chất đống của thế giới.

Thuyết này có một mặt đen tối của nó. Vì là những người với giòng giống siêu việt được chọn lọc, trách nhiệm của những nhà kiểm soát sinh sản là ngăn cản không cho giống hạ đẳng và những giống thấp kém của những nhóm thiểu số trong thuyết Darwin được sinh sản nhiều.

Niềm tin này dẫn đến việc hình thành những tổ chức kiểm soát sinh sản như Cold Spring Harbor, Planned Parenthood, và the Kaiser Wilhelm Institute, tất cả đều được Rockefeller Jr. tài trợ.

Những tổ chức này sẽ đề ra những chính sách kiểm soát sinh sản được tiểu bang tài trợ để làm những điều đáng ghê tởm nhân danh sinh sản.

Tại Mỹ Quốc, dưới thời FDR, đã dẫn đến sự triệt sản bắt buộc cho người da đen, người da đỏ, những người bệnh thần kinh, những người với trí thông minh IQ thấp, trẻ em trong nhà nuôi dưỡng, các tội nhân.

Ý tưởng về kiểm soát sinh sản cũng dẫn đến phong trào phá thai, đã đưa đến phá thai trên 60 triệu em bé tại Hoa kỳ, và hàng triệu không được biết đến khắp Phương Tây. Margaret Sanger và Planned Parenthood chủ yếu nhắm vào cộng đồng người da đen.

Tại Đức Quốc, tại Kaiser Wilhelm Institute, Josef Mengele đã phát triển những kỹ thuật lò hơi ngạt và thí nghiệm trên những người bệnh tâm thần và những giống người thấp kém của Darwin. Học viện này đã trở thành đất thí nghiệm cho những trại giam tử thần "Giải Pháp Cuối Cùng" của Hitler.

Dù là những phong trào tội ác này độc địa và đáng khinh khi, chúng vẫn tồn tại cho đến ngày nay. Ngày nay, những tổ chức kiểm soát sinh sản này mang mặt nạ của sứ mạng đổi mới là kiểm soát dân số hay ngăn chận sự quá tải về dân số.

"Kiểm soát dân số" là một biệt danh giả mạo để triệt sản và giết bớt đi những thành phần của thế giới thứ ba, cũng như những nhóm thiểu số trong thế giới thứ nhất.

Thuyết Darwin và khoa kiểm soát sinh sản là những hệ thống tin tưởng của thuyết chủng tộc được khoa học biện minh, khuyến khích sự diệt chủng những dòng giống thấp của loài người theo thuyết Darwin.

HUXLEY – THUYẾT BIẾN CẢI CON NGƯỜI VÀ KỸ THUẬT CHUYÊN NGÀNH

Như đã đề cập từ trước, một chủ đề ban đầu nữa của Chủ Nghĩa Toàn Cầu là vai trò kỹ thuật. Với họ, kỹ thuật là phần linh thiêng.

Những phát triển của nó là chìa khóa làm cho mọi việc họ mơ ước có thể có được.

Họ không phải là người ngu đần. Họ đã thấy cái gì xảy ra với Napoleon và Hitler.

Họ là những thành phần tú Anh-Mỹ. Họ nhìn thấy lối vào đang đến như cơ hội sắp tới cho họ để hoàn thành cái mà Napoleon, Lenin, và Hitler đã không làm được: chinh phục thế giới.

Khi họ đến với nó, họ muốn chiến thắng chứ không muốn thất bại. Theo phân tích của họ, một kỹ thuật thích hợp vẫn cần có để phát triển và đặt để vào vị trí. Chính yếu tố ban tiên khởi này đã ngăn cản những người Nga, Người Pháp, và người Đức đến với thành công.

Họ cần có một kỹ thuật tân tiến cao để cuối cùng có thể thực hiện được chính quyền thế giới. Họ chỉ có thể có bước tiến cuối cùng khi mà kỹ thuật đã sẵn sang.

Họ mơ tưởng đến một thế giới với một chính quyền được điều khiển bởi một thành phần ưu tú kỹ thuật và khoa học gọi là kỹ thuật chuyên ngành (technocracy).

Ý niệm dùng kỹ thuật để chữa các bệnh tật của họ, tăng cường thân thể, trí óc, kết nối với Internet, với trí Thông Minh Nhân Tạo AI, đảo ngược tuổi già, và cốt lõi là sống đời đời được gọi là "chủ nghĩa chuyển biến con người" (transhumanism). Những ý tưởng này là trọng tâm của quan điểm về hệ tư tưởng của Chủ Nghĩa Toàn Cầu.

Julian Huxley, vị tổng thư ký đầu tiên của UNESCO, một tổ chức phi chính phủ về kiểm soát sinh sản của Chủ Nghĩa Toàn Cầu, đã là người đầu tiên đưa ra ý tưởng này. Ông ta viết về quan điểm này trong cuốn sách New Bottles for New Wine.

"Tôi tin vào thuyết chuyển biến con người: một khi có đủ người nói lên rằng những nhân tố đang trên ngưỡng cửa của một sự hiện hữu mới, sẽ khác với các nhân tố của chúng ta bây giờ cũng như nhân tố chúng ta khác với những nhân tố thời Peking xưa kia. Lúc đó sau cùng nó sẽ hoàn tất định mệnh của nó một cách ý thức." ("Transhumanism." Julian Huxley. In New Bottles for New Wine, tr. 13–17. London: Chatto & Windus, 1957).

MALTHUS – CHỦ NGHĨA MALTHUS

Ý tưởng thứ ba đến với chúng ta từ một tu sĩ. Người đã ảnh hưởng đến nền văn hóa của Anh Quốc và Châu Âu trong những năm 1700. Tên ông ta là Thomas Malthus.

Malthus thực hiện một thí nghiệm với những con ruồi và thức ăn trong một cái bình. Malthus cho thấy rằng nếu những con ruồi ở trong cái bình đủ lâu, chúng sẽ ăn hết các nguồn thức ăn trong cái bình đó rồi chết.

Nội dung của công trình viết lách chuyên môn

của ông xoay quanh việc kiểm soát dân số. Ông viết Một Luận Văn về Nguyên Tắc của Dân Số (An Essay on the Principle of Population) năm 1798.

Malthus lý luận rằng nguồn cung cấp thức ăn trở nên dồi dào hơn khi xã hội phát triển và giầu có hơn. Nhưng điều này cuối cùng cũng dẫn đến sự gia tăng dân số, mà ông ta tranh cãi rằng, sẽ tiêu thụ hết mọi thứ và dẫn đến một đất nước nghèo hơn một lần nữa.

Sức mạnh của dân số thì chắc chắn sẽ mạnh hơn là sức của Trái Đất sinh ra cho con người tồn tại-Thomas Malthus.

Ý tưởng cốt lõi của ông là cấp lãnh đạo cần kiểm soát dân số, nếu không một thảm họa theo thuyết Malthusiasm sẽ xảy ra, mà dân chúng sẽ tiêu thụ hết thức ăn và Trái Đất bị nguy cơ hủy diệt.

Những lý thuyết của Malthus đã bị chứng minh là sai lầm sau cuộc Cách Mạng Kỹ Nghệ, khi mà kỹ thuật tiến đến mức sự sản xuất thực phẩm đã được tăng gấp bội theo địa dư, và thế giới trở nên giầu có hơn nhờ vào sinh sản nhiều hơn.

Tuy vậy, một nhóm đã khước từ việc bỏ niềm tin đó của họ. Vì điều đó là cốt lõi của hệ tư tưởng của họ: Giới Toàn Cầu. Giới Toàn Cầu toàn tâm toàn ý tin vào những triết lý về dân số sau đây. Chúng tôi sẽ tóm lược trong những đoạn ở đây.

1.- Darwin: Để cho những người thích nghi tồn tại, những giống cao nhất phải, vào một thời điểm nào trong tương lai, tiêu diệt những giống thấp kém man rợ và những kẻ không thích nghi.

2.- Galton: Qua khoa kiểm soát sinh sản, những

dòng giống siêu việt phải hạn chế những giống thấp kém di truyền để tránh cho thế giới bị tràn đầy với những giống thấp kém và những kẻ bệnh tâm thần theo thuyết Darwin

3.- Malthus: Nếu giới giầu có và thế lực không làm gì để chế ngự sự thịnh vượng kinh tế, Chủ Nghĩa Tư Bản, và tăng trưởng dân số đang lan tràn, thì dân chúng sẽ tiêu thụ hết nguồn thức ăn, và Trái Đất sẽ bị hủy diệt.

Đây là những ý tưởng trọng tâm của hệ tư tưởng Toàn Cầu. Đó là tại sao, cho đến ngày nay, họ vẫn còn đề cao những ý tưởng như biến đổi khí hậu do con người, sự hao hụt về nhiên liệu hóa thạch, và những yếu tố đáng sợ hãi khác là những sự kiện.

Câu chuyện thì vẫn luôn như cũ. Chúng ta cần hạn chế Tư Bản Chủ Nghĩa và sự tăng trưởng dân số, nếu không Trái Đất sẽ bị hủy diệt trong một trận tai ương. Ý tưởng này được gọi là tai ương Malthus.

Mặt đen tối của những ý tưởng như trong lý thuyết này là nó biện minh cho những hành động kinh hoàng của nó chống lại nhân loại nhân danh cứu vớt Trái Đất.

Quan điểm này biện minh cho tất cả những hành động vô sinh cưỡng bức, những chính sách phá thai, trợ giúp tự tử, nạn đói được tạo ra, những bệnh tật được tạo ra, những chích ngừa tai hại, v.v… Bất cứ điều gì làm cho dân số giảm xuống theo thuyết những giống thấp kém trong thế giới thứ ba và giới không thích nghi, những kẻ ăn hại của Darwin

Sau hết, Giới Toàn Cầu cực kỳ giầu có không thể

để cho chúng ta là những côn trùng ăn hết các thức ăn trong cái bình của họ là Trái Đất, mà họ nghĩ rằng thuộc về họ.

Hệ tư tưởng này, pha trộn với chủ thuyết Mác Xít, đã thêm lửa vào trong bản phúc trình 1972 về Những Hạn Chế Tăng Trưởng được The Club of Rome xuất bản. mà nó là tiền đề cho phong trào tân thời ầm ĩ về biến đổi khí hậu. Không có một điều gì trong đó là sự thật. Nó là sự tuyên truyền theo chủ nghĩa Mác Xít và Malthus sẽ dẫn chúng ta đến ý tưởng kế tiếp của Giới Toàn Cầu.

BERNAYS – TUYÊN TRUYỀN – DỐI TRÁ LÀ SỰ THẬT

Sau cùng, một nhân vật nữa đã giúp kết hợp lại học thuyết của Chủ Nghĩa Toàn Cầu. Ông ta là một nhà tâm lý học người Mỹ. Edward Bernays, cha đẻ của tuyên truyền tân tiến và tiếp thị.

Berneys xuất thân từ gia đình của Sigmund Freud. Ông ta là sinh viên về thần kinh con người và manh nha của khoa tâm lý học.

Bernays hiểu rằng tiềm thức thì nằm ở tầng dưới của tâm thức, mà nó hoạt động theo một nguyên tắc được biết là đề nghị.

Tiến trình thì đơn giản. Đề nghị là một ý tưởng hay sự ra lệnh. Nếu đề nghị được trình bày với một người nào đó từ một nguồn tin cậy hay từ một nhân vật có thẩm quyền, tâm thức sẽ chấp nhận cái lệnh hay đồng ý với ý tưởng đó.

Một khi tiến trình ý thức đó xảy ra, đề nghị đó vào

trong tiềm thức của người ấy như một niềm tin, một ý kiến mà cá nhân đó đã đồng ý.

Những nhà tâm lý học ban đầu tìm ra rằng những niềm tin này trong tiềm thức đã tô vẽ và tạo nên ý niệm về thực tại. Nói cách khác, sức mạnh của đề nghị là nó có thể biến đổi nhận thức về sự hiện hữu con người đối với những cá nhân hay toàn thể những dân số.

Nhận thức về sự hiện thực đã trở thành động lực chính cho hành vi con người. Quan điểm này có nghĩa là nếu bạn có thể kiểm soát được niềm tin của một người nào đó thì bạn cũng có thể kiểm soát được hành vi của người này.

Một phương thức thứ nhì mạnh mẽ hơn để đưa những đề nghị vào trong tiềm thức dân số là qua sự nhắc lại.

Bằng cách nhắc lại một đề nghị (một ý tưởng hay mệnh lệnh) nhiều lần với công chúng, bạn có thể làm cho khả năng phán đoán và suy nghĩ có ý thức và thiết yếu bị mất đi, và đưa được đề nghị đó vào thẳng luôn tâm trí họ.

Joseph Goebbels, người đứng đầu về tuyên truyền của Hitler, đã hoàn bị chiến thuật này.

"Nếu bạn lập đi lập lại một lời dối trá thường xuyên, con người ta sẽ tin nó, và có thể chính bạn cũng tin nó nữa" – Joseph Goebbels.

Một lời nói dối nói một lần vẫn là lời dối trá, nhưng nói cả ngàn lần sẽ trở thành sự thật" – Joseph Goebbels.

Một câu thường nói từ phong trào tuyên truyền là, "nhận thức là hiện thực."

Tuy nhiên, thực chất của tuyên truyền lại là "lừa dối là hiện thực"

Bằng cách lừa dối công chúng, tuyên truyền có thể biến đổi ý thức về hiện thực và về sự thật và thúc đẩy những hành vi chính trị mới.

Tiến trình tẩy não công chúng với những đề nghị lừa đảo cho tới khi những ý tưởng này trở thành sự thật của họ được gọi là lái theo ý mình (conditioning).

Chiến thuật này đã được Đức Quốc Xã sử dụng thành công đến độ khiến cho cả quốc gia ủng hộ giải pháp cuối cùng để xóa bỏ đi toàn bộ những nhóm người đồng bào của họ.

Chiến thuật này hiện nay đang được áp dụng hàng loạt để lừa dối công chúng trong thế giới Phương Tây vào với nghị trình của Giới Toàn Cầu.

Chúng ta biết rằng Giới Toàn Cầu tin tưởng rằng họ là giai cấp có đẳng cấp cao về giòng giống con người, điều đó cho họ cái quyền thiêng liêng để cai trị.

Giai cấp độc tài này xem công chúng như người nông dân nhìn bầy gia súc của họ vậy.

Đối với họ, chúng ta, người dân, gồm có hai giai cấp. Trước hết bạn có giới nghèo, những chủng tộc thấp kém của thế giới thứ ba theo Darwin. Đối với Giới Toàn Cầu, đây là những nô lệ để làm việc trong những xí nghiệp hải ngoại, những công việc về nguyên liệu, thâu lượm những hầm mỏ, những mùa màng, và các nguyên vật liệu.

Những người công nhân nghèo này ở đó để làm việc trong tình trạng thấp kém chỉ đủ có gạo thóc, giày dép, và một cái chòi, nhưng không thể nhiều hơn.

Họ đào hầm mỏ, làm việc trên sàn các nhà máy, thâu lượm mùa màng cho các tổ hợp của Giới Toàn Cầu với đồng lương chỉ vài đô la một ngày.

Họ là những người công nhân nô lệ.

Và bạn có thế giới hàng đầu: Những người Mỹ, Châu Âu, Úc Châu, Nam Phi, v.v…Những thành phần này phục vụ cho một mục tiêu khác. Chúng ta là những con cừu, được sử dụng làm ra tiền. Bạn có thể nghĩ chúng ta là máy làm ra tiền cho Giới Toàn Cầu.

Chúng ta ở đây để mua sản phẩm của họ và trả tiền cho dịch vụ của họ. Trong khi đó thì họ ăn cắp ăn trộm tiền thuế của chúng ta qua những điều đình gian lận với những đại diện chính quyền của chúng ta.

Rất thường xảy ra, họ ảnh hưởng tạo ra suy thoái của thị trường, Rồi, họ lại thâu được những dữ kiện về đầu tư, tiền và quỹ hưu trí của người dân. Chúng ta đã thấy suy thoái này trong năm 2008.

Câu hỏi vẫn còn đó: Làm sao chúng ta kiểm soát được hai dân số trên, giới nghèo lao động thế giới thứ ba và giai cấp trung lưu Tây Phương? Thì bạn hãy dùng tuyên truyền, sức mạnh của đề nghị được Edward Bernays phát triển.

Qua tuyên truyền, bạn thiết lập được thông điệp và đề nghị của mình. Rồi, bạn sử dụng sức mạnh của truyền thông, giải trí, giáo dục, quảng cáo để tẩy não những đối tượng của bạn với thông điệp của bạn được lập đi lập lại. Bạn cứ lập đi lập lại nhiều lần cho đến khi nó được gắn chặt vào tiềm thức của họ thành niềm tin. Rồi, sự tin tưởng ấy trở thành thực tế của họ. Cái thực tế mới ấy sẽ thúc đẩy hành vi của họ và giữ họ dưới sự kiểm soát, trí óc bị kiểm soát. Đó là cách giữ cho công chúng ngoan ngoãn dưới bùa mê của bạn xuyên qua phương thức lái họ đi. Nó là một phần thiết yếu khác của học thuyết Toàn Cầu được Edward Bernays giới thiệu.

Đây là nơi mà nỗi ám ảnh của Giới Toàn Cầu về kiểm soát cốt truyện và mọi thứ từ di sản truyền thông đến truyền thông mạng đến truyền thông xã hội xuất hiện, và tại sao kiểm duyệt lại quan trọng như vậy với họ. Họ phải kiểm soát thông điệp và cốt truyện để kiểm soát cái mà công chúng tin tưởng. Một khi kiểm soát được cái gì mà công chúng tin tưởng thì họ mới kiểm soát cách công chúng sẽ hành xử ra sao. Tôi nói lại lần nữa. Giới Toàn Cầu có thể kiểm soát cách công chúng hành xử thế nào bằng cách kiểm soát những gì công chúng đặt niềm tin vào.

Một thí dụ hấp dẫn về điều này trong thực dụng là chiến dịch thông điệp theo sau sự ra đời của COVID-19, trước tiên là con vi khuẩn và rồi là chích ngừa mRNA. Giới Toàn Cầu đã cho chúng ta thấy nó qua một chiến dịch thông điệp tổng thể toàn thế giới. Chiến dịch tiếp thị này nó hữu hiệu đến độ

70% dân số thế giới xắn tay áo lên để tiếp nhận mũi chích ngừa nguy hiểm còn đang thí nghiệm này với sự hoàn toàn tin tưởng.

Những mũi chích này mang theo nguy cơ tổn hại về sức khỏe và những hậu quả di truyền chưa biết được bởi lẽ chúng là kỹ thuật hiệu đính về di truyền, không phải là loại vaccine cổ điển, như chúng ta đã biết hàng trăm năm qua. Mũi chích ngừa COVID-19 mRNA là một thí dụ tân tiến về sức mạnh của tuyên truyền: lừa dối là sự thật

HỆ TƯ TƯỞNG CỦA GIỚI TOÀN CẦU

1. THUYẾT DARWIN XÃ HỘI: Chúng ta có quyền thiêng liêng để cai trị ban cho chúng ta vì sự siêu việt của giòng giống. Chúng ta phải xóa bỏ những giống thấp kém theo Darwin để hoàn tất "ý chí uy quyền" bằng cách cai trị thế giới.

2. KHOA KIỂM SOÁT SINH SẢN: Chúng ta là sản phẩm của nòi giống siêu việt, nó sẽ tạo ra chủng tộc siêu việt. Chúng ta phải hạn chế sự sinh sản của những chủng tộc thấp kém và di truyền thấp hèn theo Darwin qua phá thai, kiểm soát sinh đẻ, làm vô sinh, vũ khí hóa học, vũ khí sinh học, nạn đói, hỗ trợ tự tử, và diệt chủng.

3. CHỦ THUYẾT KIỂM SOÁT DÂN SỐ: Nếu đà tăng trưởng dân số thế giới vẫn tiếp tục, nó sẽ tiêu thụ hết các nguồn dự trữ và hủy diệt hành tinh. Vì thế, chúng ta phải làm giảm dân số bằng mọi phương tiện cần thiết.

4. TUYÊN TRUYỀN: Thế giới thứ ba là nô lệ của chúng ta, và thế giới thứ nhất là những con cừu giúp chúng ta qua đó kiếm tiền. Để giữ cho chúng trong vòng kiểm soát, chúng ta phải bao bọc họ trong sự lừa dối, kiểm soát niềm tin của họ và, như vậy nữa, hành vi của họ, Lừa dối là sự thật.

5. CHỦ NGHĨA BIẾN CẢI CON NGƯỜI: Với sự phát triển về kỹ thuật tân tiến, chúng ta chẳng bao lâu nữa sẽ chữa được các bệnh tật của chúng ta, hòa đồng với trí thông minh nhân tạo, và sử dụng hệ thống người máy tự động tân tiến để kéo dài tuổi thọ vĩnh viễn.

Điều này có vẻ như khoa học giả tưởng bởi vì bạn đã bị nhồi nhét cả đời bạn với tuyên truyền của họ. Tuy nhiên, nếu chúng ta nghe những lời của Giới Toàn Cầu thì họ sẽ nói cho bạn biết rằng đây cũng chính là hệ thống tin tưởng của họ Giới Toàn Cầu.

Chúng ta cần tỉnh trí lại ra khỏi cái sương mù cốt truyện và nhận thức xem chúng ta đến được cái gì khi chống lại ở đây những tên độc tài của chủ nghĩa Khai Sáng Bóng Tối tân thời này.

CHƯƠNG 7

TÔN GIÁO CỦA NHỮNG KẺ THEO CHỦ NGHĨA TOÀN CẦU

Chúng tôi đã nêu ra những kẻ theo chủ nghĩa Toàn cầu đều cùng chung một hệ tư tưởng. Tuy nhiên, hệ tư tưởng này không phù hợp với nền tảng tín ngưỡng phương Tây, như Thiên Chúa giáo hay Do Thái giáo.

Suy cho cùng, các tôn giáo này cho biết Thiên Chúa truyền lệnh cho Adong và Evà phải "sinh sôi nảy nở thật nhiều". Thiên Chúa không hề theo thuyết Malthusian (hạn chế sinh sản) hay thuyết ưu sinh (chỉ mỗi chủng tộc thượng đẳng đáng sống).

Kitô giáo và Do Thái giáo dạy về tình yêu thương, hòa bình và chăm sóc những người yếu đuối và nghèo khó, chứ không phải tiêu diệt hoặc triệt sản họ.

Vì vậy, những người theo chủ nghĩa Toàn cầu bác bỏ cả Thiên Chúa giáo và Do Thái giáo.

Những người theo chủ nghĩa toàn cầu rơi vào một trong hai phe phái chính sau đây.

CHỦ NGHĨA DUY VẬT
VẬT CHẤT CHUYỂN ĐỘNG

Phe đầu tiên rất dễ hiểu. Tôn giáo đầu tiên của Chủ nghĩa Toàn cầu là chủ nghĩa duy vật. Niềm tin này vượt xa chủ nghĩa vô thần, chủ nghĩa cho rằng không có Thiên Chúa.

Những người duy vật đưa chủ nghĩa vô thần tiến thêm một bước nữa. Họ tin rằng không có gì tồn tại ngoại trừ "vật chất đang chuyển động".

Họ bác bỏ ý tưởng về thần linh, tinh thần con người, linh hồn, tâm trí những thứ phát sinh từ bộ não, cũng như thiên thần, ác quỷ, Thiên Chúa, năng lượng tâm linh, v.v.

Đối với những người theo chủ nghĩa duy vật, vui cười, vẻ đẹp, nghệ thuật, ước mơ, cảm xúc, tình yêu, phấn chấn, những cuộc gặp gỡ tâm linh, kinh nghiệm ngoài cơ thể và hứng khởi trong cuộc sống đều có thể được giải thích bằng thần kinh học và hóa học thần kinh.

Đối với những người theo chủ nghĩa duy vật, không có trái tim cảm xúc, tâm trí hay linh hồn. Đối với họ, tất cả những gì con người có chỉ là thân xác và bộ não.

Đây là loại khoa học lạnh nhạt. Những gì bạn thấy là những gì bạn nhận được. Đối với họ, vật lý và các khoa học giản lược là kinh sách tôn giáo.

Darwin là nhà tiên tri chứng minh rằng không có Thượng Đế, và các nhà khoa học theo chủ nghĩa giản lược chứng minh rằng không có điều gì siêu nhiên, tâm linh hay huyền bí về thế giới.

Họ là những người theo chủ nghĩa Toàn cầu, ủng hộ hệ tư tưởng Toàn cầu hóa qua lăng kính và tư duy khoa học lạnh lùng, cứng rắn.

Sau đây là niềm tin của những người theo chủ nghĩa duy vật:

CHỦ NGHĨA DUY VẬT

1. Thuyết vô thần: Không có Thượng Đế.

2. Thuyết tương đối: Không có thiện hay ác rõ rệt, tất cả tuỳ theo ý kiến của mỗi người.

3. Chủ nghĩa thế tục: Không có đời sau.

4. Chủ nghĩa giản lược: Không có tinh thần hay tâm trí nào tách rời khỏi bộ não hoặc cơ thể.

5. Chủ nghĩa duy vật: Chỉ có vật chất chuyển động.

CHỦ NGHĨA HUYỀN BÍ – NGOẠI GIÁO

Phe tôn giáo thứ hai, phổ biến hơn trong hàng ngũ những người theo chủ nghĩa Toàn cầu hóa có quan điểm đối lập với những người theo chủ nghĩa duy vật.

Họ vẫn bác bỏ Kinh thánh, Thiên Chúa giáo và Do Thái giáo. Tuy nhiên, họ khao khát tâm linh.

Nhóm này thích hợp với Khai sáng Bóng tối (Dark Enlightenment). Họ đồng ý với quan niệm rằng Thượng Đế đã chết, tuy nhiên họ vẫn có niềm khao khát dai dẳng về những kinh nghiệm tâm linh và quyền lực bất chấp những tuyên bố của Darwin và Nietzsche.

Đối với nhóm người này, một phong trào xuất hiện trong cộng đồng cánh tả vào những năm 1800 nhằm tìm kiếm một nền tảng tâm linh tương thích với hệ thống niềm tin Khai sáng Bóng tối.

Chắc chắn không lấy Do Thái giáo làm chuẩn, Thiên Chúa giáo lại càng không, bởi vì Khai sáng Bóng tối, gần như toàn bộ mục tiêu cốt lõi của nó, là tìm cách bác bỏ Thiên Chúa giáo một lần và mãi mãi, đồng thời vượt qua kỷ nguyên Thiên Chúa giáo.

Đó chính là nội dung của Chủ nghĩa Cánh tả.

Họ phải quay trở lại trước thời Thiên Chúa giáo và tìm ra điều gì đó kết nối để có thể tương thích với hệ tư tưởng mới của họ. Và đúng như thế, họ quay trở lại thời điểm trước kỷ nguyên Thiên Chúa giáo, đến thời kỳ ngoại giáo, đến thời kỳ trước khi châu Âu theo đạo Thiên Chúa giáo.

Có hai hình thức ngoại giáo vào thời Hy Lạp và La Mã.

Ngoại giáo truyền bá công khai là tôn giáo chung của Hy Lạp và La Mã và được công chúng thực hành. Nó bao gồm việc thờ cúng, hiến tế và lễ hội cho các vị thần trên đỉnh Olympus như Zeus và Poseidon.

Nhưng có một hình thức tôn giáo ngấm ngầm độc quyền bí mật được gọi là ngoại giáo huyền bí.

Tôn giáo này khép kín, chỉ được thực hành bởi các thành viên của hoàng tộc, giới tinh hoa quân sự, những thương gia hàng đầu trong xã hội, tầng lớp thượng lưu và những người nắm quyền lực.

Tôn giáo bí ẩn ngầm này thực hành những điều vượt xa những gì công chúng biết đến. Họ có giáo lý bí ẩn và những nghi lễ bí mật từ phương Đông, những nền văn minh như Babylon hay Sumer, được thực hành kín đáo trong thế giới Hy Lạp-La Mã.

Họ cũng tôn thờ thần linh hoặc các vị thần được biến thể trong các giáo phái hoàng gia.

Ví dụ, một số giáo phái hoàng gia này thờ nữ thần Ai Cập Isis hoặc nữ thần Ishtar của Babylon. Những người khác thờ thần mặt trời dưới nhiều dạng khác nhau, một vị tên là Sol Invictus và một vị khác tên là Mithras.

Constantine Đại đế là thành viên của giáo phái hoàng gia Sol Invictus. Đó là tôn giáo của riêng ông, mặc dù ông là hoàng đế biến Thiên Chúa giáo thành quốc giáo tại châu Âu.

Các giáo phái huyền bí khác tồn tại ở Hy Lạp vào thời Plato và Alexander Đại đế.

Plato và Aristotle là thành viên của những giáo phái này, cụ thể là "Những bí ẩn Eleusinian".

Trong thời kỳ Khai sáng Bóng tối vào những năm 1800, những người tìm kiếm tâm linh này quay trở lại và hồi sinh các giáo lý sùng bái huyền bí này của Hy Lạp, La Mã và Babylon cổ đại, đưa chúng vào phong trào của họ.

Họ cũng kết hợp những lời dạy từ miền Viễn Đông, càng xa văn hóa phương Tây càng tốt, chẳng hạn những vùng xa xôi như Tây Tạng, Ấn Độ và Ba Tư.

Họ quay trở lại với chủ nghĩa thần bí của châu Âu thời trung cổ và các hội kín như Hội Hiệp sĩ dòng Đền thờ (Knights Templar), Hội Rosicrucians và Hội Tam điểm (Freemasons). Những hội huyền bí ngầm này truyền lại giáo lý huyền nhiệm cổ xưa và nghi thức bí truyền, thực hành thuật giả kim, thần lực học và chiêm tinh.

Phong trào này tổng hợp tất cả giáo lý từ các giáo phái ngoại giáo của hoàng gia cổ đại, các thực hành thần bí phương Đông, ma thuật bí truyền thời trung cổ và hệ thống niềm tin giả-khoa học của thời kỳ Khai sáng Bóng tối, mà họ cho đó là "khoa học".

Phong trào này mang một biệt danh, tiếng Pháp gọi là "huyền bí", có nghĩa là kiến thức thần bí ẩn giấu.

Nhân vật nổi tiếng nổi bật nhất của phong trào huyền

bí trong thời kỳ Khai sáng Bóng tối là Helena Blavatsky, một nhà văn và giáo viên gốc Nga.

Helena đi khắp thế giới để thu thập và tổng hợp triết lý ngoại đạo, huyền bí, thần nghiệm, cuối cùng xuất bản hai tác phẩm quan trọng về chủ đề này: Isis Unveiled và The Secret Doctrine.

Hệ thống niềm tin mới này được gọi là "Thông Thiên học," một sự tổng hợp của thần học, triết học, giả khoa học và khoa thần nghiệm.

Biểu tượng tôn giáo của tôn giáo thần bí mới này là chữ vạn, biểu tượng mặt trời có hình cây thánh giá uốn cong, và Ngôi sao thông thiên học David.

Niềm tin cốt lõi của họ như sau:

1. Vũ trụ: Sự sáng tạo huyền bí của thế giới và bảy chủng tộc loài người thông qua một Tâm linh Thế giới được gọi là vũ trụ.

2. Các Trưởng lão Thăng thiên: Các nghi lễ được thực hiện để liên lạc với một hệ thống các linh hồn đầy quyền năng, "các trưởng lão thăng thiên", nhằm đạt được sức mạnh và thông tin siêu nhiên. Các nhà Thông Thiên học cũng tôn kính các vị thần ngoại giáo như Isis.

3. Thuật thông linh và Học thuyết bí truyền: nếu thông thạo những huyền bí và nghệ thuật tâm linh, người ta có thể đạt được những sức mạnh tâm linh kỳ diệu như thần giao cách cảm và xuất hồn.

4. Người Aryan và Bảy Chủng tộc: Blavatsky dạy rằng Tâm linh Thế giới đang tạo ra một chuỗi gồm bảy chủng tộc đàn ông. Cao nhất trong số các chủng tộc này là chủng tộc Atlantean từ Atlantis cổ đại và chủng tộc Aryan của người Đức và người da trắng Bắc Âu mà bà cho rằng có nguồn gốc từ các vùng viễn đông như Tây

Tạng và Ba Tư.

5. Di Lặc (vị Bồ Tát và Phật tương lai) và sự Phục hồi Atlantis: Blavatsky dạy rằng một nhà thần bí siêu năng lực trong tương lai đến với tư cách là đấng cứu thế cho phong trào, mở đường cho sự chấp nhận rộng rãi Thông Thiên học trên toàn thế giới và tái tạo xã hội dựa trên Atlantis cổ đại.

Năm 1875, hệ thống niềm tin này được chính thức hóa thành một tôn giáo có tổ chức, Hiệp hội Thông Thiên học, ở thành phố New York.

Xã hội này chẳng bận tâm che giấu họ là một phong trào thần bí của quỷ satan, xuất bản tạp chí "Lucifer" để thu hút nhiều người theo nhóm tôn giáo của họ.

Để giúp bạn hình dung về mức độ phổ biến của phong trào huyền bí này trong thời kỳ Khai sáng Bóng tối, nhiều người Mỹ và châu Âu nổi tiếng trở nên thành viên đầy nhiệt huyết của trật tự thần bí và vẫn còn tồn tại cho đến ngày nay.

Tuy nhiên, không có tín đồ nào tận tâm như Adolph Hitler và viên thượng tế Đức Quốc xã của ông ta, Heinrich Himmler.

Ít ai biết rằng trước khi Đức Quốc xã ra đời đã có SS hay còn gọi là hội áo nâu. Họ là một tổ chức thông thiên học bí mật có trụ sở tại Munich Đức, Hội Thule. Những thành viên hàng đầu của đảng Quốc xã là những thành viên ban đầu của trật tự thông thiên học ngầm này như Rudolph Hess, Dietrich Eckart, Alfred Rosenberg, Hanz Frank và Karl Harrer.

Họ tuân theo những lời dạy của Blavatsky, nhưng cũng pha trộn các lời dạy huyền bí khác gây được tiếng vang với khán giả Đức. Họ tin vào Atlantis và người

Aryan, tin rằng họ là người Aryan thực sự. Họ dạy rằng người Aryan cũng đến từ một hòn đảo bí ẩn nằm gần Iceland và Greenland được gọi là Thule Ultima, do đó đặt tên cho nhóm của họ là "Hội Thule".

Nhóm này tin rằng Di Lặc là một đấng cứu thế người Đức, người đến và khôi phục vương quốc Đức đã sụp đổ hoặc Đế chế trở lại thời kỳ huy hoàng vĩ đại như xưa, mở đường cho một vương quốc cai trị cả nghìn năm của Đức.

Họ gọi đấng cứu thế thông thiên học người Đức sắp đến này là Quốc trưởng. Các nhà lãnh đạo của Hiệp hội Thule sau đó thành lập đảng chính trị được gọi là DAP, Đảng Công nhân Đức, sau này trở thành Đảng Công nhân Đức Xã hội Chủ nghĩa Quốc gia. Họ cũng thành lập một phe bán quân sự của đảng được gọi là SA hoặc Áo Nâu. Nhóm này xác định Adolph Hitler là người được chọn và chiêu mộ ông vào hàng ngũ của họ, cuối cùng trở thành Đảng Quốc xã, hay Đảng Xã hội Quốc gia.

Một số nhà sử học nói rằng Hitler lần đầu tiên được tiếp xúc với Thông Thiên học và cuốn Học thuyết Bí mật của Blavatsky nhờ nhà văn người Đức, Guido Karl Anton List, một nhà huyền bí học nhiệt thành và một nhà Thông Thiên học sùng đạo.

Hitler và Himmler say mê những lời dạy của Blavatsky đến mức họ lấy biểu tượng thông thiên học là chữ Vạn thành biểu tượng cho phong trào của họ. Cây thánh giá thông thiên uốn cong này trang trí cho lá cờ, biểu ngữ, xe cộ và băng tay của họ. Chữ Vạn trở thành đồng nghĩa với chủ nghĩa Quốc xã.

Hitler và Himmler thậm chí còn thành lập một nhóm

tư tế gồm các nhà thám hiểm Đức Quốc xã, Ahnenerbe, gửi họ đi khắp thế giới đến tất cả những nơi mà Blavatsky đã viết trong sách, tìm kiếm những hiện vật linh thiêng cổ xưa để minh chứng về những lời dạy huyền bí giả khoa học của bà.

Hitler và Himmler tham gia vào các nghi lễ máu huyền bí và ngoại đạo để kết nối với các trưởng lão thăng thiên (ascended masters = các bậc tiền bối đã chết) và các thực thể tâm linh đầy quyền năng để ban cho họ sức mạnh mới. Một trong những nghi lễ diễn ra trong không gian ngột ngạt, thiếu dưỡng khí. Họ cũng thực hiện các nghi lễ máu và đất của người Bắc Âu, cùng nhiều nghi lễ khác.

Họ tin rằng quá trình chuyển đổi nước Đức thành Thiên Chúa giáo đẩy những người Aryan cổ đại đến Scandinavia. Vì vậy, Hitler và những người theo ông ta có duyên thờ cúng các vị thần Bắc Âu ngoại đạo như Odin hay Wotan.

Họ phát triển một nhóm tình báo gồm các nhà ngoại cảm và nhà tâm linh được đào tạo về sức mạnh của Học thuyết Bí mật để sử dụng như một phần của bộ máy tình báo quân sự nhằm do thám Đồng minh.

Họ phát triển triết lý tạo ra chủng tộc Aryan thượng đẳng bằng cách kết hợp những lời dạy của Blavatsky về người Aryan với các ý tưởng ưu sinh của Galton và hiệp hội ưu sinh Hoa Kỳ tại Cold Spring Harbor.

Hitler cũng sử dụng một thuyết âm mưu được công bố vào đầu thế kỷ có tên là "Quy chuẩn của các Trưởng lão Zion", mô tả người Do Thái là một chủng tộc độc ác gồm những kẻ âm mưu đánh cắp sự giàu có của châu Âu và tìm cách chiếm hữu, như một lý do biện minh cho việc tàn sát dân Do Thái. Trong tâm trí của Hitler, cuộc chinh phục này ứng nghiệm với dự đoán của Darwin về nguồn gen ưu việt của châu Âu quét sạch các chủng tộc man rợ hạ đẳng của Darwin. Đó là cách ông phân loại chủng tộc Do Thái.

Cuối cùng, Hitler tự coi mình là Di Lặc, Đấng cứu thế thông thiên học. Ông xem Đệ tam Chế do ông lãnh đạo là sự phục hồi của Atlantis, điều đó thúc đẩy ông vững tiến và chinh phục thế giới như một định mệnh cứu thế theo đúng niềm tin của thông thiên học, đồng thời quét sạch người Do Thái ra khỏi thế giới này.

Hitler thể hiện rõ niềm tin này khi ông ta lấy biệt danh "Quốc trưởng" vào năm 1931 sau khi lên nắm quyền. Nhiều người tin rằng Fuhrer là một thuật ngữ phổ biến trong chính phủ Đức, nhưng thực tế không phải vậy. Fuhrer là một thuật ngữ xuất phát từ Hiệp hội Thule. Họ tạo ra thuật ngữ Quốc trưởng để mô tả Đấng Mê-si-a (Cứu thế) của Đức Quốc xã sắp đến và là người được chọn, "Nhà lãnh đạo" thông thiên học vĩ đại.

Năm 1931, Hitler và các nhà lãnh đạo trong đảng Quốc xã bắt đầu có bài phát biểu tuyên bố ông ta là Fuhrer, hay Đấng cứu thế của Đức, người đến để mở ra một Đế chế nghìn năm, Đế chế thứ ba, hay vương quốc Đức vĩ đại. Nhắc lại lời hứa của Chúa Giêsu sẽ quang lâm lần thứ hai, khi Người đến với tư cách là Đấng Thiên Sai để mở ra triều đại ngàn năm của Nước Trời, điều này Chúa Giêsu và Gioan Tẩy Giả nhắc đến trong Kinh thánh.

Điều kỳ lạ là cả một chuỗi lịch sử dài dòng về Hitler lại không được dạy ở các trường học phương Tây. Nhiều nhà sử học cho rằng Hitler không phải là nhà Thông

Thiên học mà chỉ mới đọc các tác phẩm của Blavatsky, giống như rất nhiều người cánh tả trẻ tuổi cùng thời với ông. Đó hẳn là lý do tại sao Hitler lấy biểu tượng tôn giáo của bà làm biểu tượng cho vương quốc của ông, chữ Vạn.

Không có gì có thể hơn sự thật. Nếu Hitler có niềm tin thì niềm tin đó phải là Thông Thiên học và thuyết ưu sinh. Ông ta là một người theo chủ nghĩa Toàn cầu thực sự và được tài trợ bởi Rockefeller Jr. và những người Mỹ theo chủ nghĩa Toàn cầu khác trong thời đại đó, như Prescott Bush.

Cũng giống như nhiều người không am tường lịch sử lại cho rằng Hitler thuộc cánh hữu, mặc dù ông ta là một người theo chủ nghĩa xã hội cánh tả, nhiều người cũng dạy rằng Hitler là một người theo đạo Thiên Chúa. Quan niệm này đi ngược lại sự thật vì Hitler bỏ tù và giết hại giáo dân Thiên Chúa giáo.

Hitler là một nhà huyền bí sùng đạo và tin vào tầm nhìn Thông Thiên học về tương lai từ Hiệp hội Thule với chính phủ Aryan duy nhất do Fuhrer và chủng tộc thượng đẳng cai trị.

Ảnh hưởng huyền bí của ông thậm chí còn lan tới Iran, một đất nước mang tên Ba Tư (Persia) trước đây. Từ Thế chiến thứ hai, nó được gọi là Iran vì Blavatsky dạy rằng người Ba Tư là tổ tiên phía đông của chủng tộc Aryan và được gọi là người Aryan Ba Tư.

Họ trở thành đồng minh với Hitler sau khi ông cử một phái viên đến để thiết lập quan hệ ngoại giao và chia sẻ tài liệu huyền bí với vương quốc Shah.

Sau đó, Shah đổi tên Ba Tư thành Iran, có nghĩa là "Aryan," để phù hợp với lời giảng dạy thần học của Blavatsky.

Lực lượng của Hitler cũng tiến hành các chiến dịch tuyên truyền ở Trung Đông, thả truyền đơn quảng cáo bằng máy bay, trong đó nói với người dân Hồi giáo rằng Hitler là Imam thứ mười hai hay còn gọi là Mahdi, vị Imam cuối cùng đến để phán xét thế gian, Đấng cứu thế của người Hồi giáo, người sẽ tiêu diệt dân Do Thái.

Ngày nay, các hiệp hội Thông Thiên học tồn tại ở Mỹ, Châu Âu và trên toàn thế giới. Tôn giáo này vẫn được thực hiện bởi những người theo chủ nghĩa Toàn cầu giàu có và quyền lực, cùng một số tôn giáo huyền bí khác.

Một nhân vật huyền bí nổi bật khác của thời đại đó là Alice Bailey, người có công lớn trong việc thành lập Liên Hợp Quốc. Một người khác là Aleister Crowley, người tạo ra phương pháp thực hành Thelema, hay ma thuật tình dục, và dạy "Cứ làm theo ý muốn".

Thelema, thuyết huyền bí, thuyết Ngộ đạo, và ma thuật Lu-xi-phe đều được thực hành rộng rãi bởi giới tinh hoa hiện đại và những người theo chủ nghĩa Toàn cầu, những người theo đuổi điều huyền bí thay vì chủ nghĩa duy vật.

Thuyết huyền bí là tâm linh duy nhất tương đồng với phần còn lại của hệ thống niềm tin Khai sáng Bóng tối. Thông Thiên học, giống như nhiều giáo phái huyền bí, tính đến thời điểm này đã hơn 100 tuổi. Chúng tôi chỉ đơn giản sử dụng tôn giáo đó như một ví dụ lịch sử được hiểu rõ về thời điểm một trật tự toàn cầu huyền bí nổi lên nắm quyền hoàn toàn ở một khu vực, như đảng Quốc xã ở Đức.

Trong thế kỷ qua, tôn giáo huyền bí theo chủ nghĩa Toàn cầu Anh-Mỹ tiến hóa và phát triển theo thời đại.

Tôn giáo huyền bí toàn cầu hóa hiện đại được che

giấu kỹ lưỡng. Thông tin mà chúng ta có ngày hôm nay liên quan đến niềm tin và thực hành hiện tại của họ đến từ những kẻ rò rỉ thông tin, người can đảm tố giác và những người sống sót sau khi bị lạm dụng theo nghi lễ Satan, thường là tình dục và liên quan đến trẻ em hoặc trẻ vị thành niên.

Những nạn nhân và những người sống sót này khẳng định rằng ngày nay tôn giáo huyền bí theo chủ nghĩa toàn cầu là một mạng lưới ngầm của ma quỷ trên toàn thế giới. Họ cùng nhau tham gia vào các cuộc truy hoan của Dionysian, nghi lễ sabbath (ngày nghỉ theo Do-thái giáo) đen, nghi lễ theo bữa tối, ma thuật, nghi lễ máu, hiến tế trẻ em, hãm hiếp và tra tấn, chương trình nhân giống, ma thuật tình dục, v.v.

Họ thực hiện những nghi lễ và cuộc truy hoan này tại các lâu đài và tài sản sang trọng của họ, trong các hang động dưới lòng đất hoặc trong các khu bảo tồn lâm sản.

Những người sống sót sau lạm dụng cũng cho rằng các nghi thức này được sử dụng để kết nạp thành viên mới thông qua việc lạm dụng tình dục mang tính lễ nghi đối với thanh niên, phụ nữ hoặc trẻ em, chẳng hạn như tham gia băng đảng đường phố hoặc mafia bằng cách phạm tội giết người.

Những nghi lễ này được diễn ra nhằm liên lạc với các thực thể tâm linh mạnh mẽ để lấy thông tin, sức mạnh và khả năng siêu nhiên. Chúng cũng được sử dụng để tống tiền những người tham gia buộc phải im lặng, giữ bí mật.

Họ cũng khẳng định Jeffrey Epstein là một ví dụ về hoạt động tống tiền của mạng lưới giáo phái này đã bị phanh phui. Đây là lý do tại sao các tài liệu, đoạn ghi hình và danh sách khách hàng trong hoạt động của Epstein bị xóa và giấu kín khỏi con mắt công chúng.

Những cáo buộc này chính xác đến mức nào? Thật khó để nói, nhưng tin đồn về loại hoạt động này lan truyền trong nhiều thập niên và được mô tả trong nhiều bộ phim và phim tài liệu. Ngoài ra còn có trường hợp hàng trăm nghìn trẻ em mất tích, trong đó có hơn 300.000 trẻ em ngoại quốc mất tích bất hợp pháp dưới thời chính quyền Biden như tờ New York Post đưa tin.

Hiểu được hệ tư tưởng và tôn giáo của họ giúp chúng ta hiểu rõ hơn về các kế hoạch và tầm nhìn của Chủ nghĩa Toàn cầu đối với thế giới của chúng ta.

CHIẾN THUẬT CỦA CHỦ NGHĨA TOÀN CẦU

Những người theo chủ nghĩa Toàn cầu sử dụng bốn chiến thuật cụ thể trong nỗ lực thống trị nền văn minh phương Tây.

Những chiến thuật này tuân theo triết lý xã hội chủ nghĩa Fabian về chủ nghĩa tiến hóa từng bước và cuộc trường chinh xuyên qua các thể chế..

Chiến thuật đầu tiên của Chủ nghĩa toàn cầu là quyền sở hữu săn mồi và tổ chức phúc thiện săn mồi.

I. QUYỀN SỞ HỮU SĂN MỒI

(thuật ngữ "săn mồi" mô tả hành vi chiếm đoạt hoặc lợi dụng người khác)

Chiến thuật số một của những người theo chủ nghĩa toàn cầu hóa là "sở hữu", "chiếm đoạt".

Họ luôn tìm cách nắm giữ đa số cổ đông của các tổ chức, trường học, chính phủ, ngân hàng và tập đoàn.

Thật dễ dàng để biết những người theo chủ nghĩa Toàn cầu là ai vì họ là tầng lớp tư bản sở hữu tiền tỷ trong tay.

Họ không phải làm việc dù chỉ một ngày để kiếm được số tiền mà các công ty này trả cho họ. Nhưng số tiền nhỏ nhoi đó không thể nào đủ đối với họ. Họ luôn tìm cách giành quyền thống trị và gây ảnh hưởng đối với các chính phủ, giống như quyền sở hữu.

Làm thế nào để một người sở hữu được một chính phủ?

Chuyện này phức tạp và cam go hơn quyền sở hữu doanh nghiệp nhưng phương cách cố hữu và luôn hiệu quả là quyên góp, quà tặng và sự ưu đãi trong chiến dịch tranh cử cho các chính trị gia, người sẽ điều hành chính phủ nếu đắc cử.

Nếu bạn hiến tặng tiền bạc đủ cho họ thì về căn bản họ trở thành nhân viên của bạn. Họ làm việc cho bạn vì bạn trả lương cho họ, giống như bạn trả lương cho những nhân viên trong hãng xưởng do bạn làm chủ.

Nếu bạn sở hữu đủ các chính trị gia thích hợp, chắc chắn luật lệ và quy định sẽ thuận lợi cho công việc kinh doanh của bạn và, dĩ nhiên, gây bất lợi cho đối thủ của bạn.

Phương cách này được gọi là vung tay đoạt thể chế. Nhưng điều gì xảy ra nếu những chính trị gia đó chịu nhiều áp lực từ phía các cử tri vì họ nhận nhiều khoản quyên góp khác nhau cho chiến dịch tranh cử và không thể thỏa mãn những yêu cầu từ người theo chủ nghĩa toàn cầu?

Vậy thì họ dùng một đòn phép khác để đạt được mục đích. Đó là tống tiền. Những người theo chủ nghĩa Toàn cầu sử dụng biện pháp tống tiền khi việc hối lộ không hiệu quả, giống như Epstein dùng đòn phép tống tiền để bắt bí các chính trị gia, kể cả nhiều đòn phép khác.

Đây là cách những người theo chủ nghĩa toàn cầu sở hữu ngầm các chính phủ bằng cách hối lộ và tống tiền các chính trị gia, thẩm phán, lãnh đạo chính phủ, người đứng đầu cơ quan, v.v.

Đây cũng là cách mà các nước cộng hòa mang bộ mặt dân chủ của chúng ta, trên lý thuyết được thiết lập để phục vụ ý dân, hóa ra lại luôn phục vụ các mục tiêu chính trị chỉ vì lợi ích riêng tư của các chính trị gia từ số tiền hậu hĩ do nhóm toàn cầu hóa hiến tặng.

Còn thêm cách thứ hai để sở hữu một chính phủ. Đó là bằng cách thành lập một ngân hàng trung ương ngay trong một quốc gia và dùng tiền tệ của quốc gia đó cho chính phủ vay với một lãi suất nhất định, sau đó tìm cách sở hữu cổ phần trong ngân hàng trung ương đó. Đây được gọi là ngân hàng trung ương và là mô hình toàn cầu hiện nay của các nước phương Tây.

Độc quyền ngân hàng trung ương là ý tưởng then chốt của Karl Marx. Làm thế nào để một người sở hữu một phần của ngân hàng trung ương? Như thế này, họ mua đứt các ngân hàng thương mại rồi họ mới có quyền sở hữu cổ phần của ngân hàng trung ương.

Khi làm như vậy, cổ đông (người hoặc tổ chức có đa số cổ phần của ngân hàng trung ương) sẽ gây ảnh hưởng lên các đòn bẩy của nền kinh tế, dẫn đến nhiều ảnh hưởng đáng kể đến các chu kỳ kinh doanh.

Tổng sản lượng quốc gia, lãi suất, nguồn cung tiền tệ và các chính sách ngân hàng ảnh hưởng mạnh mẽ đến chu kỳ kinh doanh và tín dụng.

Khi lãi suất giảm, tín dụng tràn vào hệ thống. Sau đó các doanh nghiệp mở rộng và phát triển, tự bành trướng.

Khi lãi suất tăng, tín dụng chậm lại và nhiều doanh nghiệp vay mượn quá nhiều và không có đủ tiền tiết kiệm dự trữ sẽ đi đến phá sản.

Sau đó, những người theo chủ nghĩa Toàn cầu có thể mua lại những doanh nghiệp đó với giá hời, mở rộng đế chế doanh nghiệp của họ.

Đó là một sức mạnh vô cùng to lớn.

Nhưng sau đó, các doanh nghiệp này làm ra các sản phẩm từ nguyên liệu thô, chủ yếu đến từ thế giới thứ ba.

Những người theo chủ nghĩa toàn cầu muốn được quyền sở hữu trên các nguyên liệu thô và tài nguyên thiên nhiên này, bao gồm kim cương, đá quý, kim loại quý, dầu mỏ, khí đốt tự nhiên, hoa màu, khoáng sản đất hiếm và cánh đồng thuốc phiện bạt ngàn.

Những người theo chủ nghĩa toàn cầu hóa phải sở hữu các chính phủ thuộc thế giới thứ ba để sở hữu những tài nguyên đó, đặc biệt là những tài nguyên có giá trị.

Họ làm điều đó bằng cách nào? Họ sở hữu những chính phủ đó qua các khoản vay và viện trợ nước ngoài, một khoản hối lộ không nhỏ để chính phủ phụ thuộc vào họ sau này. Họ cũng sở hữu bằng cách thiết lập và duy trì các chế độ độc tài. Trên thực tế, họ dễ dàng kiểm soát các nước độc tài. Càng độc tài càng dễ bị nhóm chủ nghĩa toàn cầu chế ngự. Họ giúp một lãnh chúa hoặc một kẻ cấp tiến lên nắm quyền; khi đó tài nguyên thiên nhiên thuộc về họ; hoặc ít nhất là quyền khai thác độc quyền. Đó là thỏa thuận giữa kẻ độc tài và nhóm chủ nghĩa toàn cầu.

Điều gì xảy ra nếu những kẻ độc tài đó cuối cùng nói không và đuổi những người theo chủ nghĩa toàn cầu hóa ra khỏi đất nước của họ?

Dễ lắm, những người theo chủ nghĩa toàn cầu lập tức gọi điện đến một trong những chính phủ phương Tây mà họ đã gây ảnh hưởng, hoặc gọi đến một trong những chính trị gia hoặc người đứng đầu cơ quan phương Tây mà họ đang tài trợ hoặc tống tiền. Họ yêu cầu họ sắp xếp một cuộc tấn công quân sự chống lại nhà độc tài.

Nếu bạn nghi ngờ, không tin đó là lề lối hoạt động của nhóm chủ nghĩa toàn cầu, nào, chúng ta cùng nhìn vào gương của Muammar Gaddafi.

Gaddafi đe dọa đuổi các công ty dầu mỏ ra khỏi đất nước mình và quốc hữu hóa các mỏ dầu. Chẳng mấy chốc, Mỹ ném bom Libya và Gaddafi bị giết.

Libya hiện là một quốc gia lụn bại, hỗn loạn khắp xã hội, và tệ hại đến mức là người ta công khai bán nô lệ tại các khu chợ trời.

Đó là ví dụ điển hình và hậu quả tiêu biểu khi một nhà độc tài qua mặt những người theo chủ nghĩa Toàn cầu.

Một ví dụ tuyệt vời khác về điều này là chiến dịch Ajax. Năm 1951, I-răng có nền dân chủ tự do do thủ tướng dân bầu Mohammad Mossadegh lãnh đạo.

Mossadegh có dấu hiệu muốn đuổi AIOC, một công ty dầu mỏ của Anh thuộc sở hữu của những người theo chủ nghĩa toàn cầu, ra khỏi I-răng. Công ty này về sau trở thành BP, British Petroleum.

Điều này không thể chấp nhận được đối với những người theo chủ nghĩa toàn cầu. Họ liên lạc với các cơ quan gián điệp của họ ở Anh và Mỹ, MI6 và CIA, do

Allen Dulles đứng đầu.

Các đặc vụ CIA và MI6 được cử đến Iran để tài trợ cho một chiến dịch đưa thông tin sai lệch chống lại Mossadegh, bằng cách tài trợ các cuộc biểu tình và bạo loạn, đồng thời bơm tiền cho sự trỗi dậy của vua Shah của I-răng để thực hiện một cuộc đảo chính quân sự nhằm chiếm lấy chính quyền.

Các cơ quan tình báo lật đổ thành công Mossadegh vào năm 1953, thiết lập chế độ độc tài ở Iran sau khi lật đổ nền dân chủ tự do. Nhưng dân chủ hay độc tài không thành vấn đề, vì mục đích chính của những người theo chủ nghĩa toàn cầu châu Âu là đoạt lại được quyền khai thác dầu mỏ, và chính quyền mới Shah bảo đảm quyền khai thác đó.

Đó là lý do tại sao các nước phương Tây luôn ám ảnh về chuyện cần "thay đổi thể chế" như cơm bữa, một chiến thuật hữu hiệu trong chính sách đối ngoại Trung Đông. Đây là một dịch vụ mà chính phủ các nước phương Tây cung cấp cho nhóm theo chủ nghĩa toàn cầu để kiểm soát sự ổn định của các nhà độc tài trong thế giới thứ ba.

Sau đây chỉ là một vài cuộc đảo chính tiêu biểu được tiết lộ và các chiến dịch thay đổi chế độ do các cơ quan tình báo Hoa Kỳ và Anh thực hiện theo yêu cầu hoặc đòi hỏi của các tập đoàn đa quốc gia.

NĂM	QUỐC GIA	VAI TRÒ CỦA HOA KỲ	LỢI ÍCH CỦA TẬP ĐOÀN
1953	I-răng	CIA tổ chức đảo chánh lật đổ ThT. Mohammad Mossadegh (Chiến dịch AJAX)	Công ty xăng dầu Anglo-Iran (hiện là BP), và các công ty xăng dầu Mỹ
1954	Guatemala	CIA ủng hộ và tài trợ cuộc đảo chánh chống Tổng thống Jacobo Árbenz	Công ty United Fruit (Chiquita)
1960	Congo (Zaire)	CIA ngầm giúp vụ ám sát Patrice Lunumba	Tập đoàn khai thác mỏ (Union Minìere de Haut-Katanga của Bỉ-Hoa Kỳ
1961	Dominican Republic	CIA ủng hộ và tài trợ vụ ám sát Rafael Trujillo	Đồn điền mía và khai thác mỏ Hoa Kỳ
1963	Nam Việt Nam	CIA ủng hộ và tài trợ cuộc đảo chánh và ám sát Tổng thống Ngô Đình Diệm	Tập đoàn Kỹ nghệ Quân sự và tập đoàn sản xuất vũ khí Hoa Kỳ
1964	Brazil	CIA ủng hộ và tài trợ quân đội đảo chánh chống João Goulart	Các ngân hàng quốc tế, công ty xăng dầu và khai thác mỏ Mỹ

1965	Nam Dương	Hoa Kỳ ủng hộ Suharto đảo chánh, dẫn đến cuộc thảm sát	Công ty Freeport-McMoran khai thác mỏ vàng và đồng, hãng xăng dầu ExxonMobil
1973	Chilê	CIA ủng hộ và tài trợ cuộc đảo chánh Salvador Allende, đưa Pinochet lên thay thế	Hãng ITT, Anaconda Copper, Kennecott Copper
1976	Á-căn-đình	Hoa Kỳ ủng hộ quân đội đảo chánh qua Chiến dịch Condor	Lợi ích của tập đoàn doanh thương nông sản, tài chánh, và năng lượng Hoa Kỳ
Thập niên 1980	Nicaragua	Hoa Kỳ ủng hộ và tài trợ Contras chống chính quyền Sandinista	Lợi ích của tập đoàn doanh thương nông sản, mía đường, và ngân hàng Hoa Kỳ
1981	El Salvador	Quân đội Hoa Kỳ và CIA ủng hộ biệt đội tử thần cánh hữu	Lợi ích của tập đoàn doanh thương nông sản, và ngân hàng Hoa Kỳ
1989	Panama	CIA Hoa Kỳ ủng hộ và tài trợ cuộc đảo chánh bắt giữ TT. Manuel Noriega	Lợi ích của ngân hàng Hoa Kỳ, kiểm soát kênh đào Panama

1991	Haiti	Hoa Kỳ ủng hộ và tài trợ cuộc đảo chánh lật đổ Jean-Bertrand Aristide	Ngành công nghiệp may mặc của Hoa Kỳ, các xưởng sản xuất bóc lột sức lao động
2002	Venezuela	Hoa Kỳ ủng hộ và tài trợ cuộc đảo chánh nhằm lật đổ Hugo Chavez (thất bại)	Ngành công nghiệp dầu mỏ (ExxonMobil, Chevron, ConocoPhillips)
2009	Honduras	Hoa Kỳ ủng hộ và tài trợ cuộc đảo chánh nhằm lật đổ Manuel Zelays	Ngành khai thác mỏ, doanh thương nông sản, công ty năng lượng
2014	Ukraine	Hoa Kỳ ủng hộ Euromaidan, lật đổ Yanukovych	Ngành công nghiệp dầu khí (Chevron, ExxonMobil, Burisma Holdings)

Mãi đến năm 2013, Mỹ mới chính thức thừa nhận vai trò của CIA trong chiến dịch Ajax nhằm lật đổ Mossadegh. Tuy nhiên, tình hình ổn định tại I-răng không kéo dài lâu, vì cuối cùng một vị Shah khác lên nắm quyền và bắt đầu tiến trình đàm phán lại các thỏa thuận về dầu mỏ của I-răng với nước ngoài (Anh quốc), tiến tới việc quốc hữu hóa ngành công nghiệp dầu mỏ.

Không lâu sau đó, TT. Jimmy Carter có mặt tại một trong những bữa tiệc của Shah và mỉm cười và nâng ly chúc mừng ông. Chẳng bao lâu sau, Iran lại bị một cuộc đảo chính khác tàn phá. Lần này do những người theo chủ nghĩa Mác và Hồi giáo cực đoan, vua Shah cùng gia đình phải chạy trốn sang Pháp.

Tại sao Mỹ tấn công A-phú-hãn và I-rắc?

A-phú-hãn rất giàu khoáng sản đất hiếm và là vùng đất trồng thuốc phiện màu mỡ nhất trên trái đất. Thuốc phiện luôn là trọng tâm trong kế hoạch làm giàu của chủ nghĩa Toàn cầu. A-phú-hãn cũng đóng vai trò bất động sản thiết yếu cho các đường ống dẫn khí đốt tự nhiên sinh lợi cao.

I-rắc từng là nước chư hầu của Anh trong nhiều thập niên cho đến năm 1972 khi nước này quốc hữu hóa dầu mỏ. Sau đó, vào những năm 1980, Hoa Kỳ tài trợ và trang bị cho Saddam Hussein loại vũ khí hóa học có tính sát thương cao để sử dụng chống lại I-răng (giáo sĩ Hồi theo chủ nghĩa Mác lãnh đạo).

Vào cuối những năm 80, Saddam quay lưng lại với Hoa Kỳ. Ông xua quân đội xâm chiếm Kuwait vào năm 1990, đang bị khuynh loát bởi nhóm chủ nghĩa toàn cầu, để sáp nhập đất nước này kể cả các mỏ dầu béo bở. Các công ty dầu mỏ theo chủ nghĩa toàn cầu không thể nào ngồi yên nhìn Saddam múa gậy vườn hoang trên đất Kuwait và gọi điện ngay cho George Bush Sr. yêu cầu giải quyết tình hình. Yêu cầu này tạo ra Chiến dịch Bão vùng Vịnh và Chiến tranh vùng Vịnh 1990-1991.

Năm 1972, đảng Ba'ath Xã hội chủ nghĩa Ả Rập của Saddam đuổi các công ty dầu mỏ theo chủ nghĩa toàn cầu ra khỏi I-rắc và các công ty này lúc nào cũng ngong ngóng chờ cơ hội để quay trở lại. Saddam cũng hạn chế ảnh hưởng của Ngân hàng Anh đối với Ngân hàng Trung ương I-rắc, điều này khiến những kẻ theo chủ nghĩa toàn cầu tức giận.

Saddam từ chối tham gia chương trình toàn cầu hóa. Nhưng giọt nước tràn ly xảy ra vào năm 2000, khi

Saddam loại bỏ chương trình petrodollar (dùng đô la làm bản vị để mua bán dầu khí) để chuyển sang sử dụng đồng Euro trong khi sử dụng dầu làm chương trình lương thực với Liên hiệp quốc.

Các cơ quan tình báo theo chủ nghĩa toàn cầu tung ra những câu chuyện hoàn toàn mang tính tuyên truyền như Saddam có liên quan đến vụ tấn công 11/9 và Saddam đang giấu vũ khí hủy diệt hàng loạt. Không ai chứng minh được mức độ chính xác hoặc sự thật thế nào về hai chuyện động trời đó. Những vũ khí hủy diệt hàng loạt này thật ra là vũ khí hóa học mà Hoa Kỳ cung cấp cho ông ta vào những năm 1980, tuy nhiên Saddam Hussein đã loại bỏ loại vũ khí này nhiều năm trước cuộc xâm lăng.

Nếu bạn nghi ngờ lý do thực sự khiến chúng ta xâm lược I-rắc thì ít nhất hãy tin vào kết quả sau đây.

1. Vài nghìn tỷ đô la chi tiêu rộng rãi, phần lớn số tiền khổng lồ này dành cho các công ty thuộc quyền sở hữu của nhóm toàn cầu hóa ký kết hợp đồng quân sự.

2. Chính quyền của Saddam bị lật đổ, các công ty dầu mỏ phương Tây tràn vào và hiện nắm toàn quyền kiểm soát việc sản xuất và xuất khẩu dầu của I-rắc chứ không phải người dân Mỹ, những người đóng thuế trả tiền cho chiến tranh (nên nhớ, quân đội Mỹ tấn công và tiêu diệt Saddam).

3. Các ngân hàng trung ương phương Tây của Mỹ, Anh và châu Âu gia tăng ảnh hưởng đối với ngân hàng trung ương I-rắc và khu vực lân cận.

4. Kho vàng thỏi khổng lồ của Saddam bị quân đội Mỹ và Anh tịch thu.

Đó là chiến thuật đầu tiên của những người theo chủ

nghĩa toàn cầu. Trọng tâm chính của họ là quyền sở hữu và không dừng lại ở đó.

Chúng ta thấy những người theo chủ nghĩa Toàn cầu hiện đang mua đất nông nghiệp, bất động sản, v.v. Thật ra, quyền sở hữu không phải là điều xấu. Quyền sở hữu là nguyên tắc cốt lõi của chủ nghĩa tư bản. Nhưng đây là những kẻ độc quyền và các loại tập đoàn băng đảng. Họ không sở hữu chỉ để làm giàu cho gia đình họ nhưng đang âm thầm thực hiện một kế hoạch chống lại phương Tây.

Chủ nghĩa tư bản là hệ thống kinh tế tốt nhất được nhân loại biết đến. Tuy nhiên, nó có hai điểm yếu lớn. Điểm yếu đầu tiên là nguy cơ độc quyền. Điểm thứ hai tương tự. Đó là mối đe dọa hình thành độc quyền nhóm hoặc tập đoàn. Tập đoàn là những tổ chức băng đảng kinh doanh trên các lĩnh vực cụ thể của nền kinh tế. Điều này luôn có hại cho người dân vì những lý do rõ ràng.

Vào những năm 1800, có giải pháp cho vấn đề này. Nó được gọi là Đạo luật chống độc quyền Sherman. Teddy Roosevelt tập hợp sức mạnh ý chí chính trị qua phong trào Thiên Chúa giáo tiến bộ, đưa ông lên nắm quyền để thực hiện những cải cách thể chế quy mô lớn.

Vai trò của các cơ quan quản lý – Quốc hội (lập pháp), tòa án (tư pháp) và Nhà Trắng (hành pháp) – là để bảo vệ quyền lợi người dân khỏi những nguy cơ bị tước đoạt bởi các công ty độc quyền và các tập đoàn băng đảng.

Qua một thời gian dài, ba cơ quan này bảo vệ hữu hiệu quyền lợi của người dân mãi cho đến khi các công ty độc quyền và các tập đoàn hối lộ và nắm trọn linh hồn và thể xác các chính trị gia, thẩm phán, nghị sĩ, dân biểu, v.v.

Đây là trường hợp xảy ra ở mức độ lớn vào những năm cuối 1800. Rockefeller Sr. nắm trọn Thượng viện và nhiều cơ quan lập pháp của tiểu bang. Đó là lý do tại sao họ thay đổi luật bầu cử cho Thượng viện để cố gắng ngăn chặn nạn tham nhũng này.

Sự mục nát của độc quyền và các tập đoàn một lần nữa làm băng hoại thế giới kinh doanh, các tổ chức tài chính và các chính phủ phương Tây hiện nay.

Đã đến lúc cần có một làn sóng ủng hộ từ người dân nhằm phá bỏ các tổ chức độc quyền và tập đoàn này, truy tố và trừng phạt nghiêm khắc các hành vi tham nhũng xảy ra trong quá trình thâu tóm quyền lực.

Chúng ta phải thực thi luật chống độc quyền.

Sau vụ phá sản quỹ tín thác của Standard Oil, Rockefeller Sr. đề ra một phương pháp trả đũa khôn ngoan, và cách này hiệu quả đến mức các đồng nghiệp trùm cướp khác như Morgan, Carnegie và Ford đua nhau bắt chước.

Vũ khí mới này của giới siêu giàu được gọi là hoạt động phúc thiện săn mồi, và những người theo chủ nghĩa Toàn cầu trong kỷ nguyên hiện đại hoàn thiện loại vũ khí này đến mức tuyệt hảo.

II. PHÚC THIỆN SĂN MỒI

Hoạt động phúc thiện săn mồi cũng là một loại hình thức sở hữu săn mồi. Những người theo chủ nghĩa Toàn cầu có thể đổ phần lớn tài sản của họ vào các quỹ tài trợ phi lợi nhuận qua hình thức này. Sau đó, họ có thể tránh thuế và bảo vệ tài sản của họ và toàn quyền kiểm soát nó.

Thông qua các tổ chức phi lợi nhuận, họ cũng có thể

nhận được sự đóng góp hào phóng của những người giàu khác có lòng tốt, những người không hề biết chút gì về kế hoạch khuynh loát của Chủ nghĩa Toàn cầu qua các quỹ tài trợ phi lợi nhuận.

Chưa hết, họ khéo léo dùng báo chí và các phương tiện truyền thông để đánh bóng việc làm của các quỹ tài trợ săn mồi như là một điều tích cực cho xã hội, biến tên trùm cướp hoặc tỷ phú tham lam thành một nhà hoạt động nhân đạo cho các mục đích cao cả và cho những kẻ kém may mắn. Trò lừa đảo công khai này luôn có tác dụng như một loại bùa mê, đánh lừa công chúng cả tin của thế giới.

Với quỹ tài trợ này, tỷ phú săn mồi có thể đảm nhận quyền sở hữu giống như ảnh hưởng đối với các tổ chức phi doanh nghiệp. Tất cả điều này được thực hiện qua cơ chế quyên góp, một lần nữa hoạt động giống như một khoản hối lộ hoặc một nguồn kiểm soát của cổ đông.

Mô hình quyền sở hữu này được sử dụng để nắm bắt toàn bộ các cơ quan chính phủ, các chương trình thuốc chủng quốc gia, hệ thống trường đại học, hệ thống giáo dục và y tế quốc gia, các nhóm truyền thông, tổ chức từ thiện, giáo phái nhà thờ, v.v.

Hoạt động phúc thiện săn mồi dẫn đến cái chết của hàng trăm nghìn người trên khắp thế giới thứ ba và thứ nhất.

Đó là một chiến lược sở hữu độc ác cần được các đại diện chính phủ kiểm tra và điều chỉnh bằng cách thu hồi và cải tổ.

Những người theo chủ nghĩa Toàn cầu này trở thành chuyên gia về quyền sở hữu săn mồi và hoạt động phúc thiện săn mồi, giữ khối tài sản khổng lồ của họ trong gia tộc. Nếu bạn sở hữu một khoản đầu tư như vậy, có nhiều cách khác nhau để truyền lại sản nghiệp đó cho con cái bạn, tiếp nối công việc của Chủ nghĩa Toàn cầu cho các thế hệ sau này.

Nhưng tại sao những người theo chủ nghĩa Toàn cầu sở hữu quá nhiều lại dẫn đến một hậu quả tệ hại? Chẳng phải họ sản xuất hàng hóa và dịch vụ với mức giá khá tốt cho công chúng sao?

Điều đó đúng. Nhưng mối nguy hiểm không phải ở các công ty họ làm chủ; nhưng là hình thức sở hữu bất hợp pháp và chương trình kế hoạch toàn cầu hóa chết người.

Quyền sở hữu mang tính chất săn mồi này dẫn đến tình trạng thối nát và tham nhũng tràn lan trong hàng ngũ lãnh đạo của các chính phủ phương Tây. Nạn tham nhũng về quyền sở hữu săn mồi là nguyên nhân chính dẫn đến sự sai trái của chính phủ và các quy định gây nguy hại hoặc thiếu quy định hợp lý về những thứ như thuốc men, thực phẩm, nước và hóa chất đi vào đồ gia dụng.

Hãy nghĩ đến hàng triệu trẻ em bị thương tật vĩnh viễn hoặc mắc chứng tự kỷ chỉ vì thiếu quy định rõ ràng về thuốc chủng.

Hãy nghĩ đến tất cả các chất có hại gây rối loạn nội tiết và các hóa chất độc hại được phép phun lên cây trồng và nguồn cung cấp thực phẩm, tiêm vào thịt thà và thêm vào bao bì cũng như thành phần của sản phẩm.

Hãy nghĩ đến tác hại mà những hóa chất này đang gây ra cho cộng đồng nói chung với các bệnh ung thư, tiểu đường, béo phì, lệch giới tính và dị tật bẩm sinh.

Tất cả những điều tệ hại chết người xảy ra phần lớn

là do mối quan hệ tham nhũng giữa các chủ doanh nghiệp lớn với các cơ quan quản lý và ngành lập pháp có trách nhiệm giám sát các quy định xem có được thực thi đúng đắn hay không.

Hãy nghĩ đến những cuộc chiến mà chúng ta tham gia, nơi mà giới lãnh đạo quân đội và lãnh đạo Nhà Trắng là cổ đông của các công ty ký hợp đồng quân sự, thu lợi từ chiến tranh.

Hãy nghĩ về mối quan hệ giữa các tổ chức phi lợi nhuận và các công ty dược phẩm, những công ty kiếm được hàng tỷ đô la cho nhóm sở hữu chủ nhờ COVID-19 và các đợt tiêm chủng mRNA. Đồng thời, hàng chục triệu người chết hoặc bị thương tật vĩnh viễn.

Đây đều là những trường hợp tử vong và thương tích trực tiếp hoặc gián tiếp đối với công chúng thông qua phương cách sở hữu săn mồi và hoạt động phúc thiện săn mồi.

Chúng ta ủng hộ chủ nghĩa tư bản nhưng mạnh mẽ chống lại quyền sở hữu săn mồi và hoạt động phúc thiện săn mồi qua tham nhũng và chiếm đoạt.

Chúng ta có một công cụ đơn giản tại Quốc hội để chống lại quyền sở hữu săn mồi, Đạo luật Chống Độc quyền Sherman, cùng nhiều công cụ khác.

Điều chúng ta cần là một số nhà lập pháp, công tố viên và ứng cử viên tổng thống ý thức được trách nhiệm để sử dụng thuần thục và hiệu quả thanh gươm chính trị của luật chống độc quyền và làm điều gì đó tích cực chống lại tình trạng tham nhũng rộng lớn tràn lan trong hệ thống chính phủ do quyền sở hữu săn mồi và hoạt động phúc thiện săn mồi gây ra.

TÀI TRỢ CHỦ NGHĨA TOÀN CẦU VỚI OPM

Một trong những điều trớ trêu lớn nhất của Chủ nghĩa Toàn cầu là tổ tiên của họ, các cổ đông của Công ty Đông Ấn Anh, kiếm bộn tiền từ các cuộc chiến tranh thuốc phiện ở Hoa Lục trong những năm 1800, gây nghiện và hủy hoại cuộc sống của hàng triệu nông dân Hoa Lục. Một số gia đình này vẫn duy trì sự giàu có cho đến ngày nay nhờ việc buôn bán ma túy thuốc phiện sinh lợi.

Những người theo chủ nghĩa toàn cầu hiện nay ngày càng giàu thêm và tài trợ cho các kế hoạch của chủ nghĩa toàn cầu thông qua một phương pháp tương tự, thay vì dùng thuốc phiện, giờ đây họ dùng O.P.M., nghĩa là dùng "Tiền của người khác".

Những người theo chủ nghĩa toàn cầu là những kẻ lừa đảo. Họ xem xã hội và nền kinh tế là một hệ thống với các quy trình và quy tắc cần khống chế giống như một trò chơi tiêu khiển ngoài đời.

Mục tiêu của trò chơi này là chuyển, đánh cắp hoặc lừa đảo tiền và quyền lực trong nền kinh tế từ tầng lớp thấp và trung lưu vào túi của những người theo chủ nghĩa toàn cầu.

Mục đích của trò chơi là tài trợ cho các kế hoạch toàn cầu bằng cách sử dụng tài sản của chính công chúng. Mỉa mai thay, điều này cho phép trật tự toàn cầu hóa hủy diệt chúng ta và cả nền văn minh Tây phương bằng cách sử dụng tiền của chính chúng ta.

Nền văn minh phương Tây thực sự đang bị hủy diệt từ bên trong để nhường chỗ cho kỷ nguyên tiếp theo của chính phủ thế giới công nghệ cao toàn cầu hóa được mô phỏng theo hệ thống giám sát và cai trị chuyên quyền của Hoa Lục. Ai đang tài trợ cho việc phá hủy lối sống của chúng ta? Chính chúng ta chứ không ai khác. Bởi vì các chính phủ và tập đoàn đang lấy tiền của chúng ta qua các hình thức thương mại, thuế má, cho đi, và trả lãi, sau đó sử dụng số tiền đó để tài trợ cho nhóm chủ nghĩa toàn cầu.

Những cơ chế tài trợ khác nhau qua hình thức "tiền của người khác" có thể hơi phức tạp. Ở đây chúng tôi cố gắng đơn giản hóa các kế hoạch mà những người theo chủ nghĩa toàn cầu khai triển trên toàn thế giới để tài trợ cho phong trào của họ. Dưới đây là danh sách 20 vụ lừa đảo tài chính toàn cầu hàng đầu.

1. Độc quyền và băng đảng: Những người theo chủ nghĩa toàn cầu mua lại toàn bộ khu vực của nền kinh tế (giải trí, công nghệ, dầu lớn, phố Wall, thực phẩm chế biến, truyền thông, dược phẩm, v.v.) tạo ra độc quyền và băng đảng, sau đó thu vén của cải ngày càng giàu từ việc bán sản phẩm và dịch vụ cho công chúng mà không có cạnh tranh, hoặc nếu có thì quá nhỏ chẳng ảnh hưởng gì đến sức bán độc quyền.

2. Quỹ tài trợ toàn cầu hóa: Những người theo chủ nghĩa toàn cầu hình thành các quỹ tài trợ săn mồi phục vụ một số kế hoạch toàn cầu hóa, sau đó họ lại nhận được sự đóng góp từ những người giàu có lòng từ thiện, từ công chúng, từ các tập đoàn và chính phủ miễn thuế, tất cả đều tài trợ cho hàng chuỗi kế hoạch khác của chủ nghĩa toàn cầu.

3. Tổ chức phi chính phủ theo chủ nghĩa toàn cầu: Những người theo chủ nghĩa toàn cầu thành lập các Tổ chức phi chính phủ săn mồi, trực tiếp thi hành các kế hoạch nhằm phá bỏ nền văn minh phương Tây để thiết lập Chính phủ thế giới toàn cầu. Các tổ chức này có thể

nhận tiền từ người đóng thuế tiểu bang và nguồn tài trợ tư nhân mà không phải chịu thuế. (Liên hiệp quốc, WHO, IMF, v.v.)

4. Thu thập phúc thiện: Những người theo chủ nghĩa toàn cầu quảng cáo rầm rộ các tổ chức phi lợi nhuận và tổ chức phi chính phủ của họ như những hoạt động nhân đạo để giúp đỡ những người kém may mắn trong xã hội và đấu tranh chống lại những tệ nạn như biến đổi khí hậu hoặc bất công xã hội. Bằng cách này, chủ nghĩa toàn cầu đánh cắp thành công hàng trăm tỷ đô la từ công chúng, từ những người giàu muốn tài sản của họ phục vụ công ích sau khi họ qua đời và các công ty muốn tạo ra tác động xã hội tích cực khi cống hiến tài sản. Thật trớ trêu, số tiền này hướng tới việc phá hủy và phá hoại thế giới phương Tây đồng thời tác hại và gây thương tổn cho thế giới thứ ba.

5. Chiếm đoạt: Những người theo chủ nghĩa toàn cầu hóa hối lộ và tống tiền các cơ quan lập pháp của tiểu bang và quốc gia đặt ra luật lệ cho phép lấy một phần tiền của người nộp thuế để tài trợ cho tổ chức của họ một lần hoặc nhiều lần. (Dự luật Spending, Earmarks)

6. Các hiệp ước quốc tế: Những người theo chủ nghĩa toàn cầu hóa gạt gẫm nhiều quốc gia đến với nhau và ký kết các hiệp ước quốc tế, cam kết chi hàng trăm tỷ đô la để tài trợ cho các tổ chức phi chính phủ và các kế hoạch của họ dưới chiêu bài Biến đổi Khí hậu hoặc Quốc phòng (Hiệp ước Khí hậu Paris, NATO, Liên hiệp quốc, v.v.)

7. Quỹ đầu tư toàn cầu hóa: Những người theo chủ nghĩa toàn cầu thành lập ngân quỹ để đầu tư và mua lại hàng trăm hoặc hàng nghìn công ty bằng cách sử dụng tiền của người khác. Họ làm điều này bằng cách đề nghị

công chúng đầu tư vào quỹ của họ và bằng cách nhận vào quỹ hưu trí và quỹ hưu bổng của các tiểu bang và quốc gia, chỉ thị các kế hoạch của chủ nghĩa toàn cầu phải áp dụng triệt để lên các công ty mà họ mua bằng tiền của chúng ta. (Blackrock, State Street, Vanguard, ESG, Tháng Tự hào Đồng tính Doanh nghiệp)

8. Cổ phần của Ngân hàng Trung ương: Những người theo chủ nghĩa toàn cầu có thể sở hữu cổ phần của các ngân hàng trung ương bằng cách nắm quyền sở hữu các ngân hàng thương mại lớn ở mỗi vùng miền thuộc ngân hàng trung ương. Điều này mang lại cho họ quyền sở hữu một phần đối với ngân hàng trung ương công/tư và cho phép họ đạt được một mức độ ảnh hưởng nhất định hoặc quyền biểu quyết đối với các chính sách kinh tế như lãi suất, lãi suất dự trữ, tiền tại ngoại, v.v. (Đạo luật Dự trữ Liên bang 1913)

9. Chi tiêu thâm hụt không giới hạn: Các ngân hàng trung ương cho chính phủ vay tiền thông qua việc mua công khố, là trái phiếu chính phủ hoặc các công cụ nợ. Sau đó, họ in tiền và cho nhà nước vay với lãi suất. Bằng cách này, họ cung cấp ngân quỹ vô hạn cho chính phủ để chi tiêu theo kiểu thẻ tín dụng, và rồi chính phủ sẽ tài trợ tương ứng ngược lại cho các kế hoạch của chủ nghĩa toàn cầu. Chính vì phóng tay tiêu pha nên nợ công tiếp tục tăng chóng mặt.

10. Các khoản cho vay của Ngân hàng Trung ương: Các ngân hàng trung ương hầu như không có một sự giám sát nào từ bất kỳ cơ quan liên bang nào. Vì thế, họ có thể cho các ngân hàng trung ương khác và thậm chí cả ngân hàng nước ngoài vay với bất kỳ mức lãi suất nào họ đặt ra, thậm chí với lãi suất 0%, để duy trì các kế hoạch của chủ nghĩa toàn cầu.

11. Ảnh hưởng của chu kỳ kinh doanh: Các ngân hàng này cũng xác định lãi suất cho nền kinh tế trên toàn quốc. Các mức lãi suất này ảnh hưởng lớn đến chu kỳ kinh doanh khi nền kinh tế lên xuống. Bằng cách tác động đến các chu kỳ này, những người theo chủ nghĩa toàn cầu được một lợi thế xem ra thật bất công đối với các nhà đầu tư khác, vì cho phép họ mua thấp bán cao, và vì họ dễ dàng dự đoán khi nào các chu kỳ kinh doanh tăng giảm xảy ra.

12. Chi tiêu cho chiến tranh: Những người theo chủ nghĩa toàn cầu có lợi thế lớn trong việc sở hữu các công ty hợp đồng quân sự sản xuất máy bay, xe tăng, bom, súng, đạn, áo giáp, hệ thống máy tính, v.v. để trang bị cho quân đội trong chiến tranh. Nếu không có chiến tranh, các doanh nghiệp này có thể mất hàng tỷ đô la, nhưng với các cuộc chiến tranh mới liên tục xảy ra trong thời điểm hiện nay, các doanh nghiệp này và những người chủ theo chủ nghĩa toàn cầu kiếm được hàng trăm tỷ đô la từ các cuộc chiến do người nộp thuế như chúng ta gián tiếp tài trợ. (Halliburton, Lockheed Martin, Raytheon, v.v.)

13. Khủng hoảng kinh tế: Đôi khi những chính sách tham nhũng này làm sụp đổ nền kinh tế của một quốc gia hoặc của cả thế giới. Đây là một sự kiện thuận lợi đối với những người theo chủ nghĩa toàn cầu, những người có thể nhận được tiền cứu trợ từ chính phủ và ngân hàng trung ương để bù đắp khoản lỗ do khủng hoảng gây ra, sau đó lợi dụng tình thế mua lại các đối thủ cạnh tranh với giá hời, mở rộng đế chế công ty của họ. (Sụp đổ tài chính năm 2008)

14. Tiền kích thích nền kinh tế: Một phát minh của Keynes (nhà kinh tế vĩ mô người Anh nổi tiếng trong

thế kỷ 20) là chi tiêu để kích thích thị trường, trong đó chính phủ lấy tiền của người nộp thuế và tiền thâm hụt và bơm vào nền kinh tế. Tiền kích thích được bơm vào chính phủ liên bang thông qua ngân khố, bơm vào các ngân hàng qua các khoản cứu trợ và ấn định bảng cân đối kế toán, bơm vào các công ty và thị trường chứng khoán qua quỹ ETF hoặc bơm vào công chúng bằng cách gửi thẳng tiền đến cho mỗi người để chi tiêu. Những người theo chủ nghĩa toàn cầu rất lão luyện trong việc tác động đến số tiền kích thích nền kinh tế để số tiền này lọt vào tay họ thường xuyên hơn.

15. Trộm cắp lạm phát: Bằng cách tạo ra mức chi tiêu thâm thủng ngân sách không giới hạn, các ngân hàng trung ương khuyến khích các chính phủ liên bang chi tiêu và lãng phí khối tài sản khổng lồ vào chương trình và kế hoạch toàn cầu và chiến tranh. Sau đó, hóa đơn này được công chúng và tất cả các quốc gia sử dụng loại tiền đó thanh toán bằng cách gây lạm phát, một hình thức trộm cắp, vì mãi lực đồng tiền bị suy giảm và thoát ra khỏi đồng tiền FIAT (tiền do chính phủ phát hành không có vàng hoặc hàng hóa bảo chứng). Điều này dẫn đến hiện tượng phi đô la hóa và tạo ra đồng tiền BRICS.

16. Xác định vị trí kinh tế trước thảm họa: Phong trào toàn cầu hóa là một kiểu chính phủ ngầm có ảnh hưởng lớn đến các nước thế giới phương Tây và thế giới thứ ba cũng như các cơ quan và tổ chức. Vì ảnh hưởng sâu đậm này nên họ có khả năng tạo ra tai họa. Vì là người tạo ra, nên những người theo chủ nghĩa toàn cầu biết trước những thảm họa này đang đến, và họ tự sắp đặt cho họ một chỗ đứng thuận lợi trong nền kinh tế để đạt được lợi nhuận tối đa. (Những người theo chủ nghĩa toàn cầu đầu tư vào các công ty thương mại điện

tử, vắc xin và PPE trước đại dịch COVID 19, kiếm cho họ hàng tỷ đô la trong khi hàng trăm nghìn chủ doanh nghiệp nhỏ phá sản)

17. Tội phạm có tổ chức: Những người theo chủ nghĩa toàn cầu có thể trở thành những cổ đông chính trong tội phạm có tổ chức qua ảnh hưởng và quyền kiểm soát của họ đối với các cơ quan tình báo phương Tây. Nhờ CIA và các cơ quan tình báo ngoại quốc, những người theo chủ nghĩa toàn cầu dễ dàng hưởng lợi từ hoạt động buôn bán ma túy quốc tế, buôn người, tống tiền và các tập đoàn tội phạm. (Iran Contra, Barry Seal và Mena Arkansas, Freeway Ricky Ross và CIA, Opium Fields của Afghanistan và Quân đội Hoa Kỳ, ghi lại hoạt động buôn người vào Hoa Kỳ và Châu Âu với sự giúp đỡ của các chính phủ cánh tả.)

18. Người đóng thuế tài trợ cho R&D (Nghiên cứu & Phát triển): Các tập đoàn dược phẩm, công nghệ và quân sự đều thuộc sở hữu của những người theo chủ nghĩa toàn cầu dễ dàng tiếp cận những đột phá công nghệ tiêu tốn hàng tỷ đô la để phát triển, do người đóng thuế chi trả qua các phòng thí nghiệm R&D của chính phủ như DARPA, ARPA và NIH, thu về lợi nhuận hàng tỷ đô la mà chẳng cần bỏ vốn đầu tư. Họ cũng được hưởng tiền bản quyền từ các khám phá và phát minh với các chính phủ nằm dưới quyền kiểm soát của họ. (thuốc chủng COVID, Remdesivir, ARPANET, Lifelog, v.v.)

19. Hợp đồng chính phủ không đấu thầu và giá thầu thấp: Một cách khác mà những người theo chủ nghĩa toàn cầu làm giàu bất chính để tài trợ cho các kế hoạch là mua các công ty, sau đó nhận được các hợp đồng chính phủ sinh lợi do người đóng thuế chi trả. Những hợp đồng này ngày nay vẫn còn hợp pháp và do tính chất

thỏa thuận, các nhà thầu có thể tính chi phí 800 đô la cho một chiếc bồn cầu hoặc 250 đô la cho một đôi găng tay – tất cả đều lấy từ tiền của người dân đóng thuế – mang lại cho họ hàng tỷ đô la, một số tiền không nhỏ trong tổng số thu nhập.

20. Tiền Bào mòn và Biến mất: Cuối cùng, một hình thức tài trợ OPM (tiền của người khác) đáng lo âu là Tiền bị Bào mòn và Biến mất. Nhờ các hợp đồng với chính phủ, các công ty vỏ bọc này và các nhà thầu chính phủ có thể đánh cắp tiền của người đóng thuế lên tới hàng triệu và hàng tỷ đô la, trong khi thực hiện rất ít hoặc không thực hiện được hợp đồng nào mà họ được trao. Điều này gần đây xảy ra với "Đạo luật Việc làm và Đầu tư Cơ sở Hạ tầng" của Biden, vốn đầu tư 42,5 tỷ đô la tiền thuế để cung cấp hệ thống mạng ở các vùng nông thôn, kết nối với zêrô khách hàng. Đạo luật tương tự này cũng chi ra 7,5 tỷ đô la để tạo ra các trạm sạc xe điện trên toàn quốc. Vài năm sau chỉ có 8 bộ sạc được đưa vào sử dụng. Còn nữa, 24 tỷ đô la tiền thuế để chống lại tình trạng vô gia cư ở California. Số tiền tỷ đi đâu không ai biết, và số người vô gia cư ngày càng nhiều. Các ví dụ về sự tham nhũng và ngân quỹ biến mất vẫn tiếp tục xảy ra, đặc biệt là trong việc trục lợi chiến tranh với các hoạt động kế toán rất đáng nghi ngờ của Ngũ Giác Đài có khả năng thất lạc hàng triệu hoặc hàng tỷ đô la trong nguồn tài trợ của người đóng thuế, chẳng hạn như 6 tỷ đô la bị mất trong nguồn viện trợ cho Ukraine do lỗi kế toán.

Những người cánh tả đưa ra khẩu hiệu khủng khiếp trong cuộc bạo loạn George Floyd năm 2020, "Giải thể Cảnh sát". Đây là một ý tưởng cực đoan của cộng sản.

Nhưng điều gì xảy ra nếu chúng ta lấy cùng một khẩu

hiệu và lật tẩy họ? Họ thích sử dụng tiền của chúng ta để tiêu diệt đất nước, hủy hoại tâm trí con cái và nền văn minh của chúng ta. Thay vì "Giải thể Cảnh sát", tại sao chúng ta không tiếp tục và "Giải thể Chủ nghĩa Toàn cầu!"

Một trong những động thái chính trị sáng chói nhất là khi Donald Trump rút khỏi Hiệp ước Khí hậu Paris, Tổ chức Y tế Thế giới, sau đó giảm đóng góp cho NATO. Đây không gì khác hơn là các nhóm bình phong theo chủ nghĩa Toàn cầu đang phát động các trò lừa bịp để cướp ngân quỹ của các nước phương Tây và nhét vào túi những người theo chủ nghĩa Toàn cầu.

Một hành động sáng suốt khác là khi Thống đốc Ron DeSantis rút quỹ hưu trí của bang Florida ra khỏi hoạt động theo chủ nghĩa toàn cầu của Blackrock, làm suy yếu thêm chủ nghĩa toàn cầu và khuyến khích các thống đốc khác có khuynh hướng cánh hữu nên làm như vậy.

Chúng ta cần càng nhiều những loại chính sách tương tự để bảo vệ sự giàu có phải khổ công dành dụm mới kiếm được của quốc gia chúng ta. Hãy hủy bỏ Chủ nghĩa Toàn cầu, hệ thống đang muốn tiêu diệt phương Tây.

III. HỆ THỐNG

Chiến thuật thứ ba của chủ nghĩa toàn cầu được gọi là hệ thống.

Mọi thứ trong tự nhiên và cuộc sống đều là một hệ thống nào đó. Nhận ra điều này và giành quyền kiểm soát các hệ thống cho phép bạn kiểm soát cuộc sống ở một mức độ nhất định. Một khi sở hữu được hệ thống, bạn toàn quyền kiểm soát được luật chơi.

Một hệ thống dễ hiểu là một chiếc xe hơi.

Khi sở hữu chiếc xe, bạn chỉ cần nhấn chân ga, rà thắng và xe tự động chạy. Chiếc xe tự hoạt động mọi thứ còn lại.

Nếu bạn sở hữu chiếc xe và điều khiển hệ thống, bạn có thể vận hành cả chiếc xe bằng ba thao tác đơn giản: vô lăng, nhấn ga và đạp thắng.

Với hệ thống máy móc này, bạn có thể đi du lịch khắp mọi nơi trên đất nước.

Vâng, các tổ chức cũng giống như vậy. Họ sở hữu hệ thống.

Giả sử bạn sở hữu một công ty cung cấp dịch vụ điện thoại di động, thì bạn sở hữu một hệ thống viễn thông rộng lớn.

Nếu bạn sở hữu một nền tảng truyền thông xã hội, bạn sở hữu một hệ thống liên lạc mạng rộng lớn thu hút hàng tỷ người và bạn có thể dễ dàng tác động lên tỷ người này.

Giả sử bạn sở hữu một tờ báo hoặc trang mạng tin tức trực tuyến. Trong trường hợp đó, bạn sở hữu một hệ thống truyền thông có thể gây ảnh hưởng đến quan điểm của hàng triệu hoặc thậm chí hàng tỷ người, giống như nhấn ga hoặc đạp thắng của xe hơi.

Nếu bạn sở hữu một công ty quân sự chuyên sản xuất xe tăng và máy bay, bạn sở hữu một hệ thống.

Việc đưa ra quyết định hay ra lệnh cho đội ngũ lãnh đạo của bạn cũng giống như nhấn ga, đạp thắng hay vô lăng. Bằng cách khéo léo điều khiển, bạn có thể gây ảnh hưởng trên các quyết định và từ đó dẫn đến những thay đổi lớn lao có lợi cho bạn.

Những người theo chủ nghĩa toàn cầu muốn sở hữu

những hệ thống này vì việc tận dụng các hệ thống có thể mang lại cho họ một quyền lực gần như vô song và quyền kiểm soát xã hội.

Bạn càng có nhiều quyền lực đối với các hệ thống, bạn càng có nhiều quyền kiểm soát xã hội nhờ ảnh hưởng và sức lèo lái trực tiếp.

Đó là lý do tại sao họ muốn kiểm soát các hệ thống.

Đó là lý do tại sao họ muốn kiểm soát Hollywood, hệ thống giải trí.

Họ muốn kiểm soát các trường học, trường đại học, công đoàn giáo viên và hệ thống giáo dục.

Họ muốn kiểm soát các phương tiện truyền thông và mạng xã hội càng nhiều càng tốt, vì một khi kiểm soát được các tổ chức này, họ kiểm soát các hệ thống mà họ sở hữu.

Nhờ kiểm soát các hệ thống, họ có quyền lực và ảnh hưởng trực tiếp.

Chính quyền lực và tầm ảnh hưởng khiến họ giàu có hơn, nhưng cũng chính quyền lực và tầm ảnh hưởng cho phép họ hoàn thành các kế hoạch toàn cầu dễ dàng hơn.

Và đối với một người theo chủ nghĩa toàn cầu, tất cả đều xoay quanh các kế hoạch đó. Mọi nỗ lực đều hướng về kế hoạch toàn cầu hóa. Đó là mục đích duy nhất của cuộc đời họ.

Khi nào điều này trở nên nguy hiểm? Đó là khi họ kiểm soát được hệ thống tài khoản ngân hàng của mọi người qua hệ thống tiền tệ kỹ thuật số của ngân hàng trung ương.

Một khi họ kiểm soát toàn bộ hệ thống y tế và có thể buộc bạn phải theo bất cứ cách trị liệu y khoa trí mạng nào mà họ yêu cầu. Điều đó thật nguy hiểm.

Một khi họ kiểm soát hệ thống Internet of Things (mọi thiết bị liên quan đến mạng toàn cầu, kể cả con người) bằng mạng lưới vệ tinh quỹ đạo thấp để theo dõi, truy lùng và loại bỏ những người bất đồng chính kiến. Điều đó thật nguy hiểm.

Một khi họ kiểm soát tất cả giáo dục và tài liệu trực tuyến để tẩy não toàn bộ các thế hệ theo lý tưởng kiểm soát của chủ nghĩa Toàn cầu. Điều đó thật nguy hiểm.

Một khi họ kiểm soát hệ thống vận chuyển và trại cải tạo để giam giữ những người không theo đúng đường lối của họ. Điều đó thật nguy hiểm.

Bạn có thấy các hệ thống vững chắc trở nên nguy hiểm như thế nào dưới sự điều hành của một nhóm các nhà tư tưởng diệt chủng tàn bạo như những người theo chủ nghĩa Toàn cầu chưa?

Tuy nhiên, điều này chỉ khả thi ở phương Tây qua chiến thuật thứ tư của chủ nghĩa toàn cầu, đó là công nghệ vũ khí hóa.

IV. CÔNG NGHỆ VŨ KHÍ

Chiến thuật thứ tư của Chủ nghĩa toàn cầu hóa là khai triển các công nghệ được vũ khí hóa chống lại công chúng phương Tây.

Bất kỳ công nghệ nào cũng có thể được sử dụng cho mục đích thiện hảo, lành mạnh. Nó có thể dùng cho mục đích tích cực hoặc biến thành vũ khí và dùng cho mục đích bạo lực.

Công nghệ là chìa khóa chính cho toàn bộ các kế hoạch của họ. Không có nó, họ không có hy vọng thành công. Mảnh ghép cuối cùng này là lý do tại sao họ chờ đợi quá lâu, hơn một thế kỷ, để hành động, trong khi những kẻ khác như Hitler lại tấn công ngay lập tức.

Có một câu Kinh thánh đúng theo nghĩa đen, "Hãy lấy cuốc lấy cày đúc thành gươm đao" (Giô-en 4:10). Nói cách khác, họ vũ khí hóa các công nghệ canh tác cổ xưa.

Thiết bị nông nghiệp là công nghệ rất căn bản, cổ xưa. Nhưng nó tiến bộ hơn những gì loài vượn và các loài động vật khác có.

Nó trao quyền cho chúng ta trở thành nông dân và xây dựng nền văn minh. Nhưng ngay cả những thiết bị nông trại cũ cũng có thể biến thành vũ khí. Bạn có thể rèn nó thành giáo, kiếm và móc để sử dụng trong chiến tranh. Ngày nay, chúng ta có công nghệ tiên tiến hơn nhiều so với công cụ canh tác.

Một trong những chiến thuật chính của những người theo chủ nghĩa Toàn cầu là vũ khí hóa công nghệ tiên tiến qua các công ty họ đang nắm trong tay.

Stalin nói, "Một người chết; đó là một thảm kịch. Một ngàn người chết; đó là một con số thống kê."

Cân nói này hoàn toàn đúng với việc sử dụng công nghệ được vũ khí hóa qua các tổ chức.

Ngày nay, nếu bạn giết ai đó bằng tay không, bạn phải vào tù. Nhưng nếu bạn giết một triệu người bằng công nghệ được trang bị vũ khí qua một hệ thống, không những không phải vào tù mà bạn còn thu về được một số tiền khổng lồ. Giết chóc qua các tổ chức, bạn có thể tạo ra một loại virus được ghép gen từ phòng thí nghiệm sinh học của Hoa Kỳ/Hoa Lục, và bạn vẫn bằng an vô sự.

Họ đang thực hiện một số lượng lớn các vụ giết người

có kế hoạch và sở dĩ họ làm được việc đó vì họ sở hữu các tổ chức, được tài trợ từ OPM (tiền của người khác), các hệ thống và công nghệ được vũ khí hóa.

Chúng ta, vâng… chính chúng ta là những người tài trợ cho phép họ làm những điều dã man đó. Họ đang sử dụng tiền của chúng ta để tài trợ cho sự hủy diệt của chính chúng ta. Virus là một công nghệ được vũ khí hóa, và thuốc chủng ngừa cũng vậy.

Kể cả các loại thuốc như Remdesivir. Đây là những công nghệ vũ khí được sử dụng để chống lại người dân. Máy thở cũng vậy. Chúng được sử dụng để giết hại công chúng. Robert F. Kennedy Jr. đã phơi bày sự thật về công nghệ sinh học trong cuốn sách ông viết, The Real Anthony Fauci.

Bây giờ hãy tưởng tượng những gì có thể được thực hiện với AI (trí tuệ nhân tạo) tiên tiến, đội quân người máy, vệ tinh giám sát quỹ đạo thấp, thao túng thời tiết và động đất, chỉnh sửa gen, ghép nối RNA (di truyền học), mạng lưới điều khiển Internet of Bodies, cấy ghép y sinh, chip não, v.v.…

Làm thế nào để chúng ta ngăn chặn điều này? Vâng, chúng ta phải thúc ép việc thực thi pháp luật đã ban hành. Chúng ta phải đòi lại các tòa án cấp cao, các cơ quan hành pháp và cơ quan lập pháp. Chúng ta có một hệ thống chính phủ ba nhánh rõ ràng (lập pháp, hành pháp và tư pháp) với cơ chế kiểm tra và cân bằng.

Cách duy nhất để bảo vệ công chúng thoát khỏi các công nghệ được vũ khí hóa là phải vận động cho bằng được các thể chế chính phủ đúng đắn bằng cách dấy lên phong trào đoạt lại và cải cách thể chế quy mô lớn kèm theo các cuộc điều tra, truy tố và thực thi quyền lập pháp về tự do. Đó là hy vọng lớn nhất của chúng ta. Chúng tôi đề cập cụ thể hơn về kế hoạch ứng phó này trong hai chương cuối.

BẠO CHÚA THỜI HIỆN ĐẠI

Tổ tiên và những người sáng lập thế giới tự do chiến đấu chống lại con quái vật bốn đầu được gọi là Đế quốc Anh, Ngân hàng Anh, Công ty Đông Ấn Anh và mạng lưới gián điệp toàn cầu của chúng.

Ngày nay, chúng ta, hậu duệ của tự do, chiến đấu chống lại con quái vật bốn đầu tương tự. Chúng ta đang chống lại một thế hệ mới gồm các mạng lưới ngân hàng, chính phủ, doanh nghiệp và tình báo theo chủ nghĩa toàn cầu liên minh chống lại lợi ích của người dân.

Tổ tiên của chúng ta chiến đấu với Chính phủ Thế giới của Đế quốc Anh, một đế quốc thống trị thế giới trong suốt bốn thế kỷ. Ngày nay chúng ta đang đấu tranh với một Chính phủ Thế giới của chủ nghĩa Toàn cầu đang tìm cách thay thế phương Tây và nắm giữ toàn bộ quyền lực.

Tổ tiên của chúng ta đã bảo vệ các quyền tự do và thắng thế.

Điều gì xảy ra trong cuộc chiến đấu cho tự do ngày nay chống lại một chính phủ thế giới Anh-Mỹ công nghệ cao?

Thời thế đổi thay nhưng kẻ thù vẫn là một.

Tuy nhiên, bất chấp những nỗ lực tốt nhất và số tiền to lớn họ chi tiêu, nền Văn minh phương Tây vẫn tiếp tục chủ yếu là Thiên Chúa giáo, bảo thủ và tư bản.

Điều này khiến các lãnh chúa theo chủ nghĩa Toàn cầu

phẫn nộ. Bất chấp hàng trăm năm âm mưu và những nỗ lực mờ ám của họ, những người phương Tây như chúng ta vẫn tiếp tục yêu mến Thiên Chúa, gia đình, đất nước và hơn bao giờ hết, giữ chặt súng ống trong tay.

Mặc dù họ cố gắng hạ thấp chúng ta với tư cách là người tiêu dùng và loan báo ra rả trên hệ thống truyền thông rằng chúng ta đang nhẫn tâm giết chết hành tinh, nhưng chúng ta vẫn tiếp tục yêu thích nhà cửa, xe cộ, nhà hàng, máy điều hòa và thong thả đến cửa hàng tạp hóa mua thức ăn chất đầy tủ lạnh.

Tệ nhất là chúng ta vẫn tiếp tục muốn kết hôn và sinh con. Điều này khiến họ phát điên vì chúng ta không sập bẫy các kế hoạch họ đề ra để phải chịu đựng như nô lệ.

Bạn có thể liệt kê những người này, một nhóm quyền lực này, vào một tầng lớp xã hội mới.

Chúng ta hiểu tầng lớp lao động, tầng lớp trung lưu và thượng lưu: chủ doanh nghiệp giàu có, chủ đất, bác sĩ, luật sư, những người sở hữu những chiếc Porsche và Ferrari, những vận động viên và diễn viên thành đạt.

Chúng ta hiểu điều đó. Nhưng có một tầng lớp đứng cao chót vót: các siêu tỷ phú, các hoàng gia châu Âu, các gia đình giàu có lâu đời ở châu Âu, giới tỷ phú ưu tú ở vùng biển phía Đông và Thung lũng Silicon.

Đây không phải là người giàu. Đây là những người siêu giàu, cực kỳ giàu. Họ thuộc một giai cấp hoàn toàn khác biệt. Họ đang ở trên một thiên hà khác với ngân hà chúng ta đang sống về sự giàu có, tài sản và quyền sở hữu.

Đây là những nhà độc quyền và chủ sở hữu băng đảng. Họ luôn nghĩ rằng họ thuộc tầng lớp siêu đẳng hoặc giới tinh hoa.

Nhưng có một cái tên chính xác hơn cho những người này, những người rất tốt số, rất may mắn trong cuộc đời vì họ rất giàu có, kiếm được hoặc thừa kế nhiều của cải như vậy, vì họ có rất nhiều ảnh hưởng, và rất nhiều quyền lực và thẩm quyền.

Họ là Tầng lớp Bạo chúa mới.

Quay trở lại cuộc nói chuyện mà tôi nghe về những tên khổng lồ công nghệ và công nghiệp cùng với gã khổng lồ giới truyền thông bảo thủ, cố gắng hiểu tại sao xã hội phương Tây lại quay lưng lại với chính nó qua câu hỏi cốt yếu: Tại sao xã hội phương Tây lại muốn tự hủy diệt?

Câu trả lời là xã hội chúng ta bị nhiễm những tư tưởng đồi bại từ một nhóm người xấu xa. Những hệ tư tưởng mà nhóm người có quyền lực này lan truyền trong xã hội hoàn toàn là tà ác. Những người theo chủ nghĩa cánh tả và toàn cầu hóa này có ý định làm nát bét thế giới phương Tây. Đó là lý do vì sao xã hội chúng ta đang tự sụp đổ. Đó là sự lây nhiễm hàng loạt của bốn căn bệnh ý thức hệ sau: Chủ nghĩa tự do, Chủ nghĩa cánh tả, Chủ nghĩa thức tỉnh, và tệ hại nhất là Chủ nghĩa toàn cầu.

Để dễ so sánh, Tầng lớp Bạo chúa này có số lượng rất nhỏ. Nếu bạn chỉ tính riêng nhóm sở hữu, số lượng họ có thể vào khoảng 800. Điều đó có nghĩa là cuộc xung đột này ở phương Tây là giữa 8 tỷ cư dân trên Trái đất và 800 tên bạo chúa theo chủ nghĩa toàn cầu muốn thống trị họ.

Nghĩ xem, 8 tỷ so với 800. Nếu bạn tính đến những người điều hành, trí thức, gia đình, nhà quản lý và các lãnh đạo chính phủ bị họ thống trị, con số này tăng lên khoảng 8.000 theo ước tính của tôi. Cho dù nhảy vọt từ vài trăm lên vài nghìn thì vẫn là 8 tỷ chúng ta so với 8 nghìn người của họ. Đây thực sự là cuộc đấu tranh giữa số ít và số nhiều. Không có gì ngạc nhiên khi Cecil Rhodes gọi trật tự Toàn cầu hóa bí mật đầu tiên của ông ta là Hiệp hội Bầu cử. Phần tiếp theo chúng ta làm sáng tỏ các kế hoạch của họ.

CHƯƠNG 8

CHƯƠNG TRÌNH NGHỊ SỰ CỦA GIỚI TOÀN CẦU HÓA

Giới Toàn Cầu Hóa vận hành qua nhiều phương tiện khác nhau, bao gồm các ủy ban phối hợp, cơ quan tình báo, các chính phủ ủy nhiệm, các tập đoàn doanh nghiệp và phát ngôn viên của họ.

Nắm quyền điều khiển là một nhóm rất nhỏ những người đầy quyền lực, động lực chính đứng sau toàn bộ chương trình nghị sự.

Qua các tổ chức ủy nhiệm và định chế họ kiểm soát, họ phổ biến các luận điểm, thông điệp và công khai hóa các mục tiêu của họ.

Điều này không còn là bí mật. Chương trình nghị sự của họ được công khai hóa trước công chúng.

Tôi đã hệ thống hóa phần lớn chương trình này, bao gồm chương trình nghị sự 2030 của Liên Hiệp Quốc, Tám Dự Đoán cho năm 2030 của Hội Thảo Kinh Tế Thế Giới, cũng như các mục tiêu công khai của họ trong nhiều cuộc phỏng vấn và hội thảo.

Karl Marx có mười trụ cột của chủ nghĩa Mác, đóng vai trò thánh kinh của ông ta. Hitler có Mein Kampf, Mao có Cuốn Sách Đỏ Nhỏ.

275

Đó là cách các tổ chức vận hành. Nhận diện mục tiêu, thiết kế chương trình nghị sự và liên tục điều chỉnh kế hoạch của họ để đạt được mục tiêu. Nếu một tổ chức muốn trở thành một phong trào, họ bắt buộc phải thiết lập một chương trình nghị sự.

Sau đó, ho phải đưa ra chiến lược và chương trình thực hành. Khi gặp trở ngại hoặc chiến thuật thất bại, họ sẽ phải thích nghi và điều chỉnh.

Đó là lý do tại sao khối Toàn Cầu Hóa thường xuyên họp mặt, để thích nghi, chỉnh sửa và cùng nhau thảo luận. Rồi họ quyết định sẽ làm gì với nghị sự của năm đó.

Chúng ta hãy cùng xem xét một số mục tiêu của họ. Ở các chương sau, chúng ta sẽ bàn đến các biện pháp đối phó.

PHÁ HỦY GIA ĐÌNH HẠT NHÂN

Mục tiêu đầu tiên của chủ nghĩa Toàn Cầu Hóa là phá vỡ mô hình gia đình hạt nhân Phương Tây.

Gia đình là nền tảng của một xã hội ổn định và vững chắc. Nếu muốn làm suy yếu một chính thể dân chủ, Tự Do và cộng hòa, trước hết phải làm suy yếu các mối liên kết trong gia đình.

Điều này đã được thực hiện bằng nhiều cách. Cộng đồng người da đen từng là mục tiêu ban đầu của chương trình Xã Hội Vĩ Đại -Great Society- nhắm phá gia đình da đen qua các chính sách trợ cấp phúc lợi. Từ đó, sách lược này đã được áp dụng cho các cộng đồng khác.

Phần lớn truyền thông, âm nhạc, phim ảnh, truyền hình và các trang mạng đều mang tính tuyên truyền chống gia đình truyền thống. Đây cũng là một mục tiêu đáng kể của phong trào đồng tính LGBT: hoặc phá vỡ gia đình, hoặc ngăn cản gia đình được hình thành.

Đối với giới Toàn Cầu Hóa, khía cạnh tốt nhất của giới trẻ chuyển giới là việc các em này tự nguyện trở thành tuyệt sản qua hoóc-môn -hormones- và mổ xẻ bộ phận sinh dục. Việc này hoàn toàn thích hợp với mục tiêu của giới Toàn Cầu Hóa.

Phong trào nữ quyền cũng được thiết kế để giúp gia đình tan vỡ và gia tăng tỷ lệ ly hôn.

Đây là ưu tiên hàng đầu của giới Toàn Cầu Hóa và được tài trợ rất mạnh.

Vì vậy, nếu bạn là người bảo thủ hoặc theo chủ nghĩa dân túy, một trong những trách nhiệm ưu tiên của bạn là bảo vệ, gìn giữ và duy trì gia đình trước mọi thách đố.

Sức mạnh và sự vững chắc của những gia đình mạnh, với những niềm tin và giá trị đức hạnh hiến định khiến những gia đình đó khó có thể bị phá vỡ hay loại bỏ. Giới Toàn Cầu Hóa nhìn nhận những gia đình đó là một đe dọa đáng kể chống sự thống trị của họ. Do đó, họ cần phải phá vỡ gia đình.

GIẢM DÂN SỐ

Mục tiêu thứ hai là giảm dân số.

Từ thời kỳ Khai Sáng Bóng Tối, phong trào ưu sinh (eugenics movement) xuất hiện tại Hoa Kỳ và Phương Tây. Các tổ chức như Cold Spring Harbor, Berkeley, Viện Kaiser Wilhelm, Planned Parenthood… đóng vai trò trung tâm cho giới Toàn Cầu Hóa trong nỗ lực xây dựng 'chủng tộc thượng đẳng'. Mục tiêu của họ là tạo ra một chủng tộc chủ, đồng thời giảm sinh sản của những cá nhân không được hoan nghênh và thuộc chủng tộc thấp kém theo thuyết Darwin.

Đó là lý do Rockefeller Jr. tài trợ cho các thí nghiệm ưu sinh của Hitler tại Viện Kaiser Wilhelm, tạo điều kiện cho khoa học gia điên Mengele và những kẻ khác hoàn thiện 'giải pháp cuối cùng' diệt dân Do Thái. và những người khác không được hoan nghênh trong xã hội.

Đây là khía cạnh lạnh lùng trong thuyết của Darwin. Nếu bạn nghĩ cho kỹ sẽ thấy có vẻ lạnh lùng và hợp lý. Có người thích hợp hơn, có người ít thích hợp hơn.

Giới Toàn Cầu Hóa tin những người ít thích hợp cần bị loại bỏ. Đó chính là việc họ làm trên khắp thế giới thứ ba qua những chích ngừa chỉ phát triển bệnh tật, khiến trẻ em chết và thiếu nữ trẻ bị triệt sản. Ngày nay, điều này tiếp tục diễn ra trong thế giới thứ ba thông qua các chương trình chích ngừa gây bệnh, gây tử vong trẻ em và triệt sản.

Đây cũng chính là bản chất của Planned Parenthood do bà Margaret Sanger của phong trào ưu sinh sáng lập. Nhiều tổ chức Toàn Cầu Hóa đã được thiết lập để chống việc dân số quá nhiều, là cách nói khác của chủ thuyết ưu sinh, một cách khôn ngoan để che giấu ý kiến giết người và triệt sản.

Dưới đây là ý kiến của Bertrand Russell về vấn đề này:

"Tôi không mạo nhận kiểm soát sanh đẻ là cách duy nhất để cản dân số gia tăng. Có nhiều cách khác mà tôi nghĩ những người chống kiểm soát sanh đẻ sẽ lựa chọn. Chiến tranh, như tôi vừa nói qua, đã là một thất vọng dưới khía cạnh này, nhưng có thể một cuộc chiến sinh học sẽ hữu hiệu hơn. Nếu dịch Black Death (là nạn Đại Dịch Hạch đã giết khoảng 50 triệu người hồi thế kỷ thứ

14) có thể lan tràn ra thế giới một lần trong mỗi thế hệ thì những người sống sót có thể sanh đẻ tự do mà không làm cho trái đất quá đông đúc". Bertrand Russell, The Impact of Science - 1952, tr. 165.

GIẢM TESTOSTERONE VÀ KHẢ NĂNG SINH SẢN

Các khoa học gia của giới Toàn Cầu Hóa đang bung ra cuộc chiến tranh hóa học và sinh học chống lại xã hội Phương Tây trong một nỗ lực giảm testosterone trong nam giới.

Việc này đạt được nhiều mục tiêu. Thứ nhất, khiến nam giới bớt quyết đoán, dễ bảo và dễ kiểm soát hơn. Thứ nhì, giúp nữ hóa đàn ông và giảm tính đàn ông trong xã hội. Cuối cùng, giảm tỷ số tinh trùng, và từ đó, giảm khả năng sinh sản và tỷ lệ sinh sản trong Phương Tây.

Việc này đã sản xuất ra những người đàn ông nhỏ hơn và yếu hơn trong xã hội chúng ta, dễ bị ảnh hưởng của nữ tính, đồng tính và thiếu năng động.

Tất cả được thực hiện qua các hóa chất trong thực phẩm biến chế và nước uống, qua các nguyên liệu có chất estrogen của phụ nữ, qua các sản phẩm dựa trên hoóc-môn, và qua các sản phẩm hại cho môi trường như thuốc trừ sâu bọ, diệt cỏ dại, và phụ gia plastic.

NẮM QUYỀN ĐỐI PHÓ ĐẠI DỊCH TOÀN CẦU

Tổ Chức Y Tế Thế Giới của giới Toàn Cầu Hóa đã công khai vận động các thành viên Liên Hiệp Quốc ký vào một hiệp ước đối phó với đại dịch toàn cầu. Hiệp ước này sẽ trao cho các quan chức y tế của Tổ Chức Y

Tế Quốc Tế WHO quyền quyết định trong trường hợp khẩn cấp y tế, như khi có đại dịch.

Đây chính là tổ chức đã thất bại dưới mọi khía cạnh trong phản ứng chống COVID-19. Trong khi dịch Covid thuyên giảm, thì họ lại tuyên cáo một đại dịch khác là vi khuẩn Monkeypox - đậu khỉ. Đây lại là một sai lầm khác. Monkeypox là một bệnh truyền nhiễm qua quan hệ sinh dục phần lớn trong giới đồng tính, không phải là một đại dịch toàn cầu.

Thử tưởng tượng giới Toàn Cầu Hóa nắm quyền kiểm soát hệ thống y tế thế giới. Có nhiều triển vọng họ sẽ bung ra một vi khuẩn chết người từ một trong vô số các phòng thí nghiệm trên khắp thế giới của họ,

Đây sẽ là một trong nhiều con đường đưa đến sự toàn trị của giới Toàn Cầu Hóa dưới một chính phủ thế giới. Các chính phủ của chúng ta cần phải kháng cự hiệp ước này bằng mọi giá và thiết lập rào cản pháp lý chống những biện pháp này trong tương lai.

TẠO THẤT CHÍ VÀ HÓA GIẢI CƠ ĐỐC GIÁO PHƯƠNG TÂY

"Những giá trị của Tây Phương sẽ bị thử thách tới sát mức đổ vỡ. Chính sách kiểm soát và quân bình là nền tảng của thể chế Dân Chủ của chúng ta không thể rơi vào quên lãng được". Trích từ trình của Hội Thảo Kinh Tế Thế Giới 2016 (8 tiên đoán cho Thế Giới năm 2030).

Mục tiêu thứ ba là tạo thất chí và hóa giải Cơ Đốc Giáo trong Phương Tây.

Giới Toàn Cầu Hóa đã làm băng hoại văn hoá Tây Phương từ những năm của thập niên 1960. Chúng ta đã chứng kiến chuyện này qua nhiều hình thức tiêu biểu, như phim ảnh, nghệ thuật, âm nhạc, và giáo dục. Tất cả các hình thức tiêu khiển đã ngày càng thô tục. Trong khi một nghệ sĩ chân chính gặp những thử thách lớn để có được một hợp đồng đáng giá, thì những băng đảng, vũ nữ thoát y dễ dàng có được những hợp đồng trị giá bạc triệu đô để phổ biến lối sống của họ trong đám trẻ con.

Giới Toàn Cầu Hóa tài trợ chính sách tạo thất chí và hóa giải Cơ Đốc Giáo trong Phương Tây qua nhiều cách, phần chính là qua các đề xuất tài trợ, các chiến dịch tuyên truyền và qua các tổ chức phi chính phủ hay bất vụ lợi. Những thí dụ cụ thể là những tổ chức quốc tế đã tài trợ cho các linh mục và giáo sĩ, ảnh hưởng các diễn thuyết của họ, đề nghị những đề tài nói chuyện nên có hay nên tránh, để giảm tính hữu hiệu của họ trong việc phổ biến Cơ Đốc Giáo trên thế giới.

Văn hoá của chúng ta đã trở thành thế tục tới độ trẻ con bị cấm không được đọc kinh trong trường, trước khi bắt đầu các trận túc cầu, và trong các buổi lễ ra trường. Những tư tưởng gia Cơ Đốc, nhà văn, và nghệ sĩ bị đẩy ra rìa và nhốt trong những cộng đồng tiêu khiển nhỏ.

Do đó, văn hoá của chúng ta đã trở thành ngày càng vô đạo đức. Chúng ta có thể thấy việc công khai cổ võ cho đồng tính và chuyển giới trong các trường học, nhắm vào việc chuyển hướng thanh niên và thanh nữ trẻ và dẫn dắt chúng vào con đường chuyển giới qua các mổ sẻ. Với những người đã lớn lên trong thập niên 1950-1960, họ đã không còn nhận diện được Phương Tâycủa thời họ còn trẻ.

Trẻ con có thể tiếp cận dễ dàng với phim ảnh dâm dục qua trang mạng và thư viện của trường, trong khi những chuyện về giới 'drag queen', là giới đàn ông thích hóa trang và ăn mặc như phụ nữ, qua tài trợ của giới Toàn Cầu Hóa, cổ võ cho đồng tính và chuyển giới cho đám trẻ 5 tuổi. Có triển vọng lớn là đám trẻ đó sẽ bị thất chí, đi vào con đường tiêu cực và ảnh hưởng Cơ Đốc Giáo sẽ bị hóa giải sớm trong cuộc đời của chúng.

Giờ đây, ta chứng kiến việc triệt tiêu những người theo Cơ Đốc dám lên tiếng chống những chương trình nghị sự vô đạo nhắm vào trẻ con vô tội.

KIỂM DUYỆT
TIẾNG NÓI BẢO THỦ VÀ DÂN TÚY

Giới Toàn Cầu Hóa phải kiểm soát và cấm chỉ tiếng nói của khối bảo thủ và dân tuý. Họ kiểm soát ngôn luận qua các tập đoàn truyền thông, trang mạng xã hội, mạng internet, và các diễn đàn thứ ba để chặn tiếng nói bảo thủ dân túy.

Ta đã chứng kiến qua cuộc bầu cử năm 2020. Bất cứ ai loan tin về laptop của Hunter Biden sẽ mau chóng bị loại khỏi các trang mạng xã hội. Cũng vậy, trong đại dịch COVID-19, bất cứ ai bàn tới Viện Vi Khuẩn Vũ Hán sẽ bị cấm cửa ngay.

Hơn nữa, bất cứ ai tỏ ý lo ngại về những rủi ro, phản ứng phụ, tiềm năng tai hại hay chết người hay triệt sản liên quan tới chích thuốc về tế bào, mRNA, sẽ bị cấm cửa trên các mạng xã hội.

Ta đã chứng kiến thông đồng trắng trợn giữa truyền thông, Liên Hiệp Quốc, và các cơ quan tình báo như FBI, là cơ quan đã cài người trong Twitter và Facebook, mà các chủ nhân của trang mạng đã nhìn nhận. Họ đã kiểm soát, cấm cửa và kiểm duyệt ngôn luận. Đây là việc làm vi hiến và bị luật pháp cấm chỉ.

Họ đã đi xa tới độ cấm các ứng cử viên chính trị ra tranh cử và tìm cách can thiệp vào bầu cử, chính là chuyên chế.

Một trong những giá trị thiêng liêng nhất của Phương Tây là Tự Do Ngôn Luận. Tuy nhiên, giới Toàn Cầu Hóa không thể dung thứ cho quyền Tự Do này. Vì vậy, họ sử dụng các chính phủ ủy nhiệm để tham dự các hội nghị toàn cầu, thảo luận về 'ngôn từ thù ghét' -hate speech- và kiểm soát ngôn luận trên mạng.

Với họ, bất kỳ lời nói nào vạch trần chương trình nghị sự Toàn Cầu Hóa đều bị xem là tấn công nền dân chủ. Một trong những chiến lược chính để dập tắt tiếng nói dân túy Tự Do là dán nhãn ngôn ngữ thù ghét cho mọi ý kiến thách thức tuyên truyền và xuyên tạc của họ.

Nếu bạn lên tiếng chống chương trình chuyển giới và đồng tính nhắm vào trẻ em, phản đối nhập cư bất hợp pháp quy mô, hay các vụ tấn công tình dục thiếu nữ trẻ do người nhập cư gây ra, bạn sẽ bị gán nhãn kỳ thị đồng tính, kỳ thị chuyển giới, kỳ thị Hồi Giáo hoặc bài ngoại, và từ đó bị buộc tội có ngôn ngữ thù ghét. Tại một số nơi như Bắc Âu hoặc ngay cả tại Anh, bạn có thể bị bỏ tù vì ngôn ngữ thù ghét.

Họ có luật chống ngôn ngữ thù ghét. Những luật này thật đáng quan tâm vì đó là những đe dọa hắc ám nhất chống Tự Do trong xã hội. Ngôn ngữ thù ghét chẳng qua chỉ là ngôn ngữ mà giới Toàn Cầu Hóa muốn kiểm duyệt vì đi ngược lại tuyên truyền của họ. Đó là lý do tại sao lên tiếng chống những người Hồi giáo hãm hội đồng các thiếu nữ trẻ, hay chống di dân lậu đang tràn ngập xứ sở bây giờ bị coi như ngôn ngữ thù ghét tại Âu Châu.

Có một vấn đề đáng kể đòi hỏi sự chú tâm của chúng

ta. Giới Toàn Cầu Hóa muốn kiểm soát và cấm ngôn luận mà dân thích nghe, là điều chúng ta cần cản bằng mọi giá. Sẽ là việc thiết yếu chúng ta phải làm để cản khuynh hướng này. Tự Do Ngôn Luận cần phải được bảo vệ vĩnh viễn trong các xứ Tây Phương.

TẠO BẤT ỔN QUA TỘI PHẠM, KHỦNG HOẢNG VÀ KHỦNG BỐ

Mục tiêu kế tiếp của giới Toàn Cầu Hóa là tạo bất ổn xã hội qua việc chế tạo ra tội phạm, khủng bố, hỗn loạn tài chánh và khủng hoảng.

Tại sao lại có người cố tình làm như vậy?

Câu trả lời nằm ở chiến lược chinh phục một dân tộc. Trước khi kiểm soát, giới Toàn Cầu Hóa phải làm kiệt quệ mọi chống đối và làm suy yếu người dân. Giống như muốn kéo lên một con cá mập nặng ngàn cân.

Trước tiên, bạn phải làm nó mệt và giảm sức mạnh. Một khi nó đầu hàng, bạn sẽ dễ dàng kéo nó lên và sẻ thịt nó để ăn.

Giới Toàn Cầu Hóa cần giữ chú tâm của chúng ta vào các đe dọa từ ngoài, để lái chú tâm của ta ra khỏi những hành động của họ. Việc này giúp họ tiếp tục đánh cắp chúng ta, từng bước làm suy yếu quyết tâm của ta cho tới khi chúng sẵn sàng bị khuất phục. Vì vậy, họ luôn kiên trì kéo dài sợ hãi của ta đối với các hiểm nguy từ ngoài.

Sau đó, họ có thể nhảy vào, đóng vai những người tới cứu rỗi, bảo vệ ta đổi lấy việc ta từ bỏ thêm nhiều quyền tự do.

Đó là tại sao họ tiếp tục dàn dựng việc chế tạo các tội phạm, khủng bố, khủng hoảng, sụp đổ tài chánh và chiến tranh.

Một trong những trách nhiệm chính của CIA đã biến chuyển thành hỗ trợ những nhóm khủng bố như ISIS, AL Qaeda, và bây giờ là Taliban.

Họ cung cấp tài chánh, trang bị quân sự, súng đạn, và giấy phép đặc biệt để giúp đám khủng bố thâm nhập đất nước chúng ta và có những hành động khủng bố và mở màn chiến tranh.

CIA vả quân đội đã bỏ lại cho Taliban con số kinh khủng là 86 tỷ đô trang bị quân sự mới toanh khi chúng ta rút ra khỏi Afghanistan. Họ đã có thể dễ dàng mang ra theo, nhưng đã bỏ lại. Tại sao chúng ta làm vậy?

Bây giờ, ta có thể dự đoán viễn tượng một kẻ thù mới phải đối đầu, tiền mới để nuôi chiến tranh chống Taliban.

Ta sẽ thấy ta bị ám ảnh bởi một kẻ thù Ả Rập tưởng tượng, trong khi giới Toàn Cầu Hóa tiếp tục tạo bất ổn, thất chí, hóa giải Cơ Đốc Giáo, và phá nát Tây Phương.

Bây giờ ta nhìn qua vấn đề cấp bách, mở cửa biên giới. Tại sao chúng ta lại mở cửa biên giới khi trực diện với đe dọa khủng bố cận kề?

Tại sao chúng ta lại cho phép những nhóm khủng bố tràn vào đất nước chúng ta qua biên giới mở, hay cho đám MS-13 và băng đảng ma túy tràn qua từ thế giới thứ ba, nơi mà các nhà tù và bệnh viện tâm thần ngày càng vắng bệnh nhân vì họ đã bị chuyển qua đất nước chúng ta?

Câu trả lời nằm trong sự kiện biên giới mở đáp ứng nhiều nhu cầu, một trong những nhu cầu đó là trầm trọng hóa tội phạm, bệnh tật, và khủng bố, do đó phát huy bất ổn định.

Việc này thích hợp với chương trình nghị sự của giới Toàn Cầu Hóa, khi họ tìm cách tối đa hóa tội phạm, khủng bố và chiến tranh vì họ hưởng lợi từ những chuyện đó và được thêm quyền từ đó.

Một trong những khẩu hiệu của họ là 'Đừng phí phạm một cơ hội khủng hoảng tốt'.

Ta có những quan tòa cấp quận được tài trợ bởi Toàn Cầu Hóa giàu có đang tích cực kích động tội phạm bằng cách thả ra đường không cần tiền thế chân những can phạm tàn bạo nhất.

Những quan tòa này trên căn bản đã tưởng thưởng tội phạm, đưa đến một làn sóng tội phạm không còn kiểm soát được, kèm theo tình trạng vô gia cư và sử dụng ma tuý.

DI DÂN THAY THẾ

"Một tỷ người sẽ bị di dời vì biến đổi khí hậu. Chúng ta sẽ phải làm tốt hơn trong việc tiếp nhận và hội nhập người tỵ nạn." Trích phim của Hội Thảo Kinh Tế Thế Giới - 2016 (8 tiên đoán cho thế giới vào năm 2030)

Mục tiêu tiếp theo của giới Toàn Cầu Hóa được gọi là 'di dân thay thế'. Đây là chính sách được thi hành bởi Liên Hiệp Quốc tại tất cả các quốc gia Phương Tây qua biên giới mở và sự tràn ngập di dân, người tị nạn và di dân bất hợp pháp. Mục đích ở đây là để thay thế đám dân Tây Phương hung hăng, thích đối kháng, và thích Tự Do với những giá trị Tây Phương, tin tưởng vào tự do, tự quyết và Cơ Đốc Giáo bằng một nhóm người mới, quen thuộc hơn với các chế độ độc đoán. Những di dân bất hợp pháp này quá quen với xã hội chủ nghĩa và sự trấn áp của cộng sản hay luật Sharia nghiêm khắc nhất.

Với giới Toàn Cầu Hóa, dân tộc nào cũng tốt hơn đám da trắng Cơ Đốc Giáo Phương Tây.

Kế hoạch của họ là thay thế chúng ta bằng cách mang vào các sắc dân mới thích hợp với một chính phủ toàn cầu. Việc này được biết là 'di dân thay thế'. Đó là tại sao ta có biên giới hoàn toàn mở, và một hệ thống trừng phạt thẳng tay những người muốn cản họ.

Đây là một ưu tiên hàng đầu của giới Toàn Cầu Hóa, như một phương tiện tạo bất ổn và thay thế cử tri bằng một khối cử tri từ thế giới đệ tam, đã mang họ lên nắm quyền và cung cấp nhân sự cho một nước cảnh sát trị và quân sự toàn diện.

Việc này cần phải bị chặn. Xây tường, đóng cửa biên giới, và trục xuất di dân lậu.

GIẢI GIỚI PHƯƠNG TÂY

Xuyên suốt qua khắp thế giới Phương Tây, giới Toàn Cầu Hóa đã đạt được những thành quả đáng kể trong việc giải giới dân chúng.

Trong những xứ như Anh và Úc, dân chúng đã bị nhồi sợ tận cùng, tới độ họ không còn hiểu được tại sao trong bất cứ xứ tân tiến nào, một người có văn hoá lại cần có súng. Nhiều người nhìn những người có súng như dân tiền sử.

Tuy nhiên, dân Úc mau mắn khám phá ra hậu quả của việc giải giới khi họ trực diện với cảnh khóa cửa độc đoán trong thời đại dịch, khi họ bị bắt vì rời khỏi nhà hay phản đối qua Facebook và giam giữ trong các trại giam. Họ chứng kiến tận mắt thế nào là một dân tộc bị tước đoạt hết vũ khí và dân quyền.

Giới Toàn Cầu Hóa quyết tâm giải giới những quốc gia Tây Phương, đặc biệt là Hoa Kỳ là xứ có Tu Chánh Án thứ hai bảo đảm quyền mang súng. Họ sẽ kiên trì trong nỗ lực không ngừng trong nội bộ đảng Dân Chủ để thử lấy súng từ các tư gia và nhà kho Mỹ.

Chúng ta đã từng bị chiếm ngự, nhưng tôi rất nghi ngờ chúng ta sẽ cho phép bất cứ ai chiếm ngự chúng ta lần nữa. Một thí dụ rõ nét ta thấy khi giới Toàn Cầu Hóa dễ dàng kiềm chế đám dân không võ trang tại Thiên An Môn, nơi mà xe tăng đã cán nát những sinh viên phản đối.

Gần đây hơn, ta đã chứng kiến một cuộc đàn áp thảm khốc tại Hồng Kông. Tất cả mọi chống đối đều bị đàn áp, và những người chống đối bị bắt, tống đi các trại giam giữ bằng xe chở tù, Vì không có cách nào tự vệ, dân Hồng Kông đã đi vào một thời đại đen tối của sự thống trị của cộng sản dưới mô thức cộng sản Tầu. Mục đích của việc võ trang dân là để có kiểm soát và quân bằng. Nó được coi như cách quân bằng quyền lực để cản không cho Nhà Nước áp đặt một chế độ chuyên chế toàn diện.

Hơn nữa, nó giúp các cá nhân và gia đình tự bảo vệ chống tội phạm, như tấn công, cướp bọc, v.v... Chúng ta có một quyền thiêng liêng cho phép chúng ta bảo vệ sức khỏe và an toàn chống mọi đe dọa. Chúng ta có quyền tự bảo vệ.

PHI CÔNG NGHIỆP HÓA VÀ LÀM NGHÈO PHƯƠNG TÂY

Mục tiêu tiếp theo là phi công nghiệp hóa Phương Tây và tạo ra nghèo đói. Giới Toàn Cầu Hóa nuôi oán trách đối với Phương Tây vì chúng ta quá giàu và có quá nhiều tiện nghi.

Những người bảo thủ chủ trương duy trì tự do, thịnh vượng, và tài sản của dân. Chúng ta coi sự giàu có và tiện nghi như những dấu hiệu tích cực của tiến bộ.

Ngược lại, giới Toàn Cầu Hóa lại có quan điểm khác. Với họ, chúng ta càng giàu thì càng khó bị lừa và bị thống trị. Vì vậy, họ muốn tịch thu của cải và hạn chế quyền tiếp cận các tiện nghi tân tiến.

Họ chỉ muốn thịnh vượng cho chính họ, không phải cho người khác.

Vài năm trước, một trong những tuyên cáo nổi bật nhất tại Thảo Luận Kinh Tế Thế Giới là 'Bạn sẽ không sở hữu gì cả, và bạn sẽ hạnh phúc'.

Mục tiêu cuối cùng của họ là chiếm đoạt toàn bộ của cải và đẩy xã hội vào nghèo đói. Những người giàu có và có học thức là đối thủ đáng kể, khó kiểm soát và khó thống trị. Họ có nhiều triển vọng sẽ kháng cự và đánh trả.

Để có thể kiểm soát họ một cách hữu hiệu, việc thiết yếu là phải làm suy yếu giáo dục, địa vị kinh tế và rút cạn tài sản của họ.

Một cách để đạt được điều đó là phi công nghiệp hóa Phương Tây. Đây chính là chủ đề chính của phúc trình 'Giới Hạn của Tăng Trưởng' do Câu Lạc Bộ Rome (là một tổ chức của một nhóm trí thức, khoa học gia, kinh tế gia, doanh gia nghiên cứu về các vấn đề lớn của nhân loại như môi trường, dân số, tài nguyên, ...) công bố năm 1972. Mục tiêu của phúc trình là chế tạo ra khủng hoảng môi trường để cổ võ việc phi công nghiệp hóa Phương Tây.

Điều này đồng nghĩa với việc giảm và loại bỏ sản xuất năng lượng nội địa, sản xuất công nghiệp, sản xuất lương thực, và cuối cùng là hạn chế tiêu thụ của người dân.

Trên căn bản, chương trình nghị sự này muốn xóa bỏ mọi lợi ích của Cách Mạng Công Nghiệp, đồng thời hạn chế việc chúng ta tiếp cận điện, năng lượng thiết yếu như điện, khí đốt thiên nhiên, khí sưởi ấm, xăng cho xe và nhiều thứ khác.

Những người ủng hộ chương trình này căm ghét Chủ Nghĩa Tư Bản, đặc biệt là khả năng tạo ra của cải và tự do. Họ không thể biến các quốc gia Phương Tây thành cộng sản bằng vũ lực, nên họ dùng lừa dối, thuyết phục người dân rằng Chủ Nghĩa Tư Bản là nguyên nhân hủy hoại môi trường.

Mục tiêu cuối cùng là khai thác cảm giác tội lỗi về môi trường để tước đoạt tài sản, lối sống và lợi thế của xã hội Phương Tây. Chương trình nghị sự phi công nghệ hóa này nhắm lèo lái dân Phương Tây đi tới tự nguyện phi công nghệ hóa chính họ và doanh nghiệp của họ.

Chúng ta đang chứng kiến điều này diễn ra trong lúc này với vụ nổ gần đây của đường ống Nord Stream, việc đóng cửa đường ống Keystone XL, và việc gia tăng chưa từng thấy của giá khí sưởi ấm, dầu xăng và điện.

Các nhà máy điện bị đóng cửa từng cái một, kèm theo những nỗ lực phá hủy các cơ sở điện hạt nhân.

Chiến lược cốt lõi là phi công nghiệp hóa xã hội Tây Phương, đưa đến nghèo đói và đóng cửa doanh nghiệp nhỏ. Đây là một nỗ lực phối hợp chiến tranh kinh tế với chiến tranh tâm lý.

Chỉ sau khi quá trình phi công nghệ hóa này hoàn tất, thì các tập đoàn tài chánh Toàn Cầu Hóa mới được độc quyền hợp pháp vận hành các ngành công nghiệp này dưới cái dù của các tập đoàn Toàn Cầu Hóa.

Những ngành còn sót lại sẽ phải chịu thuế và luật lệ, cuối cùng đi tới phá sản. Đây là đỉnh cao của tư bản độc quyền, kèm theo ít tuyên truyền tâm lý nhằm lừa thế hệ trẻ và tầng lớp Tự Doda trắng tội lỗi tự nguyện nhượng bỏ thế giới tân tiến cho đám bạo chúa bất lương.

Họ vẫn tiếp tục thúc đẩy phi công nghệ hóa cho đến ngày nay. Họ muốn máy bay riêng và biệt thự dùng hơi ấm propane, khí đốt thiên nhiên, và điện dư thừa.

Họ thèm khát đoàn xe SUV và xe thể thao với đầy xăng octan. Tuy nhiên, họ không muốn bất cứ ai khác có bất cứ gì. Số phận chúng ta là vẫn ở mức nghèo đói trong khi họ hưởng thụ thịt bò trên các du thuyền sang trọng.

Đó là tại sao Obama viếng thăm Phi Châu và tuyên bố họ không thể sở hữu nhà lớn, có xe, có máy lạnh cho dù chính ông ta lại có ba dinh thự, máy bay riêng và có cả đoàn xe với gia nhân hầu hạ.

Đây là một trích dẫn một bài diễn văn Obama đọc tại Nam Phi. "Nếu tất cả mọi người đều tăng mức sống tới độ tất cả mọi người đều có xe hơi, tất cả đều có máy điều hoà không khí, tất cả đều có dinh cơ khổng lồ, thì trái đất này sẽ sôi sục, trừ phi chúng ta tìm được cách mới sản xuất năng lượng". Mục tiêu của họ là phi công nghệ hoá Tây Phương và cản thế giới đang phát triển không được công nghiệp hóa ngay từ đầu. Có nghĩa là giữ họ trong các căn nhà thô thiển làm bằng bùn, với đường ngoài nhà là cống rãnh, với mức sống tối thiểu, khả năng đến với y tế và nguyên liệu rất giới hạn.

Đây là cái nhìn của họ về tương lai của chúng ta: một thế giới đệ tam bao la cho chúng ta, trong khi họ sống trong các ốc đảo sa hoa với đầy máy bay riêng. Sâu bọ và nước đầy phân cho tụi bay, nhưng thịt bò và tôm hùm cho ta.

Khi các quốc gia được công nghệ hoá, người dân trở thành có học thức và giàu có, chuyển qua giai cấp trung lưu, trung lưu cao, hay thượng lưu. Một khi người dân và gia đình họ chuyển qua các giai cấp này họ sẽ trở thành rất khó chế ngự.

Do đó, rất cần thiết phải phi công nghệ hóa học trước khi họ có thể mở doanh nghiệp.

Nếu quá nhiều dân theo đuổi con đường này, họ có thể đạt tới mức giàu sang của giới Toàn Cầu Hóa. Tuy nhiên, nếu giới Toàn Cầu không kết nạp họ được một khi họ đã trở thành triệu phú, tỷ phú, thì có nghĩa là họ đã tạo ra những đối thủ cho nghị sự của họ. Do đó, họ phải nhờ vả vào phi công nghệ hóa để chinh phục chúng ta.

THU NHẬP CƠ BẢN PHỔ QUÁT

Một trong những cách giới khoa học gia chính trị phá vỡ gia đình da đen là làm họ thất chí qua các chương trình phúc lợi xã hội.

Ai cũng biết tiền miễn phí từ chính phủ có tác dụng thay đổi hệ thống não bộ. Họ không còn cố gắng trau dồi kỹ năng, khả năng chuyên nghề, và thiết lập một cơ sở kinh doanh nhỏ. Thay vào đó, họ trở thành lệ thuộc Nhà Nước để có thu nhập mà không cần phải làm gì hết.

Việc này đưa đến băng hoại đạo đức làm việc, động lực, lòng tự trọng, nhân phẩm và tinh thần.

Cộng đồng người da đen đúng là chuột bạch trong phòng thí nghiệm như chúng ta thấy.

Giờ đây, giới Toàn Cầu Hóa muốn đánh đổ nền kinh tế Phương Tây và đưa ra một hình thức làm việc mới trong vòng một thập niên, họ muốn đưa ra những nhân công AI để thay thế một phần đáng kể các nhân viên văn phòng và người máy robot để thay thế phần lớn lao động tay chân.

Một tác giả và trí thức Toàn Cầu Hóa, Yuval Noah Harari đã viết và nói rất nhiều về vấn đề này. "Cuộc cách mạng công nghệ sẽ sớm đẩy ra ngoài thị trường việc làm cả tỷ người, đưa đến sự ra đời của một 'giai cấp vô dụng', sanh ra những xáo trộn xã hội và chính trị mà không ý thức hệ hiện hữu nào có thể kiểm soát".

Sẽ còn ai để tham gia vào kinh tế? Chỉ còn thành phần ăn trên ngồi chóc của xã hội và các chủ kinh doanh giàu có.

Trong kịch bản này, chuyện gì sẽ xảy ra khi nhân công không còn tiền và không thể trả tiền nợ mua nhà, tiền thuê nhà và mua thực phẩm?

Giới Toàn Cầu Hóa có giải pháp cho việc này: thu nhập cơ bản phổ quát (Universal Basic Income, UBI). Trên căn bản, nghĩa là phúc lợi Nhà Nước cung cấp cho tất cả.

Bạn sẽ nhận được một căn hộ như quan tài cỡ 18,5m^2, một số tiền thu nhập cơ bản mỗi tuần hay mỗi tháng và vài bảo hiểm y tế.

Nghe có vẻ hấp dẫn, nhưng có vài vấn đề nổi bật.

Dĩ nhiên, giới Toàn Cầu Hóa mường tượng tương lai kiểu này vì đây là thế giới mà họ sở hữu và kiểm soát tất cả nguồn tài nguyên của Trái Đất trong khi tất cả mọi người khác phải nhờ vả vào những trợ cấp phúc lợi của Nhà Nước.

Ai sẽ trả tiền chi chính sách thu nhập cơ bản phổ quát này? Không phải giới Toàn Cầu Hóa. Mà đó sẽ là gánh nặng cho những người vẫn còn phải đóng thuế vì vẫn còn phải đi làm hay điều hành tiểu thương. Chúng ta sẽ là những người trả chi phí cho chương trình phúc lợi khổng lồ của Nhà Nước.

Những người nhận sẽ chịu chung số phận với cộng đồng da đen dưới thời TT Johnson.

Cộng đồng da đen khám phá ra chương trình phúc lợi của TT Johnson có những điều kiện đặc biệt. Ông ta có thể đòi hỏi bất cứ gì ông muốn, đổi lấy tiền trợ cấp.

Giới Toàn Cầu Hóa có những điều kiện gì kèm theo chương trình thu nhập cơ bản phổ quát?

Có thể bạn sẽ phải trải qua nhiều mổ sẻ ghép bộ phận. Bạn có thể bị bắt buộc phải dùng hệ thống tiền số điện tử của ngân hàng trung ương. Có thể bạn sẽ phải đồng ý bị theo dõi 24 giờ bằng máy thu hình và thu âm trong căn hộ quan tài của bạn.

Có thể bạn sẽ phải tôn trọng những luật lệ cộng sản đơn phương tùy tiện áp đặt bởi Nhà Nước như đang xảy ra bên Tầu. Nếu không, điểm tín dụng xã hội của bạn sẽ bị giảm và bạn sẽ bị bớt tiền Universal Basic Income (UBI).

Hay một cách khác, bạn có thể bị bắt buộc phải chịu mổ sẻ chuyển giới hay phải nhận những chích ngừa thử nghiệm sẽ khiến bạn trở thành triệt sản hay tạo rối loạn trong mức tế bào nam hay nữ.

Nghe có vẻ là một kế hoạch lý tưởng không? Bạn có sẵn sàng ghi tên gia nhập chương trình UBI hôm nay không?

THUẾ CO_2 TRÊN NGƯỜI PHƯƠNG TÂY

"Những người gây ô nhiễm cho môi trường sẽ phải chịu trách nhiệm về việc sản xuất ra chất carbon. Một cái giá cho carbon sẽ được ấn định, để rồi cuối cùng sẽ đi đến sự phá hủy của nhiên liệu hóa thạch". Trích phim của Hội Thảo Kinh Tế Thế Giới 2016 (8 tiên đoán cho thế giới vào năm 2030).

Họ muốn tịch thu tài sản của bạn qua thuế đánh trên carbon. Họ dự tính gọi cardon dioxide là tố chất ô nhiễm và áp đặt thuế và tiền phạt lên những người sản xuất nó. Đây chính là một tố giác cuội.

Vấn đề là carbon dioxide không phải là tố chất ô nhiễm. Đây là một phân tử thiết yếu cho sự sống và tất cả mọi sinh vật đều được cấu tạo bằng tố chất đó. Chúng ta thở ra carbon dioxide. tất cả mọi hành động của chúng ta đều sản xuất ra carbon, là tố chất nuôi dưỡng trái đất. Nó kích động tăng trưởng của cây cỏ, trái cây, rau quả, thực phẩm và gia súc.

Dù vậy, chúng ta đã bị lừa và cho biết carbon sẽ đưa đến tận thế nhân tạo và phá nát trái đất. Lý do chính đưa đến hù dọa này là để biện minh cho việc phi công nghệ hóa chúng ta và bào chữa cho việc tịch thu tài sản của kinh doanh và gia đình qua thuế trên carbon.

Đây là một nỗ lực khác để thiết lập thị trường tín dụng carbon, chỉ là một cách khác để chiếm hữu tài sản, Họ là bọn ăn cắp, sẵn sàng ăn cắp bất cứ gì mà bạn cho phép họ. Họ sẽ lấy tất cả từ bạn. Một châm ngôn thịnh hành trong giới Toàn Cầu Hóa chính là câu nói của Thomas Tusser: "Một người khùng và tiền bạc của anh ta có thể dễ dàng được tách riêng ra".

XÓA BỎ QUYỀN TƯ HỮU

"Bạn sẽ không sở hữu gì hết và sẽ hạnh phúc. Bạn sẽ có thể thuê bất cứ gì và sẽ nhận được qua drones". Trích phim của Hội Thảo Kinh Tế Thế Giới 2016 (8 tiên đoán cho thế giới vào năm 2030).

Giới Toàn Cầu Hóa, một nhóm quyền thế nhỏ, muốn sở hữu hoàn toàn. Đây là đường lối Mác-xít.

Trong thế giới mà giới Toàn Cầu Hóa nắm trọn quyền, sẽ có một nhóm tinh hoa nhỏ, bộ Chính Trị, và một nhóm quý tộc với tất cả tài sản, quyền lực, tài nguyên, và tài sản như trong một xứ Mác-xít.

Ngược lại, quần chúng sẽ trở thành nghèo khó, thiếu học, thất chí và phá sản. Họ muốn thiểu số quyền thế và những tập đoàn của họ sở hữu tất cả tài sản và đất đai. Việc này thích hợp với ý kiến của Karl Marx về việc hủy bỏ tài sản riêng tư cho cá nhân và nông gia.

Nhà Nước và các tập đoàn cộng sản đồng minh sẽ sở hữu tất cả nhà cửa, nông trại, đất đai, và kinh doanh. Đám quần chúng nghèo nàn sẽ phải thuê căn hộ, xe cộ, quần áo, dụng cụ bếp núc, và máy truyền hình từ giới Toàn Cầu Hóa.

Nhà Nước và các tập đoàn sở hữu tất cả. Bạn sẽ nhận được thu nhập cơ bản phổ quát, điểm tín dụng xã hội và vài phân bổ khác từ Nhà Nước do các tập đoàn kiểm soát. Hãy chuẩn bị ăn sâu bọ, và uống nước nhà cầu. Bằng cách nào đó, bạn sẽ cảm thấy hạnh phúc.

LOẠI BỎ THỊT CHO CÔNG CHÚNG VÀ KIỂM SOÁT NÔNG NGHIỆP

"Bạn sẽ ăn bớt thịt, được coi như là cao lương thỉnh thoảng được nhận, không phải là thực phẩm thiết yếu.

Vì tốt cho môi trường và cho sức khỏe chúng ta". Trích phim của Hội Thảo Kinh Tế Thế Giới 2016 (8 tiên đoán cho thế giới vào năm 2030).

Tiên đoán khác cũng từ nhóm này: loại bỏ tiêu thụ thịt trong quần chúng.

Thay vì thịt, là thứ tăng cường vận hành của não bộ, tỷ số thông minh IQ, và sức khỏe nói chung, họ đề nghị chúng ta ăn côn trùng và sâu bọ trong đó có một protein độc hại gọi là chitin.

Khác với gia súc khi có thể dễ dàng loại bỏ bộ phận tiêu hóa để chỉ còn tiêu thụ bắp thịt và mỡ, tẩy rửa các bộ phận trong côn trùng là một thử thách lớn.

Các cơ sở chế xuất sẽ tán côn trùng, trộn lẫn tất cả trong một món ăn hay bột mì tốt, và bạn sẽ tiêu thụ trọn vẹn. Làm như vậy, bạn đã nuốt vào tố chất độc hại chitin lẫn phân trong hệ thống tiêu hóa của côn trùng.

Đây chính là cái mà họ muốn cho chúng ta ăn.

Đây cũng là sách lược khác dùng để khiến giai cấp thấp dân đáng bị loại, trở nên thất chí và mất nhân tính.

Công cụ kiểm soát chính của đám cách mạng cộng sản là khả năng kiểm soát việc sản xuất thực phẩm. Qua việc kiểm soát đó, họ có thể tạo ra nạn đói trong quần chúng và trừng phạt nguyên cả từng vùng vì bất tuân chỉ thị của họ.

Ta đã chứng kiến chính sách này qua quy mô khổng lồ dưới cuộc cách mạng cộng sản của Mao bên Tầu và qua nạn đói gọi là Holodomor do Liên Xô áp đặt lên Ukraine, khiến có thể đã có tới 5 triệu người chết đói. Hàng chục triệu người đã chết vì kiểm soát áp đặt lên sản xuất nông nghiệp và thực phẩm.

Giới Toàn Cầu Hóa nhìn nhận hệ thống kiểm soát họ cần có là thực phẩm, nước, năng lượng, y tế, và thông tin.

KIỂM SOÁT THỰC PHẨM, NƯỚC, NĂNG LƯỢNG, Y TẾ, VÀ THÔNG TIN

Ở Hòa Lan và nhiều quốc gia Âu Châu khác, Liên Âu đã tích cực cố giảm số gia súc nuôi dưỡng cả lục địa.

May mắn thay, nông dân không thụ động chấp nhận. Họ đang chống cự và phản đối trên đường phố với xe máy kéo của họ.

Đây chỉ là giai đoạn mở đầu của chiến lược của giới Toàn Cầu Hóa muốn chiếm toàn quyền kiểm soát tất cả tài nguyên thiết yếu, gồm có thực phẩm, năng lượng, nước, thuốc men, và thông tin.

Một khi họ chiếm được quyền kiểm soát những khía cạnh trên của xã hội, họ sẽ có thể gây ảnh hưởng đáng kể trân quần chúng.

Thêm vào đó, theo kinh nghiệm lịch sử, nông dân đã chứng minh họ là những nhóm khó kiểm soát và kiềm chế nhất trong một cuộc cách mạng cộng sản.

Do đó, giới Toàn Cầu Hóa cần phải cố gắng tiêu diệt họ trước tiên, tước đi của họ nông trại, đất đai, sinh kế, tính độc lập và tinh thần họ.

May thay, nông dân đã biểu dương tính can đảm và đánh trả.

Chúng ta không được miễn khỏi những tấn công kiểu này trên đất Mỹ. Từng bước một, giới Toàn Cầu Hóa chiếm hữu đất nông trại vĩ đại. Không lâu nữa, ho sẽ cố dùng kỹ thuật tương tự để nắm quyền kiểm soát nguồn cung cấp thực phẩm, để kiểm soát quần chúng.

Việc này đã xảy ra với năng lượng, sản xuất nước, thuốc men, và hệ thống thông tin.

Chúng ta cần bảo vệ những khía cạnh thiết yếu đó của kinh tế và xã hội để tránh kiểm soát đơn phương của giới Toàn Cầu Hóa.

LÀM SUY SỤP HOA KỲ LÀ MỘT CƯỜNG QUỐC THẾ GIỚI

"Hoa Kỳ sẽ không còn là siêu cường lãnh đạo. Một nhúm quốc gia sẽ thống trị". Trích phim của Hội Thảo Kinh Tế Thế Giới 2016 (8 tiên đoán cho thế giới vào năm 2030).

Khối dân lớn nhất chặn đứng cuộc thâu tóm toàn diện của giới Toàn Cầu Hóa và một bạo quyền Anh-Mỹ thống trị thế giới là Liên Bang Hoa Kỳ và tấm gương tôn trọng cá nhân, yêu chuộng tự do, thịnh vượng, Cơ Đốc Giáo và gia đình mà nước Mỹ truyền ra cho phần còn lại của thế giới.

Giới Toàn Cầu Hóa Mác-xít của 'Khai Sáng Bóng Tối' (Dark Enlightenment) không thể hoàn tất chương trình nghị sự của họ và chiếm các xứ Tây Phương khi bị Hoa Kỳ cản trở. Chính phủ Cộng Hòa Tư Bản Tự Do đã được sanh ra tại đây và nếu giới Toàn Cầu Hóa muốn chiếm đoạt Tây Phương, chính phủ này sẽ phải chết đây trước.

Cho dù văn hóa chúng ta tệ hại tới đâu, chúng ta trên căn bản vẫn là bảo thủ, theo Cơ Đốc Giáovà tư bản. Đó là những giá trị Tây Phương mà giới Toàn Cầu Hóa muốn phá vỡ.

Giới Toàn Cầu Hóa không ngừng hô hoán sự xuống cấp và tan vỡ của Hoa Kỳ như một siêu cường và sự nổi dậy của một 'Trật Tự Thế Giới' mới, trong đó một nhóm quốc gia được lựa chọn như Liên Âu và Tầu, sẽ thống trị. Như những tiên đoán cho năm 2030 đã vạch ra, mục đích của họ là phá vỡ Hoa Kỳ như siêu cường vào cuối thập niên này.

Để đạt được mục tiêu đó, họ đề nghị nhiều cách. Ta hãy điểm qua vài cách:

1. Hạ giá tiền tệ của ta.

2. Tràn ngập xứ ta với 100 triệu di dân lậu, rồi kích động một cuộc cách mạng.

3. Khiến hệ thống an sinh phúc lợi của ta quá nặng nề tới độ cả nước phá sản.

4. Thúc đẩy bạo lực trong các khối dân thiểu số qua bạo loạn.

5. Tham gia vào các xung đột nguy hiểm với các cường quốc nguyên tử.

6. Mở cửa biên giới cho khủng bố tràn vào, có thể khiến tê liệt các dàn lưới điện lực hay cho nổ bom bẩn nguyên tử.

7. Chia rẽ xứ ta tới độ một vùng tách ra khỏi liên bang.

8. Đẩy chúng ta cùng lúc tham gia vào ba cuộc chiến tranh tại Âu Châu, Á Châu, và Trung Đông.

9. Phá vỡ nguồn cung cấp thực phẩm và năng lượng đưa đến nạn đói tràn lan.

10. Tuyên cáo tình trạng khẩn cấp và thiết quân luật, gán nhãn hiệu khủng bố nội địa với quan điểm dân túy lên một nửa số dân, tống họ đi các trại cải tạo.

11. Tấn công khiến tê liệt toàn bộ hệ thống mạng.

12. Bệnh X.

Những biện pháp trên có là khó thực hiện trong thế giới ngày hay không? Trong khi nhiều khoa học gia cho rằng rất khó, họ lại cho rằng không thể vô vọng hoàn toàn.

Với Hoa Kỳ bị loại, giới Toàn Cầu Hóa sẽ có cơ hội chiếm quyền kiểm soát trên các xứ còn lại của Tây Phương và thực hiện chính phủ toàn cầu.

THEO DÕI BẰNG ĐỊNH DANH SỐ

Mục tiêu kế tiếp là thực thi hệ thống định danh số vào lưới giám sát Trang Mạng Vạn Vật -Internet of Things-. Dự án thí điểm này đã được thực hiện bên Tầu, nơi mỗi cá nhân có một định danh số gắn liền với điện thoại thông minh.

Trang Mạng Vạn Vật là việc đưa Internet vào các vật dụng thường ngày: cột đèn, tủ lạnh, máy giặt, xe hơi… Các thiết bị được điện tử hóa và nối mạng, tạo thành một lưới giám sát tổng hợp theo dõi hoạt động của công dân.

Đây là một hình ảnh cho thấy họ chỉ có thể thống trị xã hội khi có công nghệ đúng.

Họ còn có vệ tinh quỹ đạo thấp, có thể truy vết bất kỳ công dân nào sử dụng định danh số hoặc qua lưới máy thu hình trên đường phố, theo dõi mua sắm, liên kết các dụng cụ đặc trưng của mỗi người và các trương mục qua Trang Mạng Vạn Vật.

Bây giờ họ muốn áp dụng phương thức đó ở Phương Tây. Ý định của họ là theo dõi liên tục và truy vết bạn để tiến tới bước kế tiếp: điểm tín dụng xã hội.

ĐIỂM TÍN DỤNG XÃ HỘI

Điểm tín dụng xã hội -social credit scores-, dựa trên những quy luật tùy tiện của cánh tả như cấm chỉ định sai giới tính người khác, gọi tên sai khi họ đã đổi tên từ

Phil qua Phyllis, hay nói lên quan điểm tiêu cực về một người Hồi Giáo hãm hiếp một bé gái 7 tuổi trong một công viên gần đó, đưa đến những phạt tiền vì ngôn ngữ thù ghét.

Do đó, điểm tín dụng xã hội của bạn sẽ bị giảm từ 800 điểm xuống còn 650, với những hậu quả đáng kể về tài chánh và xã hội.

Đây là biểu tượng tối hậu của văn hóa xóa bỏ, thổi phồng tới cực điểm.

Bạn sẽ không thể đi vay mượn tiền, thuê xe, thuê căn hộ. Nếu điểm tín dụng của bạn xuống quá thấp, người hàng xóm của bạn sẽ tránh không muốn liên hệ với bạn vì điểm của chính họ sẽ bị giảm nếu họ bị khám phá đã gần bạn quá lâu trong lưới theo dõi.

Cuối cùng bạn sẽ không thể mua thực phẩm, thực hiện những giao dịch kinh doanh hay có được việc làm nếu điểm tín dụng xã hội của bạn quá thấp.

Sẽ không ai mướn bạn làm việc vì nếu họ mướn người với điểm tín dụng xã hội thấp, công ty mướn họ sẽ nhận được điểm tín dụng thấp luôn.

Đây là biểu tượng cho hệ thống tài chánh độc đoán mà họ muốn thiết lập. Tất cả đều dựa trên những quy luật tùy tiện, vô lý của cánh tả mà họ sáng chế ra để tiếp tục khiến bạn thất chí, bỏ đạo, và xóa bỏ nhân tính trong quần chúng.

Việc này nghe có quá đáng trong thế giới Tây Phương không? Vâng, không quá đáng. BlackRock và nhiều tập đoàn tài chánh lớn của Tây Phương đã ép phần lớn các công ty Tây Phương lớn phải áp dụng một hệ thống điểm tín dụng xã hội theo mô thức Tầu. Điểm tín dụng này, được biết như là điểm ESG có tính tùy tiện và được áp đặt bởi những người ủng hộ những luật của cánh tả. Những công ty không tuân phục, sẽ thấy điểm ESG bị giảm và bị từ chối tài trợ và đầu tư.

Đây chính là động lực đằng sau việc kế hoạch Tháng Hãnh Diện Đồng Tính -Pride Month- bất ngờ nổi lên trong Phương Tây, nơi mà các thương hiệu lớn và tập đoàn đổi thương hiệu của họ thành những cầu vòng đồng tính tháng Sáu qua. Đây là hiệu ứng của điểm tín dụng xã hội ESG trên các công ty. Cần bao lâu thì chính sách này được áp đặt trên quần chúng? Đây là việc thích hợp với khái niệm tới: thành phố 15 phút.

KHU Ổ CHUỘT KIỂU MỚI: THÀNH PHỐ 15 PHÚT

Trong Thế Chiến II, Hitler lập các khu bị rào lại để nhốt kẻ ăn hại vô dụng trước khi đưa lên xe lửa chở đi trại tập trung. Những khu này được gọi là ghetto. Ngày nay, giới Toàn Cầu Hóa lập ra ghetto số -digital ghetto-, gọi là thành phố 15 phút.

Đây là các thành phố kỹ thuật cao với các tiện ích thiết yếu như cửa tiệm và tài nguyên, đều có vị trí tiện lợi, trong vòng đi bộ 15 phút. Ý định là để loại bỏ nhu cầu của xe hơi. Ít nhất đó cũng là lời quảng cáo.

Đây thật ra là những nhà tu lộ thiên với mục đích phi công nghệ hóa dân chúng. Tầu đã có những cơ sở loại này, nơi mà các cá nhân bị giam lỏng trong các căn hộ 200–300 ft vuông, thực tế sống như nô lệ. Đó chính là thành phố 15 phút. Hãy là một nô lệ tốt, nếu không điểm tín dụng xã hội của bạn sẽ chịu hậu quả. Lưới theo dõi sẽ luôn luôn theo dõi mọi hành động của bạn.

Bạn sẽ không thể mang ra bất cứ gì được, do đó tốt

hơn hết bạn nên là một công dân tốt. Hãy tự kiềm chế, không thực hành Cơ Đốc Giáo hay Do Thái Giáo, nếu không chúng tôi sẽ khám phá ra những hành động của bạn và bạn sẽ trực diện với hậu quả, có thể đưa đến nhốt tù trong trại.

Đó là điểm tín dụng xã hội kết nối với Trang Mạng Vạn Vật trong thành phố 15 phút. Đây là viễn kiến của họ dành cho bạn. Với những người từ chối nghe lệnh, họ sẽ là mục tiêu tới của nghị sự: trại cải tạo.

TRẠI CẢI TẠO

Trại cải tạo là nơi đưa những người không chịu tuân thủ chương trình nghị sự vào. Đó là lý do chính yếu.

Ý định là gửi những cá nhân này vào để họ học được bài học, chịu trừng phạt, trải qua tẩy não, và cuối cùng trở thành công dân tuân thủ luật pháp. Những trại cải tạo đã được xây dựng trong nhiều xứ Tây Phương. Đã được triển khai tại Trung Hoa, nơi họ đã thử nghiệm kế hoạch này.

Bạn còn nhớ Jack Ma, tỷ phú giàu nhất Tầu, đã từng công khai chỉ trích chính quyền và vi phạm luật? Một cách bí hiểm, anh ta biến mất khỏi công chúng và tái xuất hiện lại vài tháng sau.

Jack Ma đã đi đâu? Anh ta đi vào trại cải tạo để học những bài học đáng nhớ về phục tùng. Thật là một gương sáng cho Tây Phương!

Nếu bạn thấy kịch bản này có vẻ đi quá xa trong thế giới Tây Phương, xin đừng quên các trại tập trung của TT Roosevelt, những trại tập trung của Hitler, và việc COVID nhốt tất cả tại Úc Châu.

TIỀN KỸ THUẬT SỐ
NGÂN HÀNG TRUNG ƯƠNG

Mục tiêu kế tiếp là CBDC (Central Bank Digital Currency) là tiền số điện tử mà Ngân Hàng Trung Ương đang tích cực mang vào thị trường.

Dự án này nhằm loại bỏ nhu cầu hệ thống ngân hàng tư của vùng hay địa phương. Thay vào đó, mỗi cá nhân chỉ có một trương mục ngân hàng trong hệ thống của một ngân hàng trung ương độc đoán như hệ thống FED-COIN từ Ngân Hàng Dự Trữ Mỹ, hay BRIT-COIN của Ngân Hàng Anh Quốc.

Bằng cách này, họ có thể phát hành tiền thảo chương - programmable money-, hoàn toàn dưới sự kiểm soát của họ. Họ có thể quyết định ai nhận được, có thể ngăn chặn không cho nhận, hay có thể tịch thu luôn. Họ có thể theo dõi mọi dịch vụ và biết được mọi khía cạnh của cuộc sống của bạn. Họ có thể trừng phạt bạn vì mua hay bán những thứ 'sai lầm'.

Họ có thể giới hạn việc bạn lấy tiền, cản không cho bạn mua những hàng Nhà Nước cấm hay hàng lậu. Nếu bạn mua những hàng cấm kỵ dựa trên điểm tín dụng xã hội của bạn, bạn sẽ không có tiền mua.

Tiền số điện tử và thẻ tín dụng của bạn sẽ không được nhận, và bạn sẽ không thể mua hàng được. Rồi, họ có thể từ từ khiến tiền của bạn biến mất hay ép bạn phải tiêu xài. Họ có thể cản bạn để dành tiền, cản không cho bạn xây dựng tài sản cho bạn và gia đình.

Bạn bị bắt buộc phải xài tiền số điện tử đó, nếu không sẽ mất. Bằng cách này, họ sẽ kiểm soát hoàn toàn tiền của bạn và từ đó, kiểm soát cả xã hội.

Thử tưởng tượng bạn trực diện với đe dọa trên nếu

bạn nghĩ bạn đang làm việc đúng khi chống cự những bạo chúa. Họ sẽ đè dẹp mọi phong trào kháng cự.

CÔNG NGHỆ CẤY GHÉP

Đi xa hơn nữa, họ muốn đi tới mức mà tiền điện tử của ngân hàng trung ương và mã số lý lịch điện tử -digital ID- không còn bị giới hạn trong điện thoại di động nữa. Vì điện thoại di động có những thất bại như bạn có thể dễ dàng quên nó ở nhà mà vẫn có thể có những giao dịch mua bán không qua tiền số điện tử.

Bạn có thể nói chuyện với những người khác mà không thể bị theo dõi được nếu bạn bỏ điện thoại ở nhà, bỏ trong xe hay quăng nó xuống sông. Như vậy, làm sao họ theo dõi bạn được? Hình thức cao nhất của điểm lý lịch điện tử và tiền điện tử của ngân hàng trung ương là cấy ghép vào vào da của bạn một con chip hay một hình xăm điện tử trên tay, cánh tay hay đầu bạn. Xăm điện tử là bước kế tiếp của nghị sự. Họ muốn cấy con chip vào dân chúng như gia súc.

Nhiều người sẽ sẵn sàng cho cấy nếu cấy vào óc vì họ đã được quảng bá là họ sẽ thông minh hơn, được kết nối trực tiếp với trang mạng internet, thông minh nhân tạo AI, và nhiều khả năng mới họ sẽ nhận được. Nhiều người khác sẽ trả tiền để được cấy ghép vào óc vì họ sẽ có thể tiếp cận thế giới ảo trong đó họ sẽ trải nghiệm được những cảm giác ảo để họ tưởng như đó là thế giới thật như trong phim The Matrix.

Nghe như khoa học giả tưởng? Nhưng không. Kỹ thuật này đang được phát triển và giới ngay bây giờ đang hợp tác với các đại tập đoàn công nghệ cao để mang nó vào chương trình chính phủ thế giới của giới

Toàn Cầu Hóa, được gọi là Địa Ngục trên Thế Giới -Hell on Earth. Toàn Cầu Hóa Dưới đây là trích dẫn một phần cuộc thảo luận tại Hội Thảo Kinh Tế Thế Giới năm 2017 về những cấy ghép tương lai và hậu quả có thể có của kỹ thuật này trên xã hội Phương Tây, giữa Klaus Schwab, chuyên gia hàng đầu của giới Toàn Cầu Hóa và Sergey Brim, người đồng sáng lập Google.

Klaus Schwab: "Anh có thể tưởng tượng trong mười năm nữa, khi chúng ta ngồi đây, chúng ta sẽ được cấy ghép trong não và tôi có thể có ngay cảm giác, vì tất cả các anh sẽ được cấy ghép và chúng ta có thể đo lường các làn sóng trong não... Bước kế tiếp là tất cả chúng ta sẽ không cần bầu cử gì nữa vì chúng ta đều có thể tiên đoán trước và sau đó chúng ta không cần bầu cử nữa vì chúng ta đã biết trước kết quả. Anh có thể tưởng tượng một thế giới như vậy không?"

Sergey Brim: "Vâng, anh có thể hỏi thêm tại sao chúng ta lại cần những người lãnh đạo qua bầu cử vì anh đã có những quyết định từ trước rồi. Tôi nghĩ một lần nữa, hình như anh đã đi vào phạm vi những câu hỏi rất sâu sắc".

CHÍNH PHỦ THẾ GIỚI

"Trước mắt, chúng ta có cơ hội tạo ra cho chúng ta và các thế hệ tương lai, một trật tự thế giới mới, một thế giới trong đó luật pháp, không phải là luật rừng, sẽ điều khiển việc quản trị đất nước. Khi chúng ta thành công, và chúng ta sẽ thành công, chúng ta sẽ có một dịp may thật sự để có trật tự thế giới mới này, một trật tự trong đó Liên Hiệp Quốc qua vai trò lực lượng bảo vệ hòa bình có thể thực hiện được những hứa hẹn và viễn kiến của những người đã thành lập ra Liên Hiệp Quốc". George H. W. Bush, 17 Tháng Giêng, 1991.

Đây là trích dẫn từ tổng thống Hoa Kỳ George H.W. Bush năm 1991. Ông đã từng là giám đốc CIA và đến từ khối Toàn Cầu Hóa. Cha của ông, Prescott Bush là một nhân vật quan trọng sớm nhất trong khối Toàn Cầu Hóa và của nhóm tinh hoa Rockefeller.

Bush nhắc tới 'viễn kiến của những người thành lập ra Liên Hiệp Quốc là nói về viễn kiến một chính phủ thế giới của Cecil Rhodes và Alfred Milner. Viễn kiến này đã được Rockefeller và các đồng nghiệp thực hiện khi họ thành lập ra Liên Hiệp Quốc, như là tiền thân của 'Trật Tự Thế Giới Mới'.

Mục tiêu tối hậu của phong trào Toàn Cầu Hóa là thực hiện được một chính phủ thế giới, con quái vật mà Cecil Rhodes và Milner mường tượng từ một thế kỷ trước.

Trong đầu phong trào Toàn Cầu Hóa, đây chính là kế hoạch thiết lập chính phủ toàn cầu, luôn là mục tiêu tối hậu của họ. Họ tin tưởng vững chắc vào viễn kiến của họ tới độ mỗi năm đều có Họp Thượng Đỉnh Chính Phủ Thế Giới tại Dubai, vào khoảng Tháng Hai.

Trong các buổi họp thượng đỉnh đó, họ công khai thảo luận nhiều đề tài như tiền số điện tử của ngân hàng trung ương, trang mạng vạn vật, loại bỏ việc tiêu thụ thịt, áp đặt thuế carbon, giới hạn Tự Dongôn luận, và phát triển hệ thống kiểm soát thông minh qua kết hợp não với AI.

Tất cả những thảo luận và kế hoạch ta bàn trong phần này, chương trình nghị sự của nhóm Toàn Cầu Hóa, đều được kế hoạch hóa kỹ lưỡng trong các cuộc họp được thu hình trực tiếp. Giới Toàn Cầu Hóa hội họp nhiều lần hàng năm để chỉnh sửa kế hoạch hành động của chương trình nghị sự để đạt được một chính phủ thế giới của các tập đoàn.

Họ triệu tập họp về chính sách, động não để lấy những quyết định làm sao thực hiện nghị sự này trong Tây Phương. Mục tiêu cuối cùng của họ là áp đặt nghị sự của họ lên đầu chúng ta, khống chế chúng ta và khai thác chúng ta như đám lừa.

Khía cạnh đáng quan tâm nhất là rất nhiều công chức liên bang, quan tòa, thành viên quốc hội, lãnh đạo ngân hàng và các đại tập đoàn lại là thành viên của câu lạc bộ Toàn Cầu Hóa. Họ đã chấp nhận kế hoạch và thậm chí đã phát hành sách về Trật Tự Thế Giới Mới, và sự xuống dốc của Hoa Kỳ để dọn đường cho mô hình Tầu.

Giai cấp sở hữu và chính trị đã phản bội chúng ta.

"Bây giờ là lúc mọi sự đang thay đổi. Sẽ có một Trật Tự Thế Giới Mới và chúng ta cần lãnh đạo nó. Và chúng ta phải đoàn kết cả thế giới để làm việc này". Joe Biden, 21 tháng 3, 2022.

THỐNG TRỊ TOÀN DIỆN - MỘT THIỂU SỐ QUYỀN THẾ

Mục tiêu tối hậu của giới Toàn Cầu Hóa là thiết lập một chế độ thống trị toàn diện trên Phương Tây, gọi là 'full-spectrum dominance', là một danh từ quân sự để chỉ sự kiểm soát toàn diện một chiến trường. Họ muốn quyền lực tuyệt đối và sẽ không ngừng nghỉ cho tới khi đạt được nó. Kế hoạch của Toàn Cầu Hóa là tác động sự thống trị này một khi lưới kiểm soát công nghệ cao của họ được hoàn tất. Rồi họ sẽ kích động hàng loạt tình trạng khẩn cấp như chiến tranh, đại dịch, dàn lưới phá mạng internet, tấn công bằng vũ khí nguyên tử, và hay sự sụp đổ kinh tế quy mô. Một khi những cú sốc tương lai này được kích động, họ sẽ cho các chính phủ ủy nhiệm của họ kích động quyền lực khẩn cấp vượt qua bất cứ dân quyền nào của quần chúng.

Dưới những quyền hạn độc đoán, những người được giới Toàn Cầu Hóa trung gian ủy nhiệm (thủ tướng, tổng thống, thống đốc) có thể nhấn 'nút bấm giết trang mạng' - để đóng cửa tất cả thông tin liên lạc của giới ngoài chính quyền.

Khi đó, họ có thể thiết lập Luật Marshall, đóng cửa tất cả và mang quân đội, lực lượng quân sự của NATO, hay của Liên Hiệp Quốc để làm quân cảnh nội địa. Những lực lượng này sẽ bắt giữ bất cứ người nào chống đối, gửi họ đi các trại tập trung, hay tệ hơn nữa.

Đây là chiến lược của giới Toàn Cầu Hóa trong Giai Đoạn 3 'Khủng Hoảng' để áp đặt 'Thống Trị Toàn Diện' lên Phương Tây.

SIÊU NHÂN (ÜBER-MENSCHEN)

Một chủ đề thấy thường xuyên trong hầu hết các tài liệu của Khai Sáng Bóng Tối, là nguồn gốc của Toàn Cầu Hóa và các phong trào xã nghĩa trong thế kỷ qua, là chủng tộc thượng đẳng. Giới Toàn Cầu Hóa và cánh tả trên căn bản kỳ thị chủng tộc, sống trong ảo vọng.

Triết gia Nietzsche mường tượng ra Übermensch, một loại chủng tộc siêu nhân sinh ra từ sự khôn ngoan của Khai Sáng Bóng Tối', như là bước kế tiếp cao hơn và sáng suốt hơn trong tiến trình phát triển của nhân loại.

Chính Darwin đã là thành viên của chủng tộc thượng đẳng đó, có duyên số loại trừ chủng tộc thấp và man rợ của lục địa đen tối.

Galton tin tưởng vào quyền lực của việc sinh sản siêu nhân, sản xuất ra những chủng tộc cao của Toàn Cầu Hóa trong khi cũng nhìn nhận việc sinh sản ra những thành phần hạ cấp của đám ngố, tội phạm và ngu đần.

Balvatsky rao giảng về chủng tộc siêu nhân Aryans, có sứ mạng chiếm hữu cả thế giới qua các nhà tiên tri đen tối, gọi là Maitreya. Ý kiến một chủng tộc cao hơn được thấy tràn lan trong tư tưởng của Khai Sáng Bóng Tối và Toàn Cầu Hóa. Huxley đi xa hơn một bước khi cổ võ khái niệm sát nhập nhân loại vào kỹ thuật công nghệ, sẽ đưa Toàn Cầu Hóa qua giai đoạn kế tiếp của tiến hóa nhân loại, biến họ thành những thần thánh siêu quyền lực.

Dù sao thì hệ thống tư duy này sẽ bắt buộc phải dẫn tới một kết quả chung. Những người theo chủ thuyết Khai Sáng Bóng Tối sẽ lật đổ xã hội tự do, thiết lập chế độ độc tài và tự đặt họ trong khối nhỏ quyền lực nhất. Từ đó, họ bắt đầu chiến dịch quy mô bắt nhốt, triệt sản và giết những đối thủ ý thức hệ, gồm có dân Do Thái, da đen, Cơ Đốc, và nhiều loại khác. Câu chuyện luôn kết thúc giống nhau.

Tuy nhiên, những người theo cánh tả đó không bao giờ đạt được sự thăng tiến hứa hẹn đó. Họ không bao giờ trở thành siêu nhân hay thần thánh họ tưởng tượng. Cuối cùng, họ sẽ bị phá hủy vĩnh viễn và ảo vọng của họ sẽ bị bỏ rơi lại.

Tuy nhiên, lần này, chúng ta phải quan tâm tới số nạn nhân vô tội sẽ bị diệt mất trong tiến trình nếu chúng ta không kháng cự và vượt qua bằng các cách ôn hòa trong chính trị.

DIỆT CHỦNG LẦN THỨ HAI

Các siêu nhân Toàn Cầu Hóa sẽ làm gì với đám chủng tộc thấp kém của Darwin, giới không thích hợp, giới ăn hại vô dụng? Họ sẽ phải bị tiêu diệt. Bằng cách nào? Hitler, Stalin và Mao đã có vài ý kiến.

Giới Toàn Cầu Hóa sẽ thống nhất hệ thống y tế tân tiến và thêm vào đó những tiến bộ của kỹ thuật cao.

MAITREYA VÀ AL-MAHDI

Ai sẽ cai trị chính phủ thế giới sắp tới và điều hành cuộc diệt chủng thứ hai để giảm dân số trái đất, loại bỏ các chủng tộc thấp của Darwin cùng những kẻ ăn hại vô dụng?

Vâng, một Hitler thứ hai dĩ nhiên. Có gì đáng ngạc nhiên khi Hitler được hậu thuẫn và tài trợ bởi giới Toàn Cầu Hóa nguyên thủy, khi đó tự gọi là giới Quốc Tế -Internationalists-. Trong nhiều gia đình vua chúa Âu Châu và Anh Quốc đã có người theo đảng Quốc Xã trước khi việc này trở nên hết hợp thời.

Hitler tin ông là đấng tiên tri của Khai Sáng Bóng Tối, là người đã được chọn, lãnh tụ -fuhrer- của tổ chức Thule Society theo chủ thuyết huyền bí Theosophical hay Maitreya. Một giáo sĩ Hồi Giáo của nhánh Shiite Ba Tư, đã giảng dạy Hitler là đấng tiên tri, Giáo Chủ thứ 12, gọi là Đấng Mahdi.

Ngày nay, sách của Frank Herbert, 'Dune', đã được phổ biến lại qua điện ảnh. Trong câu chuyện này, một ông hoàng trẻ đi tới một hành tinh hoang vắng, nơi mà dân Trung Đông địa phương tôn thờ anh ta như một Mahdi. Anh ta đã có được quyền lực siêu phàm, chiếm lãnh hành tinh và cả đế chế. Đây là diễn tả về Maitreya hay Mahdi của chủ thuyết huyền bí Theosophical và Hồi giáo. Những chuyện này thật sự là những niềm tin của giới Toàn Cầu Hóa.

Maitreya là tên bí mật của Đức Phật Thứ Năm, cũng là Kalki Avatar của tôn giáo Brahmin, đấng Tiên Tri cuối cùng sẽ tới trong đỉnh cao của Đại Chu Kỳ. Secret Doctrine I, tr. 384.

Không phải tất cả những người theo Toàn Cầu Hóa đều tin vào nhân vật này, nhưng một số thành viên huyền bí và Hồi Giáo tin một nhân vật như vậy sẽ giáng trần.

Người cuối cùng đã thực hiện những tiên tri là Adolf Hitler, người thống lãnh Đệ Tam Đế Chế – Third Reich.

Lần tới khi một người xuất hiện để hoàn tất rao giảng của giới Toàn Cầu Hóa, chúng ta sẽ có một al-Mahdi thực sự và Trật Tự Thế Giới Mới với ác mộng chính phủ toàn cầu kỹ thuật cao, cùng với việc Diệt Chủng (Holocaust) lần thứ hai.

LAO ĐỘNG VÀ BINH LÍNH NGƯỜI MÁY

Bây giờ, ta hãy xem kế hoạch Toàn Cầu Hóa để đạt được các mục tiêu trên. Ho có vấn cần nhân sự lao động trong các hãng xưởng, đồng áng, hầm mỏ và kinh doanh không? Họ làm sao tạo tài sản?

Câu trả lời là lực lượng lao động người máy -robot-. Một khi người máy hai chân hay phương tiện di chuyển người máy trở thành thông dụng, giống như điện thoại thông minh hay máy truyền hình đã hoàn toàn hội nhập vào cuộc sống của chúng ta, giới Toàn Cầu Hóa dự đoán họ sẽ không còn cần nhân công làm việc. Họ sẽ không cần tài xế xe tải, lao công và nhiều người khác. Thay vào đó, họ đã có một đạo quân người máy đáp ứng tất cả nhu cầu của họ.

Chuyện gì sẽ xảy ra cho các cá nhân bị mất việc? Giới Toàn Cầu Hóa đề nghị hai giải pháp: thu nhập cơ bản hay trại cải tạo.

Tuy nhiên, nếu quần chúng kháng cự lại kế hoạch này và từ chối không chịu tuân thủ?

Trong kịch bản này, giới Toàn Cầu Hóa liên tưởng tới việc huy động cảnh sát người máy và quân đội người máy để áp đặt ý muốn của họ.

Bill Joy, tỷ phú tổng giám đốc của Sun Systems, bày tỏ quan điểm của ông ta sau khi tham dự một hội nghị của giới Toàn Cầu Hóa Silicon Valley. Ông ta khẳng định tương lai thuộc vào người máy và nhân loại sẽ trở thành lỗi thời.

THUYẾT SIÊU NHÂN, TÍNH ĐỘC ĐÁO VÀ KẾT THÚC LỊCH SỬ

Giống mọi hệ thống niềm tin phức tạp, giới Toàn Cầu Hóa đã chuyển biến từ một chương trình nghị sự chính trị toàn cầu qua một tôn giáo.

Vì nó dựa trên Khai Sáng Bóng Tối, nó đã vay mượn những khái niệm của nhiều triết gia khác, là những triết gia đã tạo cảm hứng cho Karl Marx. Một trong những người đó là giáo sư Hegel.

Hegel dạy nhiều tư tưởng mới lạ nhưng đóng góp lớn nhất của ông vào cánh tả là ý nghĩ con người là một sinh vật lịch sử duy nhất, nghĩa là nhân loại có khởi đầu, hiện tại đang di chuyển vào trung điểm và cuối cùng sẽ tới điểm kết thúc.

Điểm kết thúc này là phiên bản Khai Sáng Bóng Tối của Vương Quốc -Kingdom- rao giảng bởi các vị John the Baptist, Jesus và John the Apostle.

Chỉ thay vì Vương Quốc thiên đường giáng trần để tạo ra thời vàng son hòa bình và cuộc sống vĩnh viễn cho nhân loại, thì...

Trong phiên bản của Hegel, trong nhiều thế kỷ nhân loại vật lộn giữa những xung đột chính trị và đạo đức, xoay chuyển qua lại giữa phía trái và phải. Ông ta gọi tiến trình rối rắm này là tranh luận và xung khắc để đạt giai đoạn kế tiếp của tiến trình xã hội trong biện chứng Hegel.

Cuối cùng, qua tiến trình đó Hegel tiên đoán, con người sẽ tới điểm cuối cùng. Hegel gọi thế giới ảo tưởng tới là 'kết thúc của lịch sử'.

Biến cố này được mô tả như cuộc chuyển hướng siêu đẳng qua giai đoạn kế tiếp đi xa hơn thế giới ta biết.

Mác bám vào tư tưởng này, mô tả mục tiêu của cộng sản là tham gia và đẩy xa hơn biện chứng này để mang nhân loại tới biến cố ảo tưởng tương lai, là sự kết thúc của lịch sử.

Giới Toàn Cầu Hóa và các chuyên gia đã chiếm hữu lời tiên tri này của Khai Sáng Bóng Tối, làm như thể là sáng tạo của mình.

Nhà văn và tương lai học Ray Kurzweil mô tả biến cố này rõ ràng trong các sách của ông The Singularity Is Near và The Age of Spiritual Machines.

Khái niệm Khai Sáng Bóng Tối của ông trùng hợp với chủ đề kết thúc của lịch sử của Hegel qua sự chuyển biến tự nhiên của kỹ thuật trong thời đại thông tin này.

Kỹ thuật tính chung gia tăng gấp đôi tốc độ mỗi hai năm. Theo đà này, đã có giả thuyết chúng ta sẽ chế tạo được trí thông minh nhân tạo tổng quát có khả năng tự ý thức.

Tới điểm đó, kỹ thuật đã đạt được mục tiêu ngầm: tiến bộ tới mức vượt qua chúng ta và trở thành một cái gì tự hiện sinh. Tới điểm đó, nó sẽ có khả năng tự dựng, tự lập trình, bành trướng quyền lực của máy vi tính tới mức khó tưởng tượng nổi, có thể giúp giới Toàn Cầu Hóa trở thành thần thánh.

Đi xa hơn chân trời đó, như bờ rìa của lỗ hổng đen – black hole trong vũ trụ, sẽ thật khó nhìn thấy tương lai và tiên đoán chuyện gì sẽ xảy ra tiếp theo. Kurzweilz gọi biến cố đó là 'hiện tượng độc đáo'. Tôi có quan điểm là ông ta đang cố mang thịt và xương vào khái niệm kết thúc của lịch sử của Hegel.

Đây thật sự là những gì giới Toàn Cầu Hóa tin tưởng. Họ là những người siêu việt và tin tưởng kỹ thuật và AI sẽ giúp họ trở thành thần thánh đầy quyền thế trong đó vài người còn muốn bỏ hình thức 'người' của họ để trở thành máy. Một lần nữa, đây không phải khoa học giả tưởng. Trong cuộc Hội Thảo Thượng Đỉnh của Chính Phủ Thế Giới tại Dubai năm 2018, họ đã trình bày một mô hình thử nghiệm của thông minh lai ghép – hybrid intelligence – có thể kết nối tất cả công dân thế giới vào một máy siêu điện toán chủ yếu -super mainframe computer-.

Dưới đây là một phần của trình bày này:

"Với sự giúp đỡ của kỹ thuật siêu vi – nanotechnology, thường được áp dụng trong các bệnh viện, ta có thể kéo dài cuộc sống bằng cách dùng người máy siêu vi hữu cơ

-organic nano robot-, những máy siêu nhỏ chạy trong mạch máu, sửa chữa những tế bào từ bên trong cơ thể, chữa bệnh và chỉnh sửa các thay đổi di truyền. Những tiến bộ tiếp theo trong sinh học – biotechnology, như ghép não, sẽ giúp chúng ta nâng cấp và cải thiện nhân loại vừa về thể xác lẫn tinh thần, để trở thành siêu nhân. Trích Hội Nghị Thượng Đỉnh Chính Phủ Toàn Cầu 2018.

"W.I.T.H.I.N. **W**orldwide **I**nterface **T**he **H**ybrid **I**ntelligence **N**etwork xin chào đón quý vị. WITHIN là một đề xuất toàn cầu chủ trương điều khiển sự tăng trưởng của Thông Minh Nhân Tạo Lai Ghép -Hybrid Artificial Intelligence-. Câu chuyện của tôi bắt đầu với những hứa hẹn của thời đại thông tin trở thành sự thật. Con người xây dựng xa lộ kỹ thuật cao mới định dạng lại toàn thể xã hội. Bây giờ ta cần cái gì, hay người nào đó để lèo lái những con đường mới đó và giúp biến đổi chúng thành 'Văn Minh 2.0'. Đây là lúc AI nhập cuộc: ngọn hải đăng của tiến bộ khoa học, sáng tạo, và các cơ quan chính quyền toàn cầu. Những thập niên kế tiếp đánh dấu thời đại của AI trong khi nó chạy hộc tốc theo cột mốc mới: Siêu Thông Minh Nhân Tạo -Artificial Super-Intelligence-. Theo đó, Thông Minh Lai Ghép ra đời". Trích Hội Nghị Thượng Đỉnh Chính Phủ Toàn Cầu 2018.

"Cái gì chúng ta sẽ thấy trong 30 năm tới sẽ tương đương như những gì ta đã thấy trong 3.000 năm qua. Mức độ thay đổi sẽ nhanh tới độ... Nhân Loại gần như không còn não nữa. Vì chúng ta sẽ chia sẻ sự hiểu biết với thông minh nhân tạo, qua kỹ thuật, qua thông minh lai ghép. Nghĩa là cái gì bạn có là tư duy tập thể, trí óc tập thể và hiểu biết tập thể cho nhân loại. Khách hàng tối hậu của chúng ta sẽ là 7 tỷ người trên thế giới. Trích

Ngài Mohammed Al Gergawi, bộ trưởng Những Vấn Đề Tương Lai, chủ tịch Hội Nghị Thượng Đỉnh Chính Phủ Toàn Cầu, Liên Hiệp Vương Quốc Ả Rập -United Arab Emirates- 2018, Hội Nghị Thượng Đỉnh Chính Phủ Toàn Cầu.

TUYÊN TRUYỀN – LỪA DỐI LÀ THỰC TẠI

Chúng ta bác bỏ cái viễn kiến ác mộng này về tương lai, cái nghị sự của giới Toàn Cầu Hóa. Trong phần kế tiếp của cuốn sách này, ta sẽ bàn về những gì ta cần làm vì trong Phương Tây, chúng ta cần phải tỉnh ngủ và rút đầu ra khỏi cát.

Qua kiểm soát giáo dục và truyền thông, những sức mạnh đó đã tẩy rửa văn hóa của chúng ta với tuyên truyền và sức mạnh của gợi cảm. Chúng đã cướp đi tiềm thức của chúng ta với thông tin sai lệch và xuyên tạc, kéo quần chúng Phương Tâyvào trạng thái bị thôi miên dễ bị cảm hóa bởi niềm tin giả tạo và láo xạo. Chúng đã tạo ra một thực tế giả tạo chung quanh ta và một cảm giác an toàn giả tạo để không ai lên tiếng hay chống cự.

Nhưng có một lộ trình để thành công. Có một viễn kiến về tương lai không phải là viễn kiến của giới Toàn Cầu Hóa.

Có một viễn kiến về tương lai mang tính Bảo Thủ, Cơ Đốc, và Tư Bản trong đó kỹ thuật được dùng cho sự tốt lành của dân, không phải của chính phủ toàn cầu độc đoán của các tập đoàn cộng sản trong tay một nhúm quyền thế. Trong phần tiếp của sách này, chúng ta sẽ định lại cái viễn kiến khác về tương lai, 'Thế Giới Tự Do thay thế cái ác mộng Trật Tự Thế Giới Mới kỹ thuật cao, với thông minh lai ghép kiểm soát đầu óc của hệ thống

AI và những trại tập trung chết người.

MỘT VIỄN CẢNH CỦA KẺ TÂM THẦN

Những kẻ giết người hàng loạt hay bị bệnh tâm thần không chỉ lảng vảng nơi các thành phố nhỏ, vồ các nạn nhân từng người một. Những tội phạm bệnh hoạn này cũng hiện diện trong những chức vị quyền thế cao nhất trong chính phủ, tập đoàn và định chế dân sự.

Toàn Cầu là một hệ thống niềm tin toàn diện cho đám bạo dâm và khổ dâm. Viễn kiến về tương lai của chúng không phải là cái gì mà trong đó mọi người đều được phồn vinh và đạt được tiềm năng. Thay vào đó, đó là một viễn kiến của toàn trị, áp bức và chết chóc.

Nhóm Toàn Cầu Hóa tung ra những tuyên truyền tố cáo bạo lực, kỳ thị chủng tộc, và áp bức dưới mọi hình thức.

Mỉa mai thay, đây là những dối trá vĩ đại nhất. Ý thức hệ của họ là bạo lực thuần túy và kỳ thị chủng tộc tối đa tới giết người, khiến họ trở thành những kẻ áp bức lớn nhất trong lịch sử nhân loại. Hệ niềm tin của họ, từ căn bản, là áp bức kẻ yếu và những người không thích ứng. Chúng ta không thể khuất phục trước các láo xạo hoang tưởng đó. Nó không dẫn dắt quần chúng tới cổng của thiên đàng Valhalla. Mà nó dắt thế giới tới cổng của địa ngục. Giống như mô hình cộng sản Tầu, nếu chúng ta cho giới Toàn Cầu Hóa đạt được ý nguyện trong khi chúng ta không làm gì trong khuôn khổ các phương cách hòa bình và chính trị chúng ta có, thì con cháu chúng ta chỉ còn nhớ tới Tự Do như chuyện cổ tích thần tiên xa lắc.

Như Aleksander Solzhenitsyn viết trong cuốn *The Gulag Archipelago*: "Và ta đốt cháy trại như thế nào trong khi suy nghĩ: câu chuyện sẽ như thế nào nếu tất cả mọi nhân viên an ninh, trong một buổi tối đi bắt người, đã thắc mắc không biết anh ta có trở về và phải lên tiếng chia tay với gia đình không? Hay nếu trong những vụ bắt bớ tập thể như tại Leningrad, khi họ bắt một phần tư dân cả thành phố, người dân đã không chỉ ngồi yên trong ổ, mặt mày tái nhợt vì sợ hãi mỗi khi nghe tiếng đập cửa dưới nhà và tiếng bước trên cầu thang, mà họ đã hiểu rõ họ không còn gì để mất và đã can trường xếp đặt một cái bẫy với nửa tá người võ trang với rìu, búa, gậy gộc hay bất cứ gì họ có trong tay? Cơ quan chính quyền sẽ mau chóng gặp nạn thiếu người và phương tiện chuyên chở, bất chấp những khao khát của Stalin, dàn máy đáng nguyền rủa sẽ bị chặn đứng! Nếu ..., nếu... Chúng ta đã không yêu Tự Do đủ. Và hơn nữa, chúng ta đã không ý thức được tình trạng thực tế. Chúng ta thật ra và thật giản dị là đáng nhận tất cả những gì xảy ra sau đó".

Chúng ta có còn là Mỹ và Tây Phương không hay chúng ta sẽ lao đầu vào tương lai Toàn Cầu Hóa như những công dân bị tước đoạt vũ khí của Hồng Kông? Như người ta thường nói trong đám cưới: "Hãy nói ngay bây giờ, hoặc tương lai sẽ không còn cơ hội" trong trại cải tạo.

CHƯƠNG 9

PHƯƠNG THUỐC TRỊ MẦM BỆNH THỨC TỈNH

Thuốc trắng, đen, đỏ, xanh: nghe qua cứ tưởng như mấy câu vè theo hình thức mới của Ts. Seuss.

Những viên thuốc này là ẩn dụ lấy từ phim Ma- Trận (The Matrix). Bộ phim được trình chiếu năm 1999, do tài tử Keanu Reeves thủ vai, nếu ai chọn uống viên thuốc đỏ, người đó sẽ bừng tỉnh khỏi thế giới ảo. Họ thoát ra khỏi hệ thống kiểm soát cơ-sinh học để bước vào thế giới thực, dù nơi đó đầy rẫy những sự thật hủy diệt kinh hoàng.

Ngược lại, nếu ai chọn viên thuốc xanh, họ sẽ ngủ tiếp và thức dậy trong lòng Ma-Trận, cảm thấy an ổn trong thế giới ảo và tin rằng mọi chuyện là trong giấc chiêm bao.

Dạo gần đây, Viên Thuốc Đỏ đã trở thành biểu tượng cho sự Tỉnh Thức - là tiến trình nhận ra thế giới và xã hội có điều gì đó không ổn. Người ta bắt đầu hiểu về mưu đồ của phe Cực Tả Toàn Cầu và kế hoạch lập một chính phủ hoàn vũ bằng cách thao túng các tiến trình Dân ChủPhương Tây. Những người này được gọi là giới

"Uống Thuốc Đỏ".

Người khác không chịu nổi sự thật này, hoặc xem nhận xét đó là một thuyết âm mưu. Họ chọn cách trốn tránh rúc đầu vào cát để ngủ tiếp cho yên thân. Đây là giới 'Uống Thuốc Xanh'.

Có người cảm thấy thời cuộc đã vô phương cứu chữa, họ tin sớm muộn gì nhân loại cũng rơi vào tay một nhà nước công an trị hoặc bị bom nguyên tử hủy diệt. Những người tuyệt vọng này được gọi là giới "Uống Thuốc Đen".

Ngược lại, những ai giữ niềm tin vào Tự Do Phương Tây sẽ đứng lên giành lại chính quyền từ tay bọn mafia Thiên Tả Toàn Cầu; được gọi là giới "Uống Thuốc Trắng".

Tuy nhiên, trên mạng hiện nay, hiếm có ai đưa ra được một kế hoạch hành động cụ thể để chấm dứt trật tự toàn cầu này.

Nhiều người chỉ lo thuyết phục mọi người về cách nhìn của họ, khuyên thiên hạ về nông thôn tự lực cánh sinh, lánh xa hiểm họa khi xã hội sụp đổ, và sống ẩn dật để chờ ngày tàn của xã hội qua đi.

Có người bảo giới chính trị gia chẳng cứu nổi ai, mình phải tự cứu lấy mình thôi.

Số khác cảm thấy tất cả là vô vọng. Chúng ta có học hay nghiên cứu thêm nhưng cũng chẳng thay đổi được định mệnh của thế giới.

Riêng tôi, tôi xin phép không đồng ý với tất cả các quan điểm trên. Sự thật là Giới Toàn Cầu Hóa chưa có sức mạnh vạn năng – ít nhất chưa đến giai đoạn đó. Họ vẫn cần phải thi hành kế hoạch sao cho trót lọt. Và chúng ta hoàn toàn có thể ngăn chặn âm mưu của họ.

Điều hay từ bệnh tật là qua sức mạnh khiến thức và thử nghiệm. Nhân loại có khả năng tìm ra những phương thuốc trị liệu hiệu quả. Nhất là, thế giới rất may mắn nhờ từng trải qua hoàn cảnh tượng tương tự trong quá khứ, và chúng ta có cả một kho tàng kinh nghiệm về những gì đã thành công hay thất bại.

Cũng vậy, trong thời đại hôm nay, có nhiều vị anh hùng dũng cảm đứng lên nhận trách nhiệm và đưa ra kế hoạch hiệu quả để vô hiệu hóa chủ trương Toàn Cầu Hóa. Hãy nhớ kỹ: bọn họ chỉ là những kẻ độc tài bệnh hoạn, không phải thần thánh. Chúng ta có thể đánh bại họ.

Quý vị có thể nói tôi không thuộc phe thuốc trắng hay thuốc đen, nhưng tôi muốn thuộc phe Thuốc Chữa Bệnh. Tôi tin có một phương thuốc chữa trị căn bệnh ý thức hệ đang hoành hành trong xã hội và trong các tổ chức của chúng ta - họ đang muốn kéo chúng ta phục tùng một nhà nước toàn cầu độc tài, chẳng khác những gì người dân Âu Châu đã đối mặt trong thập niên 1930.

Trong chương này, chúng ta sẽ cùng nhau vạch ra bốn giai đoạn để chữa trị các định kiến về mầm bệnh của Chủ Nghĩa Tự Do quá khích, Chủ Nghĩa Cực Tả, Chủ Nghĩa Tỉnh Thức và cả Chủ Nghĩa Toàn Cầu.

Một tin mừng là tiến trình này sẽ không mất nhiều thời gian như cách bọn chúng đã dày công bày ra mưu đồ gian ác bấy lâu nay.

Bốn giai đoạn của Phương Thuốc này gồm có:

1. Tìm Lại (Rediscover):
2. Thu Hồi (Reclaim):
3. Cải Cách (Reform):
4. Đền Bù Oan Sai (Redress of Grievances): Bằng

luật pháp, không phải bằng sự trả thù.

GIAI ĐOẠN 1: TÌM LẠI

Chúng ta đang sống trong một thời kỳ biến chuyển và sôi động bậc nhất của lịch sử nhân loại.

Chưa bao giờ thế giới được chứng kiến một cuộc thư hùng đầy bi tráng giữa thống trị và Tự Do như cuộc chiến chính trị mà chúng ta đang dấn bước vào.

Nhưng xin hãy nhớ cho, qua nhiều cách, con người đã từng đối diện với những kinh nghiệm tương tự nhiều lần trong quá khứ.

Dân tộc Đức đã từng gặp thử thách lớn về chính trị vào những năm 1920 và họ đã bị đánh gục.

Người Nga cũng gặp phải biến cố tương tự với Lenin và cũng đã thất bại. Người Trung Hoa cũng thế, họ vẫn trong vòng kiềm tỏa cho đến tận ngày nay.

Và giờ đây, đến lượt các nước Phương Tây phải đối mặt với thử thách to lớn đe dọa cả nền văn minh. Chúng ta sẽ chứng tỏ thế nào khi bị đám Khai Sáng Bóng Tối (Dark Enlightenment) này thử thách và xử chúng ta? Nhiều dân tộc lớn khác đã khuất phục trước bóng tối đó. Còn chúng ta thì sao? Chúng ta sẽ phản ứng thế nào trong giờ phút quyết định này?

Giai đoạn đầu tiên của phương thuốc mà chúng ta đang thực hiện chính là Tìm Lại.

SỰ TỈNH THỨC

Trong giai đoạn Tìm Lại này, xã hội Tây Phương trải qua hiện tượng tạm gọi là Sự Tỉnh Thức.

Đây là kết quả của tiến trình mỗi cá nhân phá vỡ xiềng xích tuyên truyền, tẩy não kiểu Bernays đã vây chặt họ bấy lâu nay.

Họ bừng tỉnh và thoát khỏi những luận điệu cũng như thực tại giả tạo được nhồi nhét từ nhà trường đến truyền thông, báo chí.

Đây là lúc dân chúng nhận ra sự thật không hề giống như những gì họ vẫn thường nghe. Họ bắt đầu cảm nhận được mối nguy hiểm và tìm hiểu về những hiểm họa đang cận kề.

Qua tiến trình tỉnh thức này, con người tìm lại được những giá trị đã mất về căn cước của mình: đó là hình ảnh của con người tự do, có đức tin và mang đậm truyền thống Tây Phương.

Sức mạnh của con người bắt nguồn từ nhận thức. Như ta thường nói: kiến thức là sức mạnh.

Ai có nhận thức mới hành động và biết dùng các biện pháp luật pháp để bảo vệ quyền Tự Do của chính mình.

Còn ai vẫn u mê thì chẳng khác nào bầy cừu vô tri, dễ bị lùa vào chuồng rồi đưa đến lò sát sinh để làm món sườn cừu nướng.

Chưa bao giờ điều này lại đúng như lúc này. Giới Toàn Cầu Hóa hiểu rất rõ lịch sử và dã tâm của họ. Họ dùng hệ thống giáo dục và truyền thông để giữ cho dân chúng u tối, thiếu hiểu biết.

Bây giờ chính là lúc để Tìm Lại, để thức tỉnh, để nhận diện xem Giới Toàn Cầu là ai, và quan trọng hơn, để nhớ lại chúng ta là ai - những người con của Phương Tây.

Một lần nữa, Chúa Giê-su đã nói về hiện tượng này: Các ngươi sẽ biết sự thật, và sự thật sẽ giải thoát các ngươi. Chìa khóa của sự tỉnh thức chính là sức mạnh của sự thật. Chúng ta phải đi tìm sự thật, cho dù sự thật đó có xấu xí hay khó chấp nhận đến đâu.

Nhưng số phận của những kẻ không bao giờ thấu triệt được chân lý sẽ ra sao? Họ cứ mãi loay hoay như lời Thánh Phaolô đã dạy: "Học đạo suốt đời mà chẳng bao giờ đạt tới chỗ thông biết chân lý". Những hạng người ấy rồi sẽ đi về đâu?

Tiên Tri Horsea viết về họ: "Dân họ tiêu vong vì thiếu hiểu biết".

Đó chính là sức mạnh đơn sơ nhưng mãnh liệt của sự Tái Khám Phá. Một khi chúng ta thực sự thấu hiểu mình là ai, nguồn cội từ đâu, và guồng máy xã hội này vận hành thế nào, thì chẳng một thế lực trần gian nào có thể ngăn cản được ta.

Đúng như lời Frederick Douglass đã nói về người chủ cũ khi ông ta bắt gặp người vợ đang dạy Frederick tập đọc: "Kiến thức sẽ khiến con người không thể làm nô lệ được".

Thomas Jefferson cũng từng bàn luận sâu sắc về đề tài Tái Khám Phá này: "Hãy giáo dục và khai hóa cho toàn thể quốc dân… Đó chính là chỗ dựa vững chắc duy nhất để bảo tồn nền Tự Do của chúng ta."

Chúng ta, những người văn minh Phương Tây, đang chiếm đa số và nắm giữ phần lớn tài sản chung của xã hội. Chúng ta cũng nắm trong tay lá phiếu quyết định. Bởi lẽ trong một thể chế dân chủ, chẳng việc gì có thể thành tựu nếu thiếu đi sự đồng lòng ủng hộ của quốc dân. Chính chúng ta là chìa khóa cho sự thành bại của mình. Đây chính là thời điểm Tái Khám Phá để xem chúng ta là ai, và kẻ mà chúng ta đang đối đầu thực sự là hạng người nào.

NHỮNG NGƯỜI LÍNH CANH TRÊN THÀNH

Như chúng ta đã bàn ở phần trước, thế giới cổ đại luôn sống trong nỗi lo bị xâm lăng. Vì thế, người dân chọn sống trong những thành phố có tường đá kiên cố bao quanh.

Hằng đêm, những người lính sẽ túc trực trên tường thành và tháp canh, mắt nhìn ra xa để canh chừng quân xâm lăng. Họ là những người lính canh, những người bảo vệ dân lành.

Ngày nay, chúng ta đối mặt với mối đe dọa mới: họ là những kẻ độc tài hủ bại đang muốn thống trị xã hội Tây Phương. Chúng ta cần những người lính canh vô hình trên tường thành hơn bao giờ hết.

Họ là những nhà báo, nhà nghiên cứu, những người dám đứng ra tố cáo sai phạm, những tác giả và những người truyền bá sự thật. Họ mang sứ mệnh thiêng liêng giúp thường dân biết điều gì đang thực sự xảy ra, buộc những kẻ có quyền thế phải chịu trách nhiệm. Họ như người lính canh bảo vệ cho những gia đình đang yên giấc trong thành.

Trong cuộc chiến giành quyền kiểm soát này, mầm bệnh tư tưởng tỉnh thức đã lây nhiễm và làm hư nhiều cơ quan mà chúng ta vốn tin cậy. Những năm gần đây, chúng ta thấy thiếu hẳn những người dám nói thật và những người lính canh đúng nghĩa.

Tuy nhiên, như văn hào Mark Twain từng nói: Lúc mới bắt đầu thay đổi, người yêu nước hiếm hoi, can đảm, nhưng cô độc, bị thù ghét và khinh rẻ. Nhưng khi chính nghĩa thành công, những kẻ nhút nhát sẽ theo họ, vì lúc đó làm người yêu nước không phải hy sinh nhiều nữa.

Đó chính là thực trạng trong giai đoạn đầu của việc chữa trị mầm bệnh tư tưởng "thức tỉnh". Ở đây, những người đi đầu, những người không chịu thỏa hiệp để phơi bày sự thật, đã trở thành những kẻ bị thù ghét, khinh rẻ, và bị ngược đãi nhất.

Phe Cực Tả và Giới Toàn Cầu đã lập ra một chiến lược trong im lặng. Vì chúng nhận ra tin tức bây giờ chủ yếu nằm trên không gian mạng, và chúng có quyền lực to lớn kiểm soát được cả chủ nhân ông của các công ty công nghệ lớn.

Vì vậy, chúng quyết định kiểm duyệt, cấm cửa và xóa sổ những nhân vật nổi tiếng nhưng gây tranh cãi. Dù ở phe tả hay hữu họ sẽ bị kiểm duyệt khi được xem là cực đoan.

Người đầu tiên bị cấm cửa là Julian Assange thuộc phe tả, vì ông đã công bố những bí mật về sự hủ bại và những lời dối trá của chính phủ về chiến tranh tại Trung Đông.

Kế đến là nhà báo và người dẫn chương trình Alex Jones ở phe hữu. Chỉ trong một sớm một chiều, các ông trùm công nghệ đã họp nhau và đơn phương cấm cửa Jones trên mọi nền tảng của họ.

Lý do là Jones đã đối đầu và lăng mạ một nhân vật từng được mời xuất hiện trên CNN và Quốc hội. Jones bị bôi nhọ và gần như không còn ai dám giúp anh ta nữa.

Khi hệ thống truyền thông cho phép đối xử như vậy với báo giới, thì mọi giới hạn đều bị phá bỏ.

Khi không ai lên tiếng, hàng trăm nhân vật truyền thông bảo thủ, các nhà khoa học, bác sĩ, tác giả và chính trị gia khác cũng bị cấm cửa và kiểm duyệt, ngay cả vị tổng thống đương nhiệm lúc đó là ông Donald Trump cũng không là ngoại lệ.

Dần dà, công chúng bắt đầu hoảng sợ trước quyền lực của các công ty công nghệ trong việc bịt miệng đối thủ chính trị, kiểm soát lời nói về chính trị, và thao túng kết quả bầu cử. Một làn sóng phản đối dữ dội đã dâng cao.

Bọn mầm bệnh tư tưởng không thể để những người dám nói thật và các nhà báo chân chính giúp người dân tỉnh ngộ và tố giác các trò tham nhũng của họ. Nếu để sự Tỉnh Thức được phép tiếp tục, toàn bộ mưu đồ của chúng sẽ bị đe dọa.

Thế là, một làn sóng đàn áp thứ hai bắt đầu dưới hình thức vũ khí hóa luật pháp. Alex Jones và Julian Assange, một lần nữa, trở thành những vật tế thần.

Alex Jones đã bị khởi kiện tại tòa dân sự vì những phát ngôn từ nhiều năm trước liên quan đến một vụ xả súng tại học đường. Việc nêu nghi vấn về các diễn ngôn chính thống vốn là đặc trưng của Jones, bởi chương trình của ông luôn là sự pha trộn giữa tin tức thời sự và các thuyết âm mưu.

Các vụ kiện của Jones được thụ lý trước những thẩm phán thuộc phe cánh tả cực đoan. Những vị này đã thực hiện một thủ thuật pháp lý bất hợp pháp hay tuyên án Jones thua kiện mặc định (guilty by default). Sau đó, họ tước bỏ quyền tự vệ của Jones, khiến ông không thể đưa ra các lập luận bào chữa, chứng minh mình vô tội, hay đối diện với các án tù.

Tiếp đó, bồi thẩm đoàn được định hướng trước để áp đặt mức phạt tối đa, mặc dù Jones chưa bao giờ có được một phiên tòa công bằng, có bồi thẩm, để chứng minh mình vô tội.

Các chuyên gia được triệu tập để khẳng định Jones

sở hữu khối tài sản hàng trăm triệu đô-la. Hệ quả là bồi thẩm đoàn đưa ra những phán quyết đòi Jones bồi thường hàng tỷ đô-la cho bên nguyên đơn. Các phán quyết này được ban hành sau khi Jones đã phải đệ đơn xin phá sản do bị các nền tảng tẩy chay và đang phải gánh chịu chi phí pháp lý khổng lồ.

Cũng trong giai đoạn này, Julian Assange - người từng tỵ nạn tại Đại Sứ Quán Ecuador ở London- đã bị bắt giữ mà không có tội danh chính thức và bị giam tại một nhà tù nghiêm ngặt nhất tại Anh Quốc.

Một lần nữa, rất ít người đứng ra bảo vệ hai cá nhân này - những người lính canh" đã dũng cảm phanh phui sự hủ bại của chính quyền trước công chúng.

Từ tiền lệ đó, các cuộc tấn công dưới hình thức "vũ khí hóa luật pháp" do cánh tả chủ trương bắt đầu lan rộng, nhắm vào nhiều nhân vật bảo thủ khác bị họ coi là mối đe dọa chính trị.

Tiến trình này lên đến đỉnh điểm với cuộc đàn áp pháp lý nhắm vào Donald Trump. Ông Trump phải đối mặt với những đòn tấn công bằng vũ khí luật pháp tương tự như Jones. Bị tuyên án mặc định phạm tội mà không qua xét xử bởi bồi thẩm đoàn, ngay cả khi không có tội hay không có nạn nhân trong phiên tòa.

Những phán quyết phạt hàng trăm triệu đô-la đã được đưa ra nhắm vào quỹ tài chính và làm tê liệt chiến dịch tranh cử tổng thống của ông.

Tuy nhiên, chiến lược này đã phản tác dụng nghiêm trọng đối với phe Dân Chủ. Với mỗi cáo trạng mới, uy tín của Trump lại gia tăng mạnh mẽ. Công chúng có thể quan sát rõ rệt sự bất công và đòn trù dập nhắm vào ông.

Hy vọng vị Tổng Thống kế nhiệm của Hoa Kỳ sẽ chấn

chỉnh thực trạng bất công này.

Việc bức hại Alex Jones cũng đã phản tác dụng đối với phe cấp tiến. Trong lúc bị truy bức, Jones đã hướng dẫn các nhà truyền thông khác về mô hình kinh doanh truyền thông mới và cách gây quỹ trực tiếp. Điều này cho phép các nhà báo và những người dẫn chương trình talk show độc lập về tài chính, thoát khỏi hệ thống truyền thông do các tập đoàn lớn sở hữu.

Những người thừa kế hệ thống truyền thông độc lập này bao gồm những nhân vật tầm cỡ nhất đương đại như Joe Rogan, Tucker Carlson, Russell Brand, David Crowder, và nhiều nhân vật khác.

Cuối cùng, Elon Musk nhìn ra sự bất công áp đặt lên Jones và khôi phục tài khoản của ông trên nền tảng X. Chuyển biến mang tính cách mạng này giống như sự hồi sinh của phát thanh trên sóng AM đầu thập niên 90, do nhà truyền thông bảo thủ, huyền thoại Rush Limbaugh - người đặt nền móng cho các chương trình phát thanh mạn đàm bảo thủ hiện đại.

Tất cả những nhân vật mới trên không gian mạng này có một điểm chung: Họ không còn tin tưởng vào hệ thống và họ nhận thức sâu sắc về những hiểm họa từ Chủ Nghĩa Toàn Cầu, Chủ Nghĩa Thức Tỉnh, Chủ Nghĩa Tự Do và Chủ Nghĩa Tả Phái.

Họ hoài nghi các cách diễn ngôn truyền thống và bắt đầu phơi bày sự thật đó trước người dân.

Đây chính là một phần của tiến trình Thức Tỉnh khi các nhà lãnh đạo bắt đầu nói sự thật và vạch trần những lời dối trá của giới thượng lưu đầy quyền lực.

Điều này từng xảy ra trong cuộc Cải Cách Thệ Phản của Martin Luther chống lại giáo hội cầm quyền, hay trong cuộc Cách Mạng Hoa Kỳ với những nhà tư tưởng lớn như Benjamin Franklin và Thomas Payne.

Tại sao các nhà tư tưởng và nhân vật truyền thông lại hành động vào thời điểm này thay vì sớm hơn?

Trước đây, họ bị ràng buộc trong mô hình kinh doanh hàng dọc từ trên xuống, lệ thuộc vào các tập đoàn thuộc sở hữu của những thế lực Toàn Cầu với những quy tắc và tuyên truyền định hướng. Các tập đoàn tài trợ và quảng cáo từ các thương hiệu lớn trực tiếp ảnh hưởng và chi phối mô hình đó.

Do đó truyền thông dòng chính không thể nói lên sự thật; họ buộc phải tuân thủ bài bản của Giới Toàn Cầu nếu không muốn bị sa thải hay bị loại bỏ khỏi hệ thống.

Chúng ta đã chứng kiến cách hành xử này qua việc họ sa thải Tucker Carlson và những người dám nói lên sự thật.

Đây chính là tính đơn giản nhưng đầy nội lực của sự thức tỉnh: Khi sự thật bắt đầu lan tỏa, người dân tái khám phá căn tính của mình và hiểu rõ phương thức vận hành của hệ thống chính trị.

Chúng ta có thể xem giai đoạn này là cuộc Phục Hưng của truyền thông bảo thủ.

Sự Tỉnh Thức bao gồm bốn phương diện quan trọng:

1.   Sự thật về mối nguy hiểm của hệ thống cầm quyền hiện

2.   Sự thật về căn cước và cội nguồn của người dân chúng ta.

3.   Sự thật về cách vận hành của hệ thống và những việc chúng ta cần làm.

4.   Sự thật về di sản tâm linh trong Kitô giáo.

Đó chính là bốn mặt của tiến trình thức tỉnh và tìm lại căn cước nguyên thủy.

Chúng ta thấy ba điều đầu tiên đang diễn ra, nhưng điều thứ tư mới là giai đoạn mạnh mẽ nhất của tiến trình chữa trị này khi tái khám phá những kinh nghiệm tâm linh cốt lõi của đạo Kitô.

Điều này có vẻ như không liên hệ gì hay vô bổ nhưng chính là động lực đã giải phóng chúng ta khỏi ngàn năm tăm tối của Thời Tiền Trung Cổ và đưa nhân loại ra khỏi thời đại đế chế để bước vào kỷ nguyên của tự do.

Việc Tìm Kiếm Lại được những kinh nghiệm tinh thần bị che khuất trong tâm điểm của Ki-Tô Giáo, không phải hệ thống kiểm soát của tôn giáo, đã khai sinh ra thế giới mới, và nó có sức mạnh tái tạo.

Phải bao gồm cái phần cuối này, nếu không phong trào sẽ có nguy cơ thất bại. Chúng ta không chỉ là một dân tộc Phương Tâytự do; chúng ta còn là dân tộc có đời sống Ki-Tô tâm linh. Đơn giản là chúng ta chỉ mất sợi dây kết nối với cái cốt lõi tâm linh của phong trào.

Cải cách có thể tạm thời chữa trị hệ thống chính quyền. Nhưng chỉ có Kitô giáo và tinh thần Bảo Thủ mới có thể chữa tận gốc loại mầm bệnh tư tưởng và cứu vãn nền văn hóa này.

Đó là lý do tại sao việc tái khám phá những kinh nghiệm tâm linh cốt lõi của Kitô giáo là vô cùng quan trọng, giống như Martin Luther trên những bậc thang của Santa Scala hay George Whitfield trong nhà tù cùng với người mẹ tự sát và ông chồng của bà ấy.

Các nhà lãnh đạo trong thế hệ này phải tự tái khám phá những kinh nghiệm đó và lan tỏa kinh nghiệm này cho mọi người.

NGƯỜI PHƠI BÀY SỰ THẬT VĨ ĐẠI

Một nhân vật khác có tầm ảnh hưởng sâu rộng nhất trong việc đánh thức thế giới bằng cách phơi bày bộ mặt của Giới Toàn Cầu và Nhà Nước Ngầm (Deep State), không ai khác chính là vị Tổng Thống thứ 45 của Hoa Kỳ, ông Donald J. Trump.

Ở ông Trump, có ba đặc điểm hay nói đúng hơn là ba lối tư duy giúp ông khác biệt hoàn toàn với những người khác:

1.   Ông có mối giao hảo mật thiết với Ý Thức Chung (Common Sense).

Đây là mối quan hệ quan trọng nhất mà ông Trump sở hữu. Lý do ông được dân chúng đưa ông trở lại quyền lực, vì cuối cùng, chúng ta có một ứng cử viên dám nói thẳng sự thật, thay vì tuôn ra những luận điệu giả dối của Giới Toàn Cầu hay những luận điểm phục vụ cho các nhóm lợi ích.

Điều này cực kỳ quan trọng cho tiến trình Tỉnh Thức và Tìm Lại. Cốt lõi của sự Tỉnh Thức là dân chúng phải biết rõ chuyện gì đang thực sự xảy ra, họ là ai, và hệ thống quyền lực vận hành như thế nào?

Ông Trump đóng góp công lao vượt trội hơn bất cứ ai khác cho giai đoạn này của cuộc Trị Liệu.

Hễ khi nào ông Trump nói năng chệch khỏi sự thật, thì những người ủng hộ ông ta liền lên tiếng cho ông biết ngay lập tức.

2.   Ông có một bản lĩnh và tinh thần hầu như không thể bị hủy diệt.

Nhiều người cho ông Trump là kẻ kiêu ngạo, hợm hĩnh, tự tâng bốc, hay ái kỷ. Chuyện đó đúng sai chưa bàn tới, nhưng một người dám đứng lên chống lại cả một hệ thống Toàn Cầu Hóa, chống lại sự kìm kẹp của chúng trên khắp thế giới Phương Tây, thì người đó chắc chắn phải cực kỳ cứng cỏi và sẵn sàng đương đầu với sự trả đũa.

Người ta cứ nhắm vào lòng tự trọng của đàn ông mà chỉ trích, làm như nó không phải là một phần trong tâm lý con người vậy đó. Làm vậy thì cũng khác gì đi công kích cái bao tử hay lá gan của con người đâu. Mấy thứ đó đều là bộ phận quan trọng trong cơ thể hết. Thiếu bọn nó thì mình đâu còn là con người nữa.

Nếu không có cái Tôi mạnh mẽ đó, có lẽ ông Trump đã sụp đổ và tàn úa từ lâu giống như biết bao chính trị gia nhu nhược trước đây.

Càng bị tấn công, ông dường như càng mạnh mẽ hơn, và những người ủng hộ ông lại càng mạnh mẽ hơn sau lưng ông.

Tôi thấy tính cách của ông Trump chẳng có gì là khó chịu hết. Tôi nghĩ ông giống như được sinh ra cho mục đích này. ông là một giải pháp kỳ diệu để trị loài lang sói cầm quyền. Mọi thứ về ông dường như đã được điều chỉnh hoàn hảo cho công việc này rồi. Từng cách thức của ông làm cho Giới Toàn Cầu Hóa, đám Tả Phái, bọn Cấp Tiến với Tỉnh Thức phát điên lên vì hội chứng ám ảnh bởi Trump.

3.   Ông là bậc thầy chọc phá vĩ đại nhất của mọi thời đại.

Khi ông giễu cợt hay khích bác giới cầm quyền, chúng lúng túng không biết phải làm gì. Lời nói hay những dòng "tweet" của ông làm họ tức điên lên đến mất cả lý trí.

Chính trong cơn quẫn trí đó, họ đã mất cảnh giác và tấn công ông mà quên mất rằng toàn thể bàn dân thiên hạ đang theo dõi.

Qua những đòn tấn công đó, chúng ta đã học được nhiều điều về bộ mặt thật của giới cầm quyền.

Xin kể sơ những điều đó như sau:

1. Các cơ quan liên bang đã cấu kết với chính quyền Obama để theo dõi bất hợp pháp chiến dịch tranh cử của Trump và phá hoại nhiệm kỳ tổng thống của ông. Đây là hành vi lạm quyền và vi phạm niềm tin của công chúng chưa từng xảy ra trong quá khứ.

2. Lãnh đạo FBI đã lạm dụng quy trình lệnh FISA và dùng các tòa án bí mật để tấn công và theo dõi Trump cùng các nhà lãnh đạo phe Bảo Thủ.

3. CIA, FBI và các cơ quan tình báo ngoại quốc đã cấu kết với Nga để bôi nhọ và gài bẫy Trump bằng một hồ sơ giả mạo do Hillary Clinton trả tiền.

4. Truyền thông dòng chính hiện nay đã tha hóa, chuyên lừa dối công chúng và làm theo lệnh của Đảng Dân Chủ.

5. Lãnh đạo Bộ Tư Pháp đã biến chất và thiên vị theo đảng phái. Họ nhắm vào những phụ huynh vô tội trong các hội đồng trường, áp lực đồng minh của Trump và những người bảo vệ sự sống, trong khi lại thả cho các tội phạm Tự Do trên đường phố.

6. Lãnh đạo ngành y tế đã tha hóa. Cùng với lãnh đạo quân đội, họ đã chi tiền để tạo ra một loại vi-rút corona được biến đổi gene và tăng cường sức mạnh cho con corona virus Vũ Hán, Trung Cộng. Sau đó họ nói dối và che đậy chuyện đó. Họ ép dân dùng những

cách điều trị nguy hiểm trong khi lại ngăn cấm các loại thuốc giá rẻ và công hiệu.

7. Bộ Tư Pháp và lãnh đạo cơ quan gián điệp đã quay ngược đạo luật Patriot để chống lại những người Mỹ Bảo Thủ, gán cho họ tội khủng bố nội địa, tích cực giám sát và đàn áp phe Bảo Thủ.

8. Đảng Dân Chủ tìm cách đánh cắp và sắp xếp kết quả bầu cử tại các thành phố trọng điểm qua việc thu gom phiếu bầu, bỏ phiếu qua thư, nhồi phiếu và cho người nhập cư lậu đi bầu, cùng nhiều thủ thuật khác.

9. Đảng Dân Chủ tích cực phá hoại và đàn áp các đối thủ chính trị không cho họ giành lại quyền lực. Chúng ta thấy rõ điều này qua việc họ vũ khí hóa luật pháp để truy bức Donald Trump, một ứng cử viên tổng thống hàng đầu.

10. Những người đứng đầu các cơ quan đã nói dối về một chiếc máy tính trong văn bản chính thức để can thiệp vào bầu cử, phản bội lại người dân mà họ thề sẽ phục vụ. Đây là những kẻ cuồng tín và cực đoan đầy tính đảng phái.

11. Cả Đảng Dân Chủ lẫn phe cầm quyền trong Đảng Cộng Hòa đều ủng hộ chính sách mở cửa biên giới, để mặc cho những người nhập cư lậu và nguy hiểm từ khắp nơi trên thế giới tràn vào Hoa Kỳ. Những kẻ theo chủ nghĩa toàn cầu này không hề quan tâm đến đất nước hay an toàn của người dân Hoa Kỳ.

12. Đảng Dân Chủ và giới cầm quyền tại Hoa Thịnh Đốn đang tích cực phá hoại nguồn cung cấp tiền tệ, kéo chúng ta vào những cuộc chiến nguy hiểm, phá hoại nguồn sản xuất năng lượng và nguồn cung cấp thực phẩm của Hoa Kỳ.

13. Lãnh đạo các cơ quan liên bang đã hoàn toàn tha hóa và bị biến thành lực lượng an ninh cảnh sát liên bang cho Đảng Dân Chủ. Họ tham gia trực tiếp vào việc can thiệp bầu cử, đàn áp chính trị, lạm quyền và hạn chế quyền công dân. Họ còn đột kích nhà của một cựu tổng thống và là ứng cử viên hàng đầu đang tranh cử với tổng thống đương nhiệm, đồng thời còn cho phép sử dụng vũ khí sát thương trong khi đột kích.

14. FBI, đội ngũ tranh cử của Biden, Tòa Bạch Ốc thời Biden và Liên Hiệp Quốc đã ra lệnh cho các công ty công nghệ và các cơ quan truyền thông lớn kiểm duyệt, hạn chế, cấm đoán và trừng phạt các đối thủ chính trị cũng như những ai đi ngược lại luận điệu tuyên truyền của họ. Hệ thống này đã hoàn toàn mục nát và tha hóa.

15. Nhiều tòa án, biện lý quận, bộ trưởng tư pháp tiểu bang, thẩm phán và cả hệ thống pháp luật đã bị tha hóa bởi những kẻ cực đoan; những kẻ này phối hợp với Tòa Bạch Ốc thời Biden để đàn áp kẻ thù chính trị như Trump. Họ tìm cách đẩy đối thủ vào cảnh phá sản hoặc ngồi tù, trong khi để người nhập cư lậu và tội phạm được tự do.

16. NSA và CIA theo dõi và giám sát người dân Mỹ qua điện thoại cầm tay, cùng với tài khoản trực tiếp và các thiết bị khác của họ mà không có lệnh của tòa án hay lý do chính đáng.

17. Ngay cả cơ quan Mật Vụ cũng đã biến chất, họ rút bớt nhân viên khỏi đội bảo vệ của Trump và bỏ trống các vị trí quan sát trọng yếu, tạo điều kiện cho một tay súng có hơn 30 phút để chiếm vị trí cách Tổng Thống chỉ 130 thước để nổ súng. Tên này đã bắn trúng tai ông, trong khi các tay súng bắn tỉa đã nhắm thẳng vào hắn

từ trước đó. Có nghĩa họ đã thấy tên này trước khi hắn bắn tổng thống Trump.

Chúng ta đã chứng kiến sự thối nát cùng cực của guồng máy chính phủ, và còn nhiều điều hơn thế nữa, khi chứng kiến phe phái quyền lực này liên tục tấn công vị Tổng Thống thứ 45 của Hoa Kỳ trong suốt tám năm qua.

Chúng ta linh cảm mọi thứ đang dần mục nát, nhưng phải đợi đến khi ánh sáng từ cá tính mạnh mẽ và bộc trực của ông Trump đốt đám khuynh tả, khiến chúng mất hết lý trí tập thể và điên cuồng tấn công ông mà không màng tới hậu quả. Phải đến lúc đó, chúng ta mới thực sự hiểu rõ mức độ thối nát của nó.

Ông Trump thực sự là người khai mở sự thật. Ông là người đã vạch trần sự hủ bại của giới cầm quyền đương thời. Đó mới là điểm then chốt. Ông làm được điều đó bằng cách sống thật với chính mình và theo đuổi những mục tiêu duy lý. Ông đã vô hình trung khiến giới quyền lực tự phơi bày bộ mặt băng hoại trước quốc dân đồng bào.

Trong nhiệm kỳ đầu tiên, ông đã kiến tạo một nền kinh tế phồn thịnh bậc nhất trong lịch sử nhân loại. Tuy nhiên, công trạng lớn lao nhất mà ông đã cống hiến cho quốc dân trong bốn năm đầu chính là việc khiến cho chính phủ, giới truyền thông và các đại tập đoàn phải lộ nguyên hình thối nát của họ trong bao năm qua.

Nhưng ông vẫn chưa dừng tại đó. Chúng ta đang phải đối mặt với một hệ thống cai trị mục ruỗng đến tận cốt tủy. Tình hình cũng chẳng khá hơn tại các quốc gia Tây Phương khác, nơi đang bị Giới Toàn Cầu Hóa và nhóm Mác Xít thâm nhập và chi phối.

Tất cả chúng ta, trong tư cách là một khối các quốc gia cộng hòa tự do, đang lâm nguy trước giai cấp thống trị toàn cầu này. Thật may mắn thay, chúng ta đã có phương thuốc để cứu vãn các chính phủ hủ hóa và bại hoại đó.

Phương thuốc có tên gọi là Thu Hồi và Cải Cách.

GIAI ĐOẠN 2: THU HỒI (RECLAIM)

Nhiều người ái quốc đâm ra nản chí khi thấy chính quyền hiện rõ sự hủ bại. Nhiều người khác còn kêu gọi bạo động hay ngay cả nội chiến như một giải pháp.

Nhưng đó là một suy nghĩ sai lầm. Chúng ta không cần một cuộc cách mạng mới. Chúng ta đã có cuộc cách mạng năm 1776 rồi.

Bạo lực và nội chiến chính là điều mà bọn cực tả mong muốn, để chúng có cớ kiểm soát hoàn toàn dân chúng. Phương thuốc tốt nhứt cho sự hủ bại lúc này là Thu Hồi và Cải Cách.

Ý tưởng rất đơn giản: Chúng ta không phá đổ để xây lại chính quyền từ đầu. Chúng ta hồi phục lại nó bằng con đường Dân Chủ và chính trị, giành lại từ tay những kẻ tha hóa. Suy cho cùng, đất nước này là của chúng ta; nó chỉ đang bị cướp từ tay chúng ta.

Chế độ Cộng Hòa Hiến Định này được kiến tạo bởi dân, do dân và vì dân. Nó không thuộc về những kẻ thủ cựu trong giới quyền lực, không thuộc về Đảng Dân Chủ, cũng chẳng phải của những kẻ Cộng Hòa Hữu Danh Vô Thực (RINO). Nó thuộc về chúng ta – những người dân thấp cổ bé miệng. Hệ thống này được xây dựng để đại diện cho tiếng nói và thực thi ý nguyện của chúng ta, chứ không phải để áp bức chúng ta hay phục vụ cho mưu đồ của bọn tài phiệt siêu giàu.

Chúng ta phải quyết tâm thu hồi lại ngôi nhà chung và hệ thống chính phủ giới hạn vốn đã bị lũ sâu bọ lũng đoạn và đục khoét này. Nếu đốt sạch, chính chúng ta sẽ trở thành những kẻ vô gia cư. Vậy làm thế nào để thực hiện điều đó?

Thưa quý vị, chúng ta đang đi những bước khởi đầu của tiến trình lịch sử ấy ngay từ lúc này.

NHỮNG TỶ DỤ VỀ THU HỒI

Chúng ta có nhiều bài học về những nhân tài đã thành công trong việc thu hồi và tẩy uế hủ bại quốc gia của họ về cho người dân.

Martin Luther đã thu hồi Kitô Giáo cho giáo dân, giành lại đức tin từ tay Giáo hội La Mã lạc hậu và đồi trụy thời bấy giờ.

Các Tổ Phụ Lập Quốc Hoa Kỳ đã thu hồi các thuộc địa cho quốc dân, giải phóng họ khỏi ách thống trị của Đế Quốc Anh đầy quyền uy.

Gần đây nhất, Victor Orban đã thu hồi nước Hungary cho đồng bào của ông.

Javier Milei đã thu hồi chính phủ Argentina từ tay Đảng Xã Hội bại hoại và hủ hóa.

Năm 2016, Donald Trump đã thu hồi Tòa Bạch Ốc, mang lại cho chúng ta bốn năm phồn vinh rực rỡ. Đáng tiếc, sự thối nát lại ăn sâu hơn bất kỳ ai có thể tưởng tượng; nhà nước ngầm đã tìm cách ngăn trở những nỗ lực cải tổ của ông, dùng những thủ đoạn gian trá tại các thành phố then chốt để cướp mất nỗ lực tái đắc cử.

Tuy nhiên, biến cố này lại là điều thiết yếu để chúng ta có thể quan sát và thấu triệt sự mục nát trong hệ thống bầu cử, trong Cục Điều Tra Liên Bang (FBI), trong giới thẩm phán, công tố viên và cả Bộ Tư Pháp. Giờ đây, chúng ta đã thấy tường tận những gì cần phải thu hồi và biết cải tổ nào cần thiết để thực hiện một cuộc tẩy uế triệt để.

Chúng ta chính là quốc dân. Chúng ta nắm đa số, có chính nghĩa, có thực lực, có lá phiếu, có sự thật và có Thiên Chúa đứng về phía chúng ta. Chúng ta đủ sức buộc các tổ chức phải chịu trách nhiệm. Chúng ta có tiếng nói. Nền Dân Chủ thuộc về người dân, chứ không phải của tầng lớp cai trị.

Chúng ta cần vận dụng sức mạnh của mình để thực hiện những việc cần thiết nhằm lấy lại đất nước qua tiến trình bầu cử, đưa những nhà lãnh đạo bảo thủ dân túy từ bên ngoài vào nắm chính phủ để thực hiện công cuộc cải tổ toàn diện.

Thế nhưng, công cuộc này không chỉ giới hạn ở phạm vi chính phủ. Chúng ta còn cần những vị lãnh đạo quả cảm dấn thân để thu hồi các đại công ty, học đường, tôn giáo, các đế chế truyền thông, các cơ quan tình báo, và tất cả các định chế và tổ chức vốn đã bị tập đoàn khuynh tả và toàn cầu hóa lũng đoạn và chiếm hữu.

ELON MUSK THU HỒI DIỄN ĐÀN CÔNG CỘNG

Không chỉ cần thu hồi chính phủ về cho quốc dân mà cần thu hồi các định chế và tổ chức quan trọng.

Ngày nay, con quái vật Kraken của hệ thống Toàn Cầu Hóa, như một loài bạch tuộc khổng lồ, đã vươn 8 chiếc vòi nhơ nhớp của nó bao vây chặt chẽ các định chế và tổ chức trong xã hội chúng ta.

Chúng ta cần phải thu hồi lại chính phủ, các cơ quan

tình báo, trung và đại học, giáo hội, các đại tập đoàn quốc tế, các cơ quan nghệ thuật và truyền thông, hệ thống y tế và cả hệ thống ngân hàng.

Gần đây, chúng ta chứng kiến công cuộc thu hồi này diễn ra theo hai phương diện. Trước hết, Vivek Ramaswamy đã thành lập quỹ đầu tư Strive Capital, với mô hình kinh doanh cạnh tranh trực tiếp với BlackRock của phe Toàn Cầu Hóa - vốn đang đẩy mạnh hệ thống cốt lõi Woke ESG lên các công ty mà họ sở hữu và chi phối.

Đây là một minh chứng hùng hồn về một nhà kinh doanh như Ramaswamy đã biết vận dụng trí tuệ, tiếng nói và tài kinh doanh để thu hồi ngành ngân hàng đầu tư về lại cho người dân.

Một ví dụ điển hình khác về công cuộc Thu Hồi là việc Elon Musk thực hiện cuộc thâu tóm tập đoàn Twitter, một đại công ty trong ngành truyền thông xã hội.

Twitter đã trở thành một trong những thế lực truyền thông xã hội hàng đầu, bên cạnh Facebook, Instagram, Youtube và các công ty khác.

Các công ty này đều đặt trụ sở tại vùng Vịnh, nơi được xem là thánh địa của Mầm Bệnh Thức Tỉnh và ý tưởng Tả Khuynh Tự Do cực đoan.

Chẳng bao lâu, các công ty này đã bị các cá nhân cực tả và quá khích thâm nhập vào mọi tầng lớp lãnh đạo.

Vào thời điểm đó, Twitter cùng các đại công ty công nghệ khác cũng đang bị áp lực từ một chiến dịch bí mật của chính phủ liên bang - chủ yếu là Cục Điều Tra Liên bang (FBI), ban vận động tranh cử của Biden, Tòa Bạch Ốc thời Biden và Liên Hiệp Quốc.

Các tổ chức chính phủ này đã sử dụng chiến dịch gây áp lực, gài người của họ vào hàng ngũ lãnh đạo của các công ty này để điều khiển chính sách và phương thức hoạt động của họ.

Đây là một công cuộc can thiệp thô bạo của chính quyền ở mức độ chưa từng có.

Chính phủ sở hữu những chính sách của các công ty này càng trở nên lộ liễu sau khi ông Donald Trump đắc cử năm 2016.

Twitter, Facebook và các công ty khác bắt đầu thủ đoạn ngầm ngăn cấm nhắm vào các đối thủ chính trị và phe cánh hữu.

Khi đại dịch COVID bùng phát, thủ đoạn ngầm ngăn cấm vẫn chưa đủ. Các cơ quan như CDC và NIH đã nhảy vào, cấm các bác sĩ, giáo sư và những nhà truyền thông lên tiếng phản đối luận điệu của chính phủ về dịch bệnh.

Lúc gần cuộc bầu cử năm 2020, tình hình càng thêm căng thẳng khi Tòa Bạch Ốc và FBI ép các đại công ty công nghệ phải xóa và cấm cửa các ứng cử viên chính trị, thậm chí cấm cả đương kim tổng thống lúc đó là Donald Trump.

Thời điểm đó xuất hiện cơn cuồng loạn văn hóa kiểm duyệt. Đám đông "thức tỉnh" hung hãn trên mạng đã tập hợp lực lượng, sẵn sàng tấn công bất kỳ tiếng nói Cánh Hữu nào để bắt họ phải im lặng.

Hiến Pháp Hoa Kỳ đã minh định trong Tu Chính Án Thứ Nhất; Quốc Hội sẽ không ban hành đạo luật buộc người dân phải theo một tôn giáo nào hoặc ngăn cản Tự Do tín ngưỡng; hoặc hạn chế quyền Tự Do Ngôn Luận, báo chí, hội họp trong hòa bình và thỉnh nguyện chính phủ sửa chữa những điều bất công.

Những gì chính phủ đang áp dụng qua các đại công ty công nghệ và truyền thông xã hội là hành vi vi hiến và phi pháp.

Người dân bắt đầu lo sợ, không dám lên tiếng vì e ngại mất công ăn việc làm. Đó chính là mức độ cực đoan mà văn hóa kiểm duyệt của phe tả chạm tới.

Chính trong bối cảnh đó, Elon Musk, vị tỷ phú chủ nhân của Tesla Motors và SpaceX, đã quyết định dấn thân can thiệp.

Ông bí mật tìm hiểu với người sáng lập tiền nhiệm của Twitter và không khỏi bàng hoàng khi hiểu tường tận sự hủ bại của chính quyền trong việc bí mật bóp nghẹt quyền Tự Do ngôn luận.

Đối với ông, đây là mối đe dọa trầm trọng đến Văn Minh Tây Phương. Do đó, ông cùng các cố vấn đưa ra kế hoạch thực hiện cuộc Thu Hồi.

Ông quyết tâm Thu Hồi nền tảng truyền thông xã hội này lại cho người dân, cải tổ nó và khôi phục quyền Tự Do ngôn luận.

Cuộc thâu tóm Twitter - nay đã được đổi tên thành X; - chính là một minh chứng điển hình cho sự kết hợp giữa Thu Hồi, Cải Tổ và Minh Xét cho các định chế và tổ chức Tây Phương.

Bằng cách áp dụng phương thuốc đặc trị, ông đã chữa lành định chế này khỏi "mầm bệnh tư tưởng". Phương thuốc gồm bốn giai đoạn trọng yếu:

1. Tìm Lại
2. Thu Hồi
3. Cải tổ
4. Đền Bù

Trong phần này, chúng ta sẽ phân tích tường tận các giai đoạn mà Elon Musk đã thực hiện để cứu vãn tình trạng hủ bại của chính quyền và sự lũng đoạn của Mầm Bệnh Thức Tỉnh.

Tìm Lại

Trước tiên, Musk tìm kinh nghiệm về sự tỉnh thức. Ông đi tìm và hiểu được tầm quan trọng của Hiến Pháp và bản Tuyên Ngôn Dân Quyền trong việc bảo tồn nền văn minh Tây Phương tự do.

Musk thú nhận phần lớn cuộc đời ông luôn tự nhận mình là một người cấp tiến ôn hòa. Ông từng bỏ phiếu cho phe tả. Tuy nhiên, khi phong trào khuynh tả ngày càng trở nên quá khích và sa đọa vào cái gọi là Thức Tỉnh, Musk cảm thấy mình không còn đứng chung trong hàng ngũ tư tưởng với họ nữa.

Ông cũng nếm nhiều kinh nghiệm cay đắng. Chính quyền California đã cố tình đóng cửa cơ sở kinh doanh của ông trong đại dịch COVID vì cho công ty không thiết yếu, không quan trọng.

Những người thân trong gia đình ông đã suýt mất mạng vì thuốc chủng ngừa COVID-19, và chính ông cũng phải chịu những phản ứng phụ nguy hại. Trong khi đó, hệ thống y tế Hoa Kỳ luôn rêu rao thuốc tiêm chủng an toàn và hiệu quả. Rõ ràng, đã có kẻ dối gạt người dân. Giọt nước làm tràn ly là khi Musk ghi danh cho các con mình vào học một trường tư thục cấp tiến. Tại đây, ngôi trường đã nhồi sọ con trai lớn của ông tư tưởng Marxist, làm tha hóa và chuyển giới cậu con trai lớn này, khiến cháu quay lưng lại với chính cha ruột của mình.

Ngay cả một vị tỷ phú kỹ thuật có khuynh hướng tả khuynh ôn hòa cũng không thoát khỏi sự đe dọa của thứ mầm bệnh tư tưởng này. Sớm muộn gì, chúng cũng sẽ đe dọa đến tất cả mọi người.

Musk chứng kiến những người biểu tình chống COVID bị cấm đoán và những người hữu khuynh bị tẩy chay vô tội vạ, Musk cảm thấy bất an và quyết định dấn thân.

Đó chính là giai đoạn Tìm Lại của Musk, giúp ông đi tìm và hiểu giá trị thượng tôn của Hiến Pháp và sự cần thiết trong việc giới hạn quyền lực của chính phủ.

Tiếp theo là bước thứ hai.

Thu Hồi

Musk đã tập hợp một nhóm các nhà đầu tư thầm lặng để tham gia cuộc thâu tóm. Ông trực tiếp thương thảo, giằng co với ban giám đốc và giới luật sư của Twitter cho đến khi hợp đồng được ký kết.

Ông đã vận dụng đúng quy trình quản trị doanh nghiệp và quyền sở hữu để thu hồi quyền kiểm soát tối đa tổ chức này.

Đó là một cuộc Thu Hồi mỹ mãn. Thứ ba là...

Cải Cách

Đây có lẽ là một trong những ví dụ điển hình nhất về công cuộc Cải Tổ trong lịch sử đương đại.

Elon Musk đã không lãng phí một giây phút nào. Ông bước vào trụ sở Twitter với một chiếc bồn rửa mặt (sink) bằng sứ và gửi dòng thông điệp: Hãy để điều này thấm vào (Let that sink in).

Bọn Khuynh Tả và Tỉnh Thức cuồng tín (Woketards) bắt đầu hoảng loạn. Triều đại khủng bố của Văn Hóa Kiểm Duyệt đã không còn nữa.

Ngay lập tức, Musk bắt tay vào công cuộc Cải tổ Twitter.

Trước hết, ông dọn thẳng vào văn phòng, làm việc không quản ngày đêm để hoàn thành công cuộc đã đặt ra. Đây chính là tác phong tập trung tất cả nội lực thường thấy của ông.

Kế đến, Musk đưa đội ngũ nòng cốt gồm những toán nhân viên được tin tưởng nhất của ông. Đây là một bước đi trọng yếu - một trong những cải tổ mà ông Trump lẽ ra có thể làm tốt hơn trong nỗ lực cải tổ năm 2016 của ông.

Musk đã đưa các chuyên gia và những thành phần tin cậy của mình từ ngoài vào để quản trị guồng máy lãnh đạo tập đoàn Twitter.

Tiếp đó, Musk thẳng tay sa thải toàn bộ ban lãnh đạo hủ bại cũ, bao gồm cả những người được FBI cài cắm vào. Đây là một quyết định sống còn của tiến trình cải tổ.

Tiếp theo, ông lập ra một tiến trình để sa thải 75% nhân viên một cách công minh, nhằm thanh lọc hàng ngũ những kẻ xâm nhập cực tả theo chủ nghĩa Thức Tỉnh.

Sau cùng, Musk ban hành chính sách mới để quản trị Twitter và người tiêu dùng. Ông khôi phục các tài khoản từng bị xóa và bãi bỏ lệnh cấm những cá nhân bị bức hại trên nền tảng này.

Sau hết, ông tiến xa đến mức thay đổi hoàn toàn danh xưng và căn cước của Twitter thành một thực thể mới mang tên X.

Đây chính là một công cuộc Cải Tổ bậc thầy mà Elon Musk đã trình bày cho toàn thế giới Tây Phương. Các nhà lãnh đạo và giới cải cách cần phải nghiên cứu kỹ lưỡng những bước đi và giai đoạn mà Musk đã vận dụng để đem Twitter trở lại thành một diễn đàn Tự Do Ngôn Luận cho mọi người.

Nhưng Musk không dừng lại ở đó. Giai đoạn cuối cùng chính là...

Đền Bù những Oan Sai

Musk nhận ra, trước khi ông tiếp nhận, Twitter đã mục nát đến mức nào khi cấu kết với chính quyền và Liên Hiệp Quốc.

Twitter là công cụ tuyên truyền của nhà nước ngầm, của Đảng Dân Chủ và Giới Toàn Cầu Hóa ngoại bang Châu Âu.

Bước kế tiếp của Musk là quyết định của một thiên tài. Ông mời Michael Shellenberger và Matt Taibbi, hai ký giả độc lập, và cho phép họ xem xét toàn bộ hồ sơ nội bộ của Twitter.

Shellenberger, Taibbi và các cộng sự viên đã tổng hợp và công bố những phát giác của họ về Twitter.

Họ đã nắm giữ bằng chứng cho thấy chiến dịch kiểm duyệt nhắm vào cánh hữu, về dịch bệnh COVID-19 và cuộc bầu cử năm 2020 đều do ban vận động của Biden, Tòa Bạch Ốc, FBI, CDC, Học Viện Y Tế Quốc Gia NIH và Liên Hiệp Quốc trực tiếp điều khiển.

Sự hủ bại được phơi bày trước bàn dân thiên hạ. Đây chính là một tai tiếng chấn động mang tên Hồ Sơ Twitter Xấu Xa (Twitter Files Scandal).

Loạt phóng sự này còn sâu rộng hơn cả vụ Watergate năm xưa. Nó rọi ánh sáng vào sự băng hoại của chính quyền và những hành vi vi hiến mà công chúng Hoa Kỳ khó tin nổi lại có thể xảy ra được.

Những hồ sơ này đã dẫn đến các cuộc điều trần tại Quốc Hội để phổ biến thông tin rộng rãi đến mọi người dân Hoa Kỳ.

Trong những tháng ngày tới, khi phe Bảo Thủ thu hồi được Tòa Bạch Ốc và Bộ Tư Pháp, những hồ sơ này sẽ được dùng làm chứng cứ để truy tố hình sự những kẻ phá hoại luật pháp và vi phạm Hiến Pháp - đạo luật tối cao của chúng ta.

Hành động Đền Bù này của Musk cũng là bài học bậc thầy khác về Thu Hồi và Cải Tổ.

Ngày nay X là một diễn đàn phát triển mạnh mẽ. Chính vì thế, cuộc thu hồi Twitter đã biến Elon Musk thành vị anh hùng của quốc dân trong tâm thức những người bảo thủ Tây Phương.

Các nhà lãnh đạo nên noi theo gương của Vivek Ramaswamy và Elon Musk trong việc thu hồi các định chế cho quốc dân, đồng thời vạch trần và cải tổ sự hủ bại.

Vẫn còn đó nhiều chính quyền địa phương, các cơ quan gián điệp, ngân hàng, kỹ nghệ/thương mại, học đường, nhà thờ, các cơ quan truyền thông và nghệ thuật, và hệ thống y tế.

Trong thời đại này, công cuộc Thu Hồi không chỉ biến bạn thành một anh hùng, mà còn có thể mang lại cho bạn sự giầu có, và trên hết, là lòng ngưỡng mộ và thương yêu của người dân Phương Tây.

GIAI ĐOẠN 3: CẢI CÁCH
NHỮNG BÀI HỌC TỪ TRUMP

Donald Trump đã thành công trong việc tái chiếm Tòa Bạch Ốc vào năm 2016. Tuy nhiên, lưỡng viện Quốc Hội lúc bấy giờ vẫn nằm dưới quyền kiểm soát của những Cộng Hòa bên trong là Giới Toàn Cầu Hoa Thịnh Đốn và nhóm này không phải là người ủng hộ Trump. Đồng thời, Trump cũng chưa biết được hết mức độ sâu rộng của tham nhũng đã lan rộng thế nào tại thủ đô Hoa Thịnh Đốn.

Lúc đó, Ông chưa thực sự biết hết cách vận hành của các cơ quan công lực thuộc Bộ Tư Pháp, Cục Điều Tra Liên bang (FBI), Cục Trung Ương Tình Báo (CIA) và các cơ quan khác.

Chính sự thiếu am tường này là điểm yếu dễ bị tấn công nhất trong nhiệm kỳ tổng thống đầu tiên của ông.

Một nhóm phản loạn và phá hoại đang nắm giữ các vị trí lãnh đạo trong các cơ quan này.

Khác với Elon Musk – người đã mang theo toán chuyên gia tin cậy từ bên ngoài của mình và lập tức bãi nhiệm ban lãnh đạo cũ – Trump đã không đi theo mô hình đó.

Ông bổ nhiệm phần lớn những thành viên bên trong tại Hoa Thịnh Đốn này vào nội các. Kết quả những cộng sự viên thân tín ông từ bên ngoài vào lần lượt bị đẩy ra khỏi chính quyền.

Lẽ ra, ông phải cách chức toàn bộ thành viên lãnh đạo đang hiện hành. Những kẻ này đã âm thầm hoạt động phá hoại nhiệm kỳ của Donald Trump, tương tự như những gì chúng đã làm với Richard Nixon nhiều thập niên trước đó.

Chúng do thám ông, tung tin giả cho báo giới, và lợi dụng các tòa án bí mật để chống lại chiến dịch tranh cử của ông. Chúng dùng hồ sơ ngụy tạo để khởi xướng cuộc điều tra kéo dài nhiều năm thông qua một biện lý đặc biệt dựa trên những cáo buộc sai trái.

Chúng đàn hạch ông hai lần. Chúng đánh cắp cuộc bầu cử của ông. Sau đó, chúng dàn dựng để đổ lỗi cho ông về một cuộc bạo động trong những cuộc tranh cử của ông, mưu đồ kích động cuộc nổi loạn bằng cách gài các đặc vụ FBI chìm vào đám đông.

Dù Trump đạt được nhiều thành tựu lớn trong nhiệm kỳ đầu, nhưng ông luôn phải đối phó với những đợt tấn công pháp lý dồn dập từ chính bên trong Bộ Tư Pháp mục nát và các cơ quan công lực liên hệ.

Tất cả những điều này có thể tránh được nếu tuân thủ đúng các bước Cải Cách sau đây:

1.   Đưa toán chuyên gia thân tín từ bên ngoài vào điều hành cơ quan.

2.   Cách chức toàn bộ giới lãnh đạo cũ ngay ngày đầu tiên.

3.   Thanh lọc hàng ngũ những phần tử cực đoan bằng cách sa thải từ 50–75% nhân viên thông qua một hệ thống công bằng.

4.   Cải tổ các chính sách và nghị trình của cơ quan để bài trừ tham nhũng.

5.   Nghiêm minh thi hành luật pháp.

6.   Thực hiện cải cách lập pháp toàn diện.

7.   Luôn cảnh giác trước các cuộc tấn công mới. Tiến hành điều tra và thực hiện bước thứ tư: Đền Bù các Oan Sai.

Không ai có thể trách cứ Trump về những kẻ phá

hoại này. Ông là một người bên ngoài bước chân vào Tòa Bạch Ốc trong lịch sử hiện đại. Không ai có thể ngờ chính phủ liên bang đã hủ bại đến mức ấy.

Thay vào đó, Trump đã làm được một nhiệm vụ quan trọng trong nhiệm kỳ đầu và cuộc bầu cử bị đánh tráo năm 2020. Như đã nói, ông trở thành tư lệnh phơi trần sự thật.

Ông đẩy Phái Tả, nhóm Cấp Tiến và Giới Toàn Cầu ra ngoài và phơi bầy chúng trước quốc dân Hoa Kỳ, điều mà chưa thế hệ nào làm được.

Kể từ ngày Tổng thống JFK bị ám sát, chưa bao giờ chính phủ liên bang tham nhũng lại để lộ bản chất xấu xa một cách lộ liễu trước dân chúng như thế.

Điều này tạo ra nhân tố quyết định cho công cuộc Tái Khám Phá và Tỉnh Thức và tạo nên một làn sóng ủng hộ từ quần chúng khắp nơi cần thiết cho phong trào cải cách.

Nhiệm kỳ đầu và cuộc tái tranh cử của ông Trump để cốt yếu phơi bày toàn bộ mức độ băng hoại tại Hoa Kỳ.

Điều này càng biểu hiện rõ nét khi Toà Bạch Ốc mục nát và Bộ Tư Pháp cấu kết với các biện lý tiểu bang cùng các công tố viên địa phương để truy tố ông Trump nhiều lần dựa trên những tội anh ngụy tạo.

Thậm chí, chúng còn bắt giữ Trump và cưỡng ép ông - một tổng thống của Hoa Kỳ - phải đứng chụp hình lăn tay tại sở cảnh sát như một can phạm. Tuy nhiên, sau mỗi bản cáo trạng gian trá và thối nát ấy, làn sóng ủng hộ của quốc dân dành cho Trump lại càng dâng cao. Giờ đây, mọi người đều có thể tận mắt chứng kiến sự hủ bại đang phơi bày lộ liễu. Kết quả này thậm chí còn hữu hiệu hơn mong đợi. Việc này đã được thực hiện còn tốt đẹp hơn. Ông Trump đã cống hiến sự phục vụ công chúng tuyệt vời cho nước Mỹ và cả thế giới Phương Tây.

Lần này, khi ông tái chiếm Tòa Bạch Ốc, tôi mong ông sẽ noi theo gương của Elon Musk: Đưa toán chuyên gia thân tín của mình từ bên ngoài vào điều hành chính phủ, cách chức toàn bộ giới lãnh đạo ngay ngày đầu tiên, thanh lọc hàng ngũ từ 50% đến 75%, cải tổ hệ thống và các định chế, thay đổi diện mạo quốc gia, và thực thi việc Đền bù thỏa đáng cho các nạn nhân bị tuyên án oan (Redress of Grievances) để đòi công lý cho người dân.

Tôi hy vọng nhiệm kỳ thứ nhì của ông sẽ tập trung vào công cuộc Thu Hồi, Cải Cách, và giải quyết những nỗi hàm oan, hoặc thực thi công lý pháp luật và bài trừ tham nhũng.

Chúng ta cần ông Trump trở thành vị anh hùng đúng với tầm vóc của ông. Ông có thể trở thành vị Tổng Thống Cải Cách vĩ đại nhất kể từ thời Washington, Lincoln, hay Teddy Roosevelt.

Chúng ta sẽ bàn về kế hoạch cải cách cần thiết trong phần cuối của sách mang tên "Nghị Sự Bài Trừ Tham Nhũng".

Nhưng trước hết, hãy cùng điểm qua phần cuối cùng trong phương thuốc điều trị "mầm bệnh tư tưởng". Đó là việc đền bù thỏa đáng cho các vụ án oan sai.

GIAI ĐOẠN 4: ĐỀN BÙ OAN SAI
BÀI HỌC TỪ EL SALVADOR

Nayib Bukele vốn là một thị trưởng trẻ tuổi tại quốc gia Trung Mỹ El Salvador. Xứ sở này từng bị thành phần tội ác điều khiển bằng bạo lực đưa đến tình trạng bất ổn triền miên. Cả hai đảng phái chính trị cựu trào đều trở nên hủ bại và bất lực trong việc đối phó với các băng đảng tàn bạo lũng đoạn quốc gia.

Nayib Bukele còn bị đảng cánh hữu trục xuất khỏi đảng. Ông đứng ra tiếp quản và xây dựng đảng thứ ba và tranh cử tổng thống với quyết tâm bài trừ tội ác. Tháng 6 năm 2019, Bukele chính thức đắc cử.

Tình hình an ninh ngày càng tồi tệ. Đỉnh điểm là một loạt vụ sát nhân kinh hoàng xảy ra chỉ trong một cuối tuần, tạo lực đẩy cần thiết để Bukele bắt đầu chiến dịch trấn áp tội phạm quy mô.

Bukele đã thực hiện thành công giai đoạn đặc biệt trong Trị Liệu và đạt được kết quả to lớn. Sau đó, ông bắt đầu Đền Bù Oan Sai và chỉnh đốn hệ thống pháp lý.

Bukele đã làm gì? Ông trao quyền cho cảnh sát và quân đội để điều tra tội phạm và nghiêm minh thi hành luật pháp quốc gia.

Lực lượng công lực đã truy quét, tổng giam 75.000 tên tội phạm hung hãn nhất vào khám đường mới xây dựng.

Việc làm của Bukele gây chấn động dư luận quốc tế. Bằng cách thượng tôn pháp luật, yểm trợ lực lượng công lực tận diệt tham nhũng và tội ác, đồng thời trừng trị đích đáng tội phạm với những bản án nghiêm khắc. Theo thống kê, Bukele đã biến El Salvador từ một quốc gia nguy hiểm nhất Tây Bán Cầu thành một quốc gia an toàn nhất.

Người dân El Salvador vô cùng cảm kích trước sự tái lập pháp trị và công lý. Tỷ lệ ủng hộ Bukele tăng lên đến 90%. Ông đã tái đắc cử năm 2024 với 84% số phiếu bầu.

Đây là một kỳ tích chính trị và một minh chứng hùng

hồn: Chính phủ không được phép hủ bại hay nuôi dưỡng tham nhũng. Giới lãnh đạo phải nghiêm minh chấp pháp và thực thi công lý chân chính để ngăn chặn tội ác, tái lập trật tự trị an.

Đây chính là cách thứ tư trong Thuốc Trị Liệu con vi rút của Mầm Bệnh Tỉnh Thức. Liệu còn có những vị lãnh đạo anh hùng khác trên thế giới sẽ mạnh dạn đứng lên để nối gót gương sáng của Bukele?

Mặc dù báo giới chính thống thiên tả công kích ông dữ dội, nhưng thành quả của ông không thể phủ nhận. El Salvador hiện là quốc gia an toàn nhất Tây Bán Cầu chỉ sau vài năm thực thi luật pháp đúng đắn.

Cục diện tại Hoa Kỳ và các quốc gia Phương Tây sẽ ra sao nếu những tội ác và sự thối nát của giai cấp cầm quyền bị điều tra, và cảnh sát được phép thực hiện thiên chức của mình?

Liệu chúng ta có còn phải chịu đựng cảnh tham nhũng, hối lộ, tống tiền, tội ác công khai, băng đảng bạo lực và ma túy như hiện nay?

Chắc chắn là không, chúng ta sẽ xây dựng lại một nước Mỹ thanh bình. Những Mầm Bệnh Tỉnh Thức không thể tồn tại trong một nền pháp trị nghiêm minh. Vì chúng chỉ vận hành được thông qua sự hủ bại và những lời dối trá - đó là hoạt động tiêu chuẩn của chúng.

Kế đến, sứ mệnh của chúng là gây bất ổn qua tội ác và các tác nhân khác để dọn đường cho một cuộc cách mạng. Làm thế nào chúng có thể làm sụp đổ các nền Dân Chủ Phương Tây nếu tội ác và tham nhũng bị vạch trần, điều tra và trừng trị?

Chúng không thể chấp nhận điều đó, nên chúng đã lồng lộn điên cuồng trước hình ảnh một nhà lãnh đạo ủng hộ công lực và tận diệt tham nhũng ở bất cứ nơi nào.

Ngược lại, chúng ta không được khuất phục trước bọn Marxist Khai Sáng Đen Tối đang mưu cầu hủy diệt chúng ta. Chúng ta phải bảo tồn di sản tự do, công lý và bình đẳng trước pháp luật.

TỪNG BƯỚC ĐỀN BÙ OAN SAI

Hãy nhớ đây là một cuốn sách luận bàn về ý thức hệ chính trị. Nền tảng cốt lõi trong tư duy của phe Cấp Tiến, Tả Phái, nhóm Thức Tỉnh; và Giới Toàn Cầu chính là thuyết Darwin: Kẻ mạnh và thích nghi nhất sẽ sống sót.

Những kẻ này không hề tôn trọng luân thường đạo lý, dân luật hay luật tự nhiên. Chúng không tin vào những giá trị tuyệt đối, không tin vào Thiên Chúa, cũng chẳng tin vào Chân lý. Thứ luật duy nhất mà chúng kiêng dè chính là luật rừng.

Chân lý của chúng là Ăn thịt kẻ khác hoặc bị ăn thịt. Đó là bản chất của sự sinh tồn khắc nghiệt.

Những kẻ cuồng tín hủ bại này đang chơi một canh bạc sinh tử, và chúng dùng mọi thủ đoạn để chiến thắng và nghiền nát đối thủ. Chớ nên xem nhẹ hay đùa giỡn với chúng.

Nếu có ai đó thấm thía bài học này nhất, thì đó chính là Trump.

Nếu Musk để mặc cho bọn cực đoan điều hành Twitter sau khi thu hồi, công ty đó chắc chắn đã sụp đổ tan tành từ lâu. Và bản thân ông ta có lẽ cũng đang phải ngồi tù vì những tội danh vu vơ nào đó.

Thay vào đó, giờ đây mạng xã hội X đã trở thành một diễn đàn ngôn luận Tự Do cho toàn thể thế giới Tự Do

Phương Tây.

Một khi Trump hoặc những nhà bảo thủ tương lai tái chiếm Tòa Bạch Ốc, chúng ta cần khởi sự công cuộc cải cách ngay tức khắc, rồi nhanh chóng tiến tới giai đoạn cuối cùng của phương thuốc đặc trị "Mầm Bệnh Tỉnh Thức" là Đền Bù đền bù những Oan Sai.

Đây là nhân tố duy nhất giúp những thành quả cải cách của quốc dân Mỹ được bền vững. Điều này cũng phải áp dụng cho bất kỳ quốc gia Phương Tây nào được các lực lượng bảo thủ thu hồi.

Hãy nhìn vào Milei và những cải cách của ông tại Argentina. Báo chí thiên tả và bọn Xã Hội phản đối ông. Ông sa thải hết cấp lãnh đạo cũ khi ông vào chấp chánh với thành viên mới của ông. Ông giải tán toàn bộ các cơ quan chính phủ mang Mầm Bệnh Tỉnh Thức. Hãy nhớ lại đoạn phim lừng danh của ông với khẩu hiệu Afuera! Nếu không hãy tìm xem nó.

Giờ đây, Milei phải bắt đầu điều tra và thực thi việc Đền Bù Oan Sai, Đền bù oan sai không phải là trả thù. Đó là việc thực thi công lý và thượng tôn pháp luật. Luật pháp của một nền Cộng Hòa Dân Chủ Tự Do phải được áp dụng bình đẳng cho tất cả công dân, bất luận nam nữ.

Cho phép tôi được giải thích tường tận vai trò then chốt của việc Đền Bù Oan Sai. Khi các chính quyền hủ bại điều hành đất nước, tội ác không bị trừng phạt và công lý bị khinh rẻ. Người công chính phải mòn mỏi trong vòng bị điều tra hay lao tù, trong khi bọn tội phạm lại nhởn nhơ ngoài vòng pháp luật.

Tình trạng này sẽ kéo dài khi nào những quan chức hủ bại còn tại vị. Điều đó có nghĩa là niềm khao khát công lý sẽ tích tụ trong lòng quốc dân, họ khắc khoải chờ đợi một nhà lãnh đạo chính trực.

Chính vì thế, khi những giới chức thanh liêm thu hồi và cải tổ chính phủ, họ phải điều tra, truy tố và xét xử tất cả những tội ác chưa được đền tội đã gây ra cho người dân trong thời bọn hủ bại cầm quyền.

Đó là lý do tại sao đền bù những oan sai tối quan trọng. Nó không liên quan gì đến việc trả thù hay thù hằn cá nhân. Đó là hoàn thành nghĩa vụ dân sự: giải quyết những tồn đọng của tội ác để làm sạch bộ máy hủ lậu và tái lập công đạo.

Phe cánh Tả thi hành chính sách dung thứ áp chế (repressive tolerance) theo học thuyết của Herbert Marcuse. Chúng cho phép phe cánh của mình phạm bất cứ tội ác nào mà vẫn bình chân như vại, trong khi lại dồn toàn lực hệ thống tư pháp để trấn áp đối thủ chính trị, thậm chí thêu dệt nên những tội danh không tưởng. Giống như những gì chúng ta chứng kiến chúng đang làm với Trump và các đồng minh của ông.

Một trong những thiên chức đạo đức của chính phủ là thi hành pháp luật. Thượng đế kỳ vọng những người cầm cân nảy mực phải duy trì công lý và đem thái bình cho mọi công dân.

Nếu các quan chức và định chế hủ bại này vi phạm pháp luật – như trường hợp Twitter cấu kết với giới hữu trách liên bang – chúng ta cần phải phơi bày sự thật đó trước công luận. Chúng ta cần bắt đầu những cuộc điều tra nghiêm túc và công lý phải được thực thi tại tòa án.

Chỉ khi những kẻ thiên tả biết sợ hậu quả gây ra từ tội ác của chúng, nạn tham nhũng mới chấm dứt.

Quốc dân đòi hỏi công lý.

Đó chính là ý nghĩa của Đền Bù Oan Sai: Thực thi Công lý và tôn trọng pháp luật. Không có đền bù oan sai thì mọi cải cách sẽ không thể bền vững.

Chỉ cần khi Cánh Tả và bọn Toàn Cầu Hóa dùng thủ đoạn để quay lại nắm quyền, nạn tham nhũng sẽ tái xuất hiện với mức độ tàn khốc hơn gấp bội. Quốc gia sẽ khó lòng tồn tại lâu dài sau đó, vì chúng biết rằng không còn đường lùi. Chúng đã đi quá xa và sẽ bất chấp tất cả để tránh khỏi cảnh tù tội.

Sáu bước thực thi Đền Bù Oan Sai:

1.   Trả Tự Do và ân xá cho tất cả tù nhân chính trị.

2.   Phơi bày các bằng chứng tham nhũng trước quốc dân và báo giới.

3.   Bổ nhiệm các chuyên gia trong sạch và có khả năng từ bên ngoài vào để điều tra các hoạt động tội phạm.

4.   Khuyến khích những người tố giác (whistleblowers) đứng ra ánh sáng mà không sợ bị trù dập.

5.   Bảo đảm các thẩm phán và bồi thẩm đoàn thanh liêm có thể thực thi công lý ở bất cứ đâu tìm thấy vi phạm Hiến Pháp và luật pháp.

6.   Nếu tìm thấy tòa án hay công tố viên nào hủ bại, phải đưa họ ra trước cơ quan lập pháp tiểu bang hoặc hội đồng kỷ luật để bãi nhiệm.

Tại Mỹ và Phương Tây hiện nay, dường như bọn Tả Phái phạm pháp luôn được nhởn nhơ, trong khi sức nặng của công lý lại giáng xuống đầu những người vô tội nếu họ mang tư tưởng Bảo Thủ.

Chúng ta phải khôi phục công lý và chân lý cho chính phủ và hệ thống công lực nếu muốn bảo tồn Phương Tây.

PHIÊN TÒA NUREMBERG

Sau khi Thế Chiến Thứ hai kết thúc, việc chúng ta đánh bại phát-xít Đức với sự trợ giúp của người Nga vẫn chưa đủ.

Những kẻ cuồng tín Nazi đã phạm phải những tội ác chống lại nhân loại, và toàn thế giới đã đồng thanh đòi lại công lý cho từ 6 đến 12 triệu linh hồn đã bị chúng sát hại.

Giới lãnh đạo Nazi đã bị đưa ra trước tòa án quân sự để tra cứu các tội trạng của chúng.

Thông qua sự kiện đó, thế giới đã thực thi việc đền bù cho những oan khiên, để từ đó có thể khép lại những chương sử đen tối của cuộc chiến và chế độ bạo quyền Adolf Hitler.

Kể từ đó đến nay, chưa một nhóm phát-xít nào khác dám trỗi dậy để gây chiến và xâm lược.

Tại sao vậy? Chính là nhờ sự hiện hữu thường trực của hiểm họa hạt nhân và ký ức về những phiên tòa Nuremberg.

Làm sao chúng ta có thể duy trì pháp luật tại Phương Tây nếu không có lực lượng thi hành luật pháp?

Làm sao chúng ta có thể tin "Mọi người sinh ra đều bình đẳng" khi những kẻ Tả Phái quyền thế có thể ngang nhiên phạm pháp mà không bị trừng trị, trong khi những người vô tội lại bị cáo buộc và kết án?

Điều đó ám chỉ có những kẻ bình đẳng hơn những người khác, tùy thuộc vào niềm tin và phe phái chính trị của họ.

Một lần nữa, thế giới Phương Tây phải chứng kiến qua màn ảnh truyền hình về một chính phủ Hoa Kỳ từng có những hành vi hủ bại công khai như đã liệt kê, nhưng tuyệt nhiên không một ai bị trừng phạt.

Chúng ta đã chứng kiến hệ thống tài chính lũng đoạn làm sụp đổ kinh tế Hoa Kỳ năm 2008, nhưng không kẻ nào phải vào tù.

Chúng ta đã chứng kiến một loại siêu vi khuẩn tăng cường độc lực được cấy và nuôi trong các phòng thí nghiệm sinh học tại Vũ Hán với sự hợp tác của Mỹ và Trung Cộng, để rồi thoát ra ngoài và sát hại hàng chục triệu người vô tội. Giới hữu trách đã nói dối về điều đó. Không ai bị trừng phạt. Thậm chí kẻ đứng đầu dự án này lại được cử đi điều tra chính phòng thí nghiệm đó.

Sự thối nát đã phơi bày ra trước bàn dân thiên hạ.

Nhiều tổ chức đã ép dân chúng sử dụng những phương pháp điều trị gây tử vong như thuốc Remdesivir và máy trợ thở, khiến hàng chục ngàn người thiệt mạng. Không ai bị trừng phạt.

Chính các tổ chức này lại ngăn việc sử dụng sớm những loại thuốc an toàn, ít tốn kém. Hàng triệu người đã chết. Không ai bị trừng phạt.

Một cuộc bầu cử đã bị đánh tráo. Chúng ta có bằng chứng phim ảnh rõ ràng. Không ai bị truy tố. Không ai bị trừng phạt.

Một vụ bạo động do FBI dàn dựng. Không ai bị điều tra.

Không ai bị trừng phạt. Chúng ta có bằng chứng video.

Một vị tổng thống bị cáo buộc hết cáo trạng giả tạo này đến tội danh ngụy tạo khác nhằm can thiệp vào một cuộc bầu cử công khai. Không ai ngăn chặn chúng và không ai bị trừng phạt.

Cơ quan mật vụ bị cắt giảm. Một tay súng nhắm vào Tổng Thống và bắn ông ngay trước mặt các tay súng bắn tỉa của mật vụ đã nhắm vào tên thủ ác này trước đó. Không ai bị sa thải.

Không ai bị truy tố.

Mỗi ngày trên truyền hình, chúng ta phải chứng kiến hết tội ác này đến tội ác khác công khai trước mắt công chúng. Sự hủ bại đã lộ diện hoàn toàn. Nhưng không một ai bị trừng phạt.

Nhân viên liên bang vi phạm các tu chính án của Hiến Pháp và tước đoạt quyền của người dân.

Không ai bị điều tra và không ai bị trừng phạt.

Chúng ta bị cưỡng ép phải chứng kiến sự thối nát trơ trẽn nối tiếp nhau. Tôi có thể tiếp tục kể ra, nhưng sự hủ bại này có lẽ sẽ choán hết cả cuốn sách.

Quốc dân đòi hỏi công lý! Chúng ta đòi hỏi pháp luật bình đẳng được thực thi. Chúng ta đòi hỏi những Oan sai phải được đền bù, và yêu cầu trả Tự Do cho những tù nhân chính trị hiện đang mòn mỏi trong khám đường vì đã đứng lên chống lại hệ thống Tả Phái mục nát. Hãy phóng thích những tù nhân đó và thi hành luật pháp chống lại tầng lớp cầm quyền phạm pháp!

Khi Nixon đã che đậy việc người của ông đột nhập vào tòa nhà Watergate, phe tả đã gào thét đòi hỏi truy tố việc vi phạm, và họ đã nhanh chóng đạt được ý nguyện.

Các anh em Bảo Thủ đã phải chịu đựng bao nhiêu trù dập, giam cầm rồi? Chúng ta đòi hỏi chính phủ đền bù cho những oan sai này chống lại hành vi phạm pháp thối nát.

Các tổ chức Marxist muốn duy trì các hành động phi luật lệ, tội ác và bất ổn để phục vụ cho cuộc cách mạng của họ. Còn những người Bảo Thủ, chúng ta muốn khôi phục lại Trật Tự và Pháp Trị.

KẾT LUẬN

Đó chính là giai đoạn sau cùng của thuốc Trị Liệu các siêu vi khuẩn tâm trí từ Chủ Nghĩa Cấp Tiến, Tả Phái, Tỉnh Thức; và bọn Toàn Cầu Hóa - những thế lực đang đe dọa sự tồn vong của toàn thể nền văn minh Phương Tây ngày nay.

Tôi xin nhắc lại, các giai đoạn cứu nguy bao gồm: Tái Khám Phá, Thu Hồi, Cải Cách, và Đền Bù Oan Sai.

Tiếp theo đây, chúng ta sẽ cùng khảo sát nghị sự lập pháp cho một cuộc cải cách bền vững. Tôi gọi kế hoạch này là: "Nghị Sự Bài Trừ Tham Nhũng".

Mục tiêu tối hậu của chúng ta là một thắng lợi chính trị toàn diện đi đôi với cuộc cải cách trường cửu, nhằm tẩy sạch thối nát ra khỏi các định chế của chúng ta. Đây là con đường duy nhất để chúng ta ngăn chặn viễn ảnh chủ trương Toàn Cầu Hóa áp đặt lên tương lai chúng ta, đồng thời bảo tồn Tự Do và thịnh vượng cho chính chúng ta và cho các thế hệ tương lai. Đó chính là thiên chức và mục đích của phong trào Bảo Thủ.

CHƯƠNG 10

CHƯƠNG TRÌNH CHỐNG THAM NHŨNG

HAI VIỄN ẢNH CHO THẾ GIỚI

Tuộc tranh luận chính trị hiện nay giữa cánh tả và cánh hữu thực chất đang đưa ra hai viễn ảnh hoàn toàn khác nhau cho tương lai của thế giới. Điều đáng chú ý là chúng ta không cần phải tưởng tượng — những viễn ảnh này đã và đang tồn tại.

Viễn ảnh thứ nhất là giấc mơ của phe Cánh Tả cho tương lai được gọi là mô hình Đại Lục Cộng sản.

Mô hình này được trang bị đầy đủ:

- Nhà nước độc đảng
- Nhà độc tài cộng sản
- Mỗi công dân có ID kỹ thuật số gắn với Internet
- Không có Tự Do Ngôn Luận hay nhân quyền
- Điểm tín nhiệm xã hội
- Tiền kỹ thuật số của ngân hàng trung ương (CBDC)
- Một mạng lưới giám sát toàn diện bao trùm xã hội

Và đối với những người bất đồng chính kiến, họ có trại cải tạo, nơi các đối tượng chống đối có thể bị giết và thu hoạch nội tạng để bán ra thị trường quốc tế.

Viễn cảnh thứ hai cho thế giới trông giống như Phương Tây Tự Do và thịnh vượng, nhưng không có tham nhũng, không bị thâm nhập bởi Mác-xít, và không bị tội phạm tàn phá – một thế giới Phương Tây với tự do, thịnh vượng và trình độ phát triển công nghệ ngày càng cao.

Bạn sẽ chọn viễn cảnh nào?

Bạn sẵn sàng đấu tranh bằng con đường chính trị và hòa bình cho viễn ảnh nào?

SỰ ĐÒI HỎI GIẢI QUYẾT OAN KHUẤT CỦA NGƯỜI DÂN

Hiến pháp khẳng định rằng người dân có quyền kiến nghị chính phủ để yêu cầu giải quyết các oan khuất của mình.

Hãy nói thẳng:

Tất cả những vấn đề đang tàn phá các quốc gia của chúng ta có thể quy về một nguyên nhân cốt lõi: tham nhũng.

Những virus tư tưởng Woke đã di căn khắp các cơ quan liên bang và tập đoàn, làm mục ruỗng chúng từ bên trong – bắt nguồn từ tầng lớp lãnh đạo cao nhất và đội ngũ quản lý trung gian đã bị chiếm giữ.

Đây là tham nhũng mang tính hệ thống và lan rộng, và nó phải được giải quyết ở mọi cấp độ: từ chính phủ, các tập đoàn doanh nghiệp, cho đến những thể chế vốn đã bị tha hóa và bị thao túng.

Tham nhũng này được thúc đẩy bởi lừa dối và chương trình nghị sự của bốn "virus tư tưởng" mà chúng ta đã phân tích trong suốt cuốn sách.

Giờ đây, khi đã hiểu đối thủ của chúng ta tin gì và phong trào của họ bắt nguồn từ đâu, đã đến lúc triển khai các biện pháp đối phó cần thiết để khôi phục các nền cộng hòa của Phương Tây.

Trong những thời điểm mà sự mục ruỗng và thối nát đã chiếm lĩnh các định chế, chỉ có một phản ứng đúng đắn duy nhất: CẢI CÁCH TOÀN DIỆN CÁC ĐỊNH CHẾ.

Đó là liều thuốc duy nhất.

Martin Luther đã vượt qua sự tha hóa của Giáo hoàng La Mã trung cổ bằng Phong Trào Cải Cách Tin Lành.

Thomas Jefferson và các Nhà Lập Quốc Hoa Kỳ đã chống lại và cải tổ Đế Quốc Anh, Công ty Đông Ấn, Ngân hàng Anh và bộ máy tình báo thông qua Cuộc Cách Mạng Hoa Kỳ.

Những nhà bãi nô Cơ Đốc Giáo ở Wisconsin đã đập vỡ cửa nhà tù để giải cứu Joshua Glover, và chính phong trào đó đã thành lập Đảng Cộng Hòa trong một ngôi trường nhỏ màu trắng, với sứ mệnh xóa bỏ chế độ nô lệ khỏi chính phủ liên bang — và họ đã hoàn thành nhiệm vụ trong vòng chín năm.

Ngày nay, giới cầm quyền lại một lần nữa trở nên tha hóa, và người dân đang phải gánh chịu hậu quả.

Nhưng chúng ta phải lấy lại can đảm, và nhớ rằng một nhóm nhỏ công dân có quyết tâm chính trị có thể cải tổ cả những định chế lớn nhất.

Một thiểu số kiên định có sức mạnh lớn hơn họ tưởng khi sự thật đứng về phía họ.

Samuel Adams từng nói: "Không cần đa số để giành chiến thắng... mà cần một thiểu số phẫn nộ, không mệt mỏi, thổi lên những đốm lửa Tự Do trong tâm trí con người."

Chính phủ là một cỗ máy gồm luật lệ, quy trình và con người.

Khi máy móc hỏng, ta sửa nó.

Khi chính phủ hỏng, ta phải cải cách nó.

Hiến pháp được thiết kế tốt đến mức phải mất hơn hai trăm năm để các thế lực của Khai Sáng Bóng Tối tìm ra cách làm băng hoại nó.

Bài học vĩ đại của Hiến pháp nằm ở sự đơn giản và chân lý. Những đạo luật đơn giản dựa trên lẽ phải có thể tạo ra tự do, an toàn và thịnh vượng vô hạn.

Dựa trên nguyên tắc đó, chúng ta sẽ đưa ra 33 cải cách mà chúng ta yêu cầu chính phủ phải thực hiện — những cải cách mà mọi công dân có lương tri, dù cánh hữu, trung dung hay cánh tả (trừ cực tả), đều có thể đồng thuận.

Dân Chủcho phép chúng ta thực hiện cải cách, nếu có đủ sự ủng hộ của công chúng và trách nhiệm chính trị.

Sau đây là danh sách các oan khuất.

MƯỜI HAI OAN KHUẤT HÀNG ĐẦU

1. Tham nhũng công khai: hối lộ, tống tiền quan chức, lawfare, giao dịch nội gián, vũ khí hóa tình báo và thực thi pháp luật

2. Gian lận và can thiệp bầu cử

3. Biên giới mở

4. Nhồi sọ và băng hoại trẻ em trong trường học

5. Kiểm duyệt, đàn áp và giam giữ chính trị các nhà báo và người bảo thủ

6. Nhà nước giám sát, theo dõi nội địa cấu kết với Big Tech và Big Business

7. Thuế của dân tài trợ cho Globalism, chiến tranh và rửa tiền

8. Hiệp định thương mại bất công làm mất việc làm

9. Tội ác COVID: nghiên cứu tăng chức năng, dối trá trước Quốc hội, gian lận dữ liệu, che giấu rủi ro vaccine mRNA, tắc trách y khoa gây tử vong

10. Tham nhũng ngân hàng, CBDC, lạm phát, thâm hụt và nợ công

11. Đại tập đoàn dùng độc quyền phi pháp để áp đặt nghị trình Woke-Globalist

12. Vận động viên chuyển giới trong thể thao nữ và tuyên truyền giới tính cho trẻ em.

33 CẢI CÁCH CHỐNG THAM NHŨNG

1. KIỂM DUYỆT (CENSORSHIP)

Tăng hình phạt hình sự và dân sự đối với bất kỳ quan chức được bầu, lãnh đạo chính phủ, đặc vụ chính phủ, hay nhân viên chính phủ nếu người đó trực tiếp hoặc gián tiếp, kể cả thông qua bên thứ ba, hạn chế quyền Tự Do Ngôn Luận của bất kỳ công dân nào.

2. TUYÊN TRUYỀN CỦA CHÍNH PHỦ

Khôi phục các đạo luật chống tuyên truyền như Đạo luật Smith–Mundt.

Một lần nữa, việc này phải bị coi là bất hợp pháp. Tăng mạnh hình phạt hình sự và dân sự đối với bất kỳ quan chức hay nhân viên chính phủ nào: Tham gia; Gây ảnh hưởng; Hoặc hỗ trợ sản xuất; quảng bá hay phân phối tuyên truyền của chính phủ hoặc tuyên truyền bằng ngân sách công.

Chúng ta phải khôi phục sự tách biệt giữa Truyền Thông – Nghệ Thuật – Nhà Nước, và thực thi điều này bằng chế tài hình sự.

3. GIÁO DỤC BỊ THAM NHŨNG

Giải thể ngay lập tức Bộ Giáo Dục Liên Bang, chuyển toàn bộ trách nhiệm pháp lý về giáo dục trẻ em và thanh thiếu niên cho tiểu bang, quận hạt và gia đình.

Áp dụng phiếu học phí (school vouchers) có trả tiền trên toàn quốc, cho phép phụ huynh tự do lựa chọn: trường tư, công, trực tuyến, giáo dục tại nhà, hay trường tôn giáo.

Tăng hình phạt hình sự đối với giáo viên, giảng viên, hay nhân viên:

Cho trẻ vị thành niên tiếp xúc với nội dung tình dục khiêu dâm,

Quảng bá hoặc cung cấp tài liệu này cho trẻ em.

Tăng hình phạt hình sự đối với bất kỳ ai nhồi sọ tuyên truyền chính trị Marxist cho trẻ vị thành niên.

4. BẦU CỬ BỊ THAM NHŨNG

Thu hồi chứng nhận bầu cử của bất kỳ tiểu bang nào không đáp ứng các tiêu chuẩn an ninh bầu cử sau:

Mỗi tiểu bang và quận hạt phải:

Bỏ phiếu và kiểm phiếu trong cùng một ngày,

Tất cả phiếu phải được kiểm xong trước nửa đêm ngày bầu cử.

Chỉ sử dụng phiếu giấy, có chữ ký cử tri.

Cử tri phải có khả năng xác nhận trực tiếp rằng phiếu của họ đã được tính đúng trong vòng 48 giờ.

Hệ thống đếm điện tử không được kết nối Internet; mọi dữ liệu phải lưu giữ 10 năm để kiểm toán.

Bỏ phiếu vắng mặt chỉ theo yêu cầu, không được gửi tự động.

Danh sách cử tri phải hết hạn theo giấy phép lái xe hoặc ID tiểu bang; cử tri phải gia hạn đăng ký khi gia hạn ID.

Hòm phiếu tập trung (ballot boxes) bị cấm hoàn toàn.

Thu gom phiếu (ballot harvesting) và ép buộc bỏ phiếu bị coi là bất hợp pháp.

Mỗi phiếu bầu phải kèm ID hợp pháp; chỉ công dân Hoa Kỳ mới được bỏ phiếu.

Tăng hình phạt hình sự đối với mọi hành vi gian lận bầu cử.

5.   THAM NHŨNG BIÊN GIỚI MỞ

Xây tường biên giới dọc toàn bộ biên giới Mỹ – Mexico.

Trục xuất toàn bộ di dân bất hợp pháp về nước gốc.

Trao quyền cho cảnh sát, tuần tra biên giới, Vệ binh Quốc gia và quân đội thi hành luật di trú.

Thiết lập visa lao động tạm thời 12 tháng, có điều kiện:

- Không tiền án,
- Không DUI,
- Tuân thủ luật Mỹ,
- Phải rời Mỹ 1 tháng để tái nộp đơn.

Bãi bỏ luật "anchor baby" (quốc tịch theo nơi sinh).

6.   THAM NHŨNG DOANH NGHIỆP LỚN

Tăng cường và thực thi nghiêm Đạo Luật Chống Độc Quyền Sherman 1890. Trừng phạt:

- Thao túng giá,
- Hành vi cartel,
- Độc quyền,
- Hạn chế thương mại tự do.

Cải cách luật tài chính liên bang và hedge fund.

Bằng sáng chế chỉ có hiệu lực tối đa 10 năm.

Hình sự hóa việc quan chức ưu ái doanh nghiệp tư nhân.

Bãi bỏ Corporate Transparency Act.

Cấm tập đoàn sở hữu:

- Quá 50 công ty con,
- Quá 50 căn nhà gia đình đơn lẻ.

7.   HỦY HOẠI BỘ PHẬN SINH DỤC TRẺ EM

Áp dụng hình phạt hình sự nghiêm khắc đối với giáo viên, chuyên gia tâm lý hay bác sĩ:

Xúi giục,

Hỗ trợ,

Hoặc trực tiếp thực hiện liệu pháp hormone hay cắt xẻ bộ phận sinh dục đối với trẻ vị thành niên.

8.   BUÔN NGƯỜI VÀ LẠM DỤNG TRẺ EM

Áp dụng hình phạt hình sự tối đa đối với các hành vi:

Làm băng hoại trẻ em,

Buôn bán trẻ em,

Lạm dụng tình dục trẻ vị thành niên.

9. CẮT NGÂN SÁCH GLOBALISM

Cấm chính phủ Mỹ tài trợ hoặc tham gia các tổ chức quốc tế, NGO nước ngoài.

Rút Hoa Kỳ khỏi: Liên Hiệp Quốc, WHO, IMF, World Bank, NATO, Paris Climate Accords.

Cấm Quốc Hội cấp tiền cho NGO nước ngoài.

10. THAM NHŨNG NGÂN HÀNG TRUNG ƯƠNG

Cải cách Đạo luật Dự Trữ Liên Bang.

Quốc hữu hóa hoàn toàn Fed, đưa vào Bộ Ngân khố.

Cấm Fed mua hoặc giữ trái phiếu chính phủ.

Công khai sổ sách Fed mỗi 30 ngày.

Dự trữ bắt buộc tối thiểu 10%.

Tổng thống có quyền sa thải Chủ tịch Fed bất kỳ lúc nào.

11. THAM NHŨNG NGÂN HÀNG THƯƠNG MẠI

Cho phép xóa mọi loại nợ trong phá sản Chương 11.

Trần lãi suất tối đa 15%.

Bãi bỏ Dodd–Frank.

Cấm ngân hàng de-bank cá nhân nếu không có bản án.

Cấm tiết lộ thông tin tài chính nếu không có trát tòa.

12. TIỀN KỸ THUẬT SỐ NGÂN HÀNG TRUNG ƯƠNG

CBDC bị cấm hoàn toàn tại Hoa Kỳ.

Không được phát hành tiền trực tiếp cho cá nhân.

Tiền mặt không bao giờ bị bãi bỏ.

13. THAM NHŨNG TÀI CHÍNH CHÍNH PHỦ

Cấm nghị sĩ giao dịch chứng khoán.

Cấm suốt đời việc quan chức chuyển sang ngành họ từng quản lý.

14. HIỆP ĐỊNH THƯƠNG MẠI BỊ THAM NHŨNG

Áp thuế đối ứng với mọi quốc gia đánh thuế hàng Mỹ.

15. HỐI LỘ QUAN CHỨC

Áp dụng hình phạt hình sự và dân sự nghiêm khắc.

16. TỐNG TIỀN QUAN CHỨC

Áp dụng hình phạt hình sự tối đa.

17. THUẾ KHÓA BỊ THAM NHŨNG

Bãi bỏ thuế thu nhập cá nhân.

Thuế doanh thu doanh nghiệp 5%, thuế lãi vốn 10%.

Cắt giảm 95% nhân sự IRS.

18. TRUYỀN THÔNG BỊ THAM NHŨNG

Hình sự hóa mọi hành vi cản trở Tự Do báo chí.

19. CHI TIÊU CHIẾN TRANH BỊ THAM NHŨNG

Công khai toàn bộ chi tiêu chiến tranh mỗi 90 ngày.

20. GIÁM SÁT VÀ BÍ MẬT BỊ THAM NHŨNG

Giải mật tài liệu sau 2 năm.

Giải thể CIA, NSA, chuyển tình báo cho quân đội khi chiến tranh.

Cải tổ triệt để FBI.

Buộc đồng minh giải thể cơ quan tình báo hoặc mất mọi ưu đãi.

21. TÒA ÁN BÍ MẬT THAM NHŨNG

Bãi bỏ Đạo Luật Giám Sát Tình Báo Ngoại Quốc năm 1978 (FISA) và xóa bỏ hoàn toàn các tòa án bí mật tại Hoa Kỳ.

Vĩnh viễn bãi bỏ mọi hình thức tòa án bí mật hoặc trát lệnh bí mật trên lãnh thổ Hợp chủng quốc Hoa Kỳ.

Bãi bỏ Đạo Luật Yêu Nước (Patriot Act).

22. THAM NHŨNG TƯ PHÁP VÀ LAWFARE

Tăng cường luật về truy tố sai trái, cho phép những cá nhân vô tội hoặc bị truy tố sai được quyền khởi kiện dân sự đối với công tố viên của họ và yêu cầu bồi thường thiệt hại.

Tăng cường luật chống kiện tụng vô căn cứ, bao gồm cả các vụ kiện chính trị bị vũ khí hóa, cho phép những cá nhân bị kiện oan được đòi bồi thường toàn bộ chi phí pháp lý và các chi phí liên quan.

Áp dụng hình phạt tước giấy phép hành nghề luật sư đối với bất kỳ luật sư nào bị kết án theo các quy định này.

23. HỆ THỐNG Y TẾ THAM NHŨNG

Cấm mọi hiệp ước quốc tế làm suy yếu hoặc vượt quyền chủ quyền của các tiểu bang, đặc biệt trong các chính sách và quy trình y tế.

Tăng cường luật đồng thuận sau khi được cung cấp đầy đủ thông tin (informed consent), áp dụng hình phạt dân sự và hình sự nghiêm khắc đối với mọi chuyên gia hoặc cơ sở y tế không tuân thủ tiêu chuẩn này.

Vĩnh viễn bãi bỏ mọi quyền miễn trừ pháp lý đối với các nhà sản xuất vắc-xin.

Cấm các công ty dược phẩm quảng cáo trực tiếp đến công chúng.

Vĩnh viễn cấm mọi hình thức cưỡng chế y tế đối với công dân Hoa Kỳ.

24. THU THẬP THÔNG TIN VÀ LẬP DANH SÁCH ĐEN THAM NHŨNG

Hình sự hóa mọi hành vi chỉnh sửa, chặn hoặc cấm phát ngôn trực tuyến.

Cấm mô hình kinh doanh dựa trên giám sát và môi giới dữ liệu cá nhân của công dân đối với mọi doanh nghiệp, đặc biệt là các công ty công nghệ, vì đây là hành vi vi phạm quyền hiến định chống khám xét và tịch thu trái phép.

25. LÃNH ĐẠO DOJ VÀ FBI THAM NHŨNG

Cải cách toàn diện các luật liên quan đến Bộ Tư Pháp (DOJ), FBI, và các cơ quan tình báo.

Hình sự hóa mọi hành vi lạm dụng quyền lực.

Phi hình sự hóa hành vi nói dối FBI, trừ trường hợp đang bị bắt giữ hợp pháp.

26. QUẢN LÝ HÓA CHẤT THAM NHŨNG

Hình sự hóa việc bổ sung hóa chất độc hại vào thực phẩm, bao bì, hoặc các sản phẩm dành cho tiêu dùng hay sử dụng công cộng.

Phân loại, nghiên cứu trong phòng thí nghiệm và xếp hạng đầy đủ các hóa chất này.

Áp dụng lệnh cấm trọn đời đối với các cơ quan quản lý chuyển sang làm việc cho ngành công nghiệp mà họ từng giám sát.

Bắt buộc ghi nhãn công khai, dễ đọc tất cả thành phần hóa học, quốc gia xuất xứ, tình trạng GMO hoặc quy trình chế biến, bằng tên khoa học được công nhận, không ngoại lệ.

27. QUẢN LÝ NĂNG LƯỢNG THAM NHŨNG

Mở rộng hoạt động khoan dầu và đường ống dẫn trên toàn lãnh thổ Hoa Kỳ.

Khôi phục khai thác than đá và nhà máy điện than sạch.

Quy định chặt chẽ việc chứa và xử lý chất thải từ than và dầu mỏ.

28. QUẢN LÝ NÔNG NGHIỆP THAM NHŨNG

Hình sự hóa việc phun hóa chất độc hại lên sản phẩm nông nghiệp.

Hình sự hóa việc bán sản phẩm nông nghiệp biến đổi gen (GMO) cho công chúng.

29. QUẢN LÝ NƯỚC THAM NHŨNG

Hình sự hóa việc bổ sung hóa chất độc hại vào nguồn nước công cộng.

Phân loại, nghiên cứu trong phòng thí nghiệm và xếp hạng đầy đủ các hóa chất này.

Áp dụng lệnh cấm trọn đời đối với các cơ quan quản lý chuyển sang làm việc cho ngành công nghiệp mà họ từng giám sát.

30. ĐẠI DIỆN DÂN CỬ THAM NHŨNG

Áp dụng giới hạn nhiệm kỳ từ 8–10 năm cho mỗi viện của Quốc hội.

31. GIAM GIỮ CƯỠNG BỨC THAM NHŨNG

Hình sự hóa việc giam giữ cưỡng bức bất kỳ công dân Tự Do nào của Hoa Kỳ quá 24 giờ mà không có thủ tục pháp lý hợp lệ.

Nếu bị cáo buộc khủng bố, phải truy tố trước thẩm phán; cấm việc giam giữ hoặc phân loại tù nhân khi chưa có cáo buộc chính thức.

Cấm tước đoạt quyền Miranda hoặc bất kỳ quyền hiến định nào của công dân Hoa Kỳ.

32. LẠM DỤNG QUYỀN KHẨN CẤP

Quy định rằng không tổng thống hay thống đốc nào được phép hạn chế việc đi lại của công dân, đóng cửa doanh nghiệp, hoặc cấm người dân làm việc theo quyền khẩn cấp quá 48 giờ, hoặc tối đa 10 ngày chỉ trong trường hợp động đất nghiêm trọng, bão lớn, hoặc nổ hạt nhân.

Tước bỏ hoàn toàn quyền cấm biểu tình, ép buộc điều trị y tế, hoặc bắt buộc đeo khẩu trang hay thiết bị tương tự khỏi mọi quyền hạn khẩn cấp.

33. THAM NHŨNG PHÚC LỢI XÃ HỘI

Phúc lợi xã hội chỉ dành cho công dân và người tỵ nạn đã ghi danh hợp pháp từ các khu vực chiến tranh hoặc thiên tai.

Hình sự hóa việc chi trả tiền từ ngân sách nhà nước hoặc tiền thuế cho người nhập cư bất hợp pháp.

BA CHÌA KHÓA

Lập pháp là một chìa khóa sống còn đối với sự thành công của Phong trào Tự Do tại phương Tây.

Tuy nhiên, chỉ riêng lập pháp là chưa đủ.

Rất nhiều đạo luật liên quan đến nhập cư bất hợp pháp và biên giới đã tồn tại sẵn trong hệ thống pháp luật. Thế nhưng biên giới Hoa Kỳ vẫn mở toang, và tội phạm vẫn đang ồ ạt tràn vào.

Đó là lý do vì sao chúng ta phải tái chiếm các định chế trọng yếu và giành lại các đòn bẩy quyền lực, để từ đó giải phóng lực lượng thực thi pháp luật, cho phép họ thực sự thi hành luật pháp của quốc gia.

Chúng ta phải giành lại quyền kiểm soát nhánh hành pháp, bao gồm các cơ quan công tố như Bộ Tư Pháp, Tổng Chưởng Lý các tiểu bang, và công tố viên quận, thành phố.

Nếu không có quyền hành pháp và quyền công tố, phong trào của chúng ta sẽ chết yểu ngay từ khâu lập pháp.

Cuối cùng, chúng ta phải yêu cầu hệ thống tòa án và các hiệp hội luật sư tự thanh lọc tham nhũng khỏi hàng ngũ của họ.

Chúng ta không thể chấp nhận những quốc gia nơi mà kiện tụng, truy tố và phán quyết bị thao túng vì mục đích chính trị tham nhũng và bị vũ khí hóa trong một cuộc chiến chính trị.

Nếu người dân có thể công khai chứng kiến việc tham nhũng được sử dụng để đàn áp các chính trị gia và công dân bảo thủ bởi luật sư và thẩm phán cấp tiến, thì kết cấu xã hội của quốc gia sẽ tiếp tục bị xé nát.

Khi người dân mất niềm tin vào hệ thống tòa án, một quốc gia còn có thể tồn tại được bao lâu?

Chúng ta có mô hình tam quyền phân lập là có lý do.

Chúng ta phải tái chiếm và cải cách: Nhánh hành pháp/công tố; Nhánh lập pháp; Và tư pháp, để phục vụ người dân, do người dân và vì người dân.

Đó là hy vọng duy nhất để chữa lành nền văn minh Phương Tây khỏi lời nguyền của các Virus Tư Tưởng Thức Tỉnh.

KẾT LUẬN
NỖI SỢ SỐ MỘT CỦA CÁNH TẢ

Trong bối cảnh chính trị ngày nay, có một điều đã trở nên hết sức rõ ràng: Cánh Tả – bao gồm liên minh của Liberal, Leftist, Woke và Globalist – đã lật ngửa bài tẩy, để lộ nỗi sợ lớn nhất của họ.

Nỗi sợ số một của liên minh cánh tả là: người Kitô Giáo, Công Giáo, Do Thái và những người Bảo Thủ tại các quốc gia Phương Tây tổ chức chính trị, đòi hỏi sự đại diện đúng đắn và trực tiếp tham gia vào việc quản trị đất nước của chính mình, điều tác động trực tiếp đến từng gia đình.

Sự thật là tại phương Tây, Kitô hữu, Công Giáo, Do Thái và Bảo Thủ chính là nhóm nhân khẩu lớn nhất.

Chúng ta bao quanh họ. Chúng ta là nhóm quyền lực nhất và giàu có nhất về tổng thể trên Trái Đất.

Tuy nhiên, trong thời hiện đại, chúng ta đã bị ru ngủ bởi sự tiện nghi. Trong khi đó, cánh tả, các phần tử cực đoan và vô thần đã chiếm lĩnh các vị trí quyền lực trong doanh nghiệp và chính phủ, nhồi nhét hệ thống bằng những kẻ cấp tiến cực đoan, những người căm ghét mọi điều chúng ta tin tưởng và trân trọng.

Đã đến lúc chúng ta phải tỉnh giấc khỏi giấc ngủ êm ái đó. Nếu COVID, các cuộc chiến tranh bất tận, các cuộc khủng hoảng tài chính và sự đàn áp chính trị đối với người Bảo Thủ dạy cho chúng ta điều gì, thì đó là: hoặc là hành động ngay bây giờ, hoặc là sau này sẽ bị đưa vào trại cải tạo.

Có một lý do chính đáng để cánh Tả phải sợ chúng ta. Họ chưa hoàn tất việc dựng lên lưới kiểm soát công nghệ cao để thống trị hoàn toàn xã hội. COVID đã tiến rất gần, nhưng chúng ta vẫn còn giữ được một mức độ Tự Do và quyền lực nhất định tại phương Tây.

Chúng ta phải tận dụng Tự Do đó ngay lúc này để giành lại quyền kiểm soát chính phủ và các định chế, quét sạch các phần tử cánh tả, và khôi phục trật tự cùng các giá trị Phương Tây cho quốc gia của mình.

Sau tất cả, chúng ta là liên bang của hơn sáu mươi nước cộng hòa tự do, hiến định tại Phương Tây. Không có bất kỳ lý do chính đáng nào để những chính phủ cánh tả vô thần và tham nhũng thống trị các quốc gia của chúng ta.

Cánh Tả không thể chấp nhận điều đó. Đó là lý do vì sao họ phát động chiến dịch tuyên truyền, gán nhãn bất kỳ người Kitô Giáo nào tham gia chính trị là "Chủ nghĩa Dân tộc Kitô giáo".

Đây là một nỗ lực rẻ tiền và ti tiện nhằm gắn kết những người Kitô giáo với Đảng Quốc xã tại Đức. Phong trào Quốc xã là một phong trào cánh tả, dựa trên chủ nghĩa Mác và các yếu tố huyền bí. Nó hoàn toàn không có bất cứ mối liên hệ nào với Kitô Giáo.

Sự thật là "Chủ Nghĩa Dân Tộc Kitô Giáo" chỉ là một thuật ngữ bịa đặt, một chiến thuật bôi nhọ nhằm làm tê liệt người Kitô giáo có ý thức chính trị. Đừng để nó ảnh hưởng đến bạn.

Chúng ta không để phe Cánh tả đặt tên cho phong trào của mình. Chúng ta đã, đang và sẽ luôn là những người Cơ Đốc giáo Bảo thủ, người Công giáo, người Do Thái và những người theo chủ nghĩa Tự do cá nhân. Chúng ta đấu tranh cho chân lý, tự do, cùng lối sống văn minh kiểu Mỹ hoặc phương Tây. Trên khắp thế giới, chúng tôi ủng hộ tự do và thịnh vượng, bởi chúng ta tin tưởng vào các quyền tự do được Hiến pháp bảo đảm và vào chủ nghĩa Tư bản.

Cánh Tả là những kẻ Mác-xít cực đoan. Họ chỉ có thể nói dối và trộm cắp để giành quyền lực. Chúng ta sẽ không cúi đầu trước các cuộc tấn công của họ. Chúng ta đông đảo nhất. Chúng ta nắm giữ phần lớn của cải. Tổ tiên chúng ta đã đổ máu và hy sinh để giành lấy nền Tự Do mà hôm nay chúng ta được thừa hưởng.

Đất nước này là của chúng ta. Các quốc gia này là của chúng ta.

Và con cái chúng ta là của chúng ta.

Hãy đứng thẳng, nhận diện và tự hào rằng chúng ta là những người Bảo Thủ Kitô Giáo, Công Giáo và Do Thái, dấn thân sâu hơn vào chính trị, gây ảnh hưởng lên chính quyền đại diện, và bảo đảm rằng Tự Do và thịnh vượng sẽ được bảo vệ cho các thế hệ kế tiếp.

Đó chính là chìa khóa để chữa lành các thể chế, các quốc gia và toàn bộ nền văn minh Phương Tây khỏi các Virus Tư tưởng Thức tỉnh: Chủ nghĩa Tự do, Chủ nghĩa Woke, Chủ nghĩa Cánh tả và Chủ nghĩa Toàn cầu.

TÁI CẤU TRÚC CHÍNH TRỊ
LIÊN MINH NỔI DẬY

Theo từng giai đoạn lịch sử, bối cảnh chính trị tại các quốc gia Phương Tây thường trải qua những lần tái cấu trúc lớn. Hiện tượng này được gọi là tái cấu trúc chính trị.

Trong các nước cộng hòa phương Tây, chính trị vận hành dựa trên đa số, và đa số này được hình thành từ liên minh các nhóm chính trị nhỏ hơn có chung mục tiêu và giá trị.

Ngày nay, chúng ta đang chứng kiến một sự tái cấu trúc lớn, hình thành hai liên minh hoàn toàn mới.

Liên Minh Nổi Dậy Cánh Hữu Mới đang được hình thành từ: Kitô Giáo Bảo thủ, Công Giáo, D o   T h á i, Người ôn hòa, bao gồm Libertarian và Dân Chủ Bảo Thủ.

Ví dụ tiêu biểu: RFK Jr., Tulsi Gabbard, Elon Musk, Joe Rogan – những người đang hội tụ về phía cánh hữu.

Ở phía đối diện, phe Cánh tả Mới đang hình thành một liên minh bao gồm những người thuộc phe Cánh tả, phe Tự do, phe "Woke", phe Toàn cầu hóa, và những người Cộng hòa RINO – những người này còn được biết đến là phe Tân bảo thủ (Neo-Cons) ủng hộ chiến tranh. Trên thực tế, nhiều thành viên trong phe Tân bảo thủ chính là những người theo chủ nghĩa toàn cầu. Những ví dụ điển hình cho xu hướng này là Dick Cheney, Liz Cheney, Mitt Romney cùng nhiều nhân vật khác đang chuyển dịch để gia nhập và ủng hộ chương trình nghị sự của phe Cánh tả.

Đây là bức tranh chính trị mới của phương Tây. Chúng ta phải đoàn kết với các nhóm đồng minh, giành lại các quốc gia phương Tây, cải cách các chính phủ tham nhũng và khôi phục quyền tự nhiên, dân quyền và thịnh vượng cho nền văn minh của chúng ta.

Chúng ta chính là Liên minh Nổi dậy Mới. Đoàn kết thì sống – chia rẽ thì chết. Đây là liều thuốc duy nhất để chữa trị căn bệnh đang tàn phá các quốc gia của chúng ta: Virus Tư tưởng Thức tỉnh.

GHI CHÚ CỦA TÁC GIẢ

Tôi hoàn tất cuốn sách này vào mùa hè năm 2024, trong thời điểm cao trào của mùa bầu cử tại Hoa Kỳ.

Kể từ đó, Donald Trump đã được bầu làm Tổng Thống thứ 47 của Hợp Chủng Quốc Hoa Kỳ vào ngày 5 tháng 11 năm 2024, với một chiến thắng áp đảo, giành được Tòa Bạch Ốc, Thượng Viện, Hạ Viện, đồng thời thắng cả phiếu phổ thông.

Ông sẽ chính thức nhậm chức vào ngày 20 tháng 1 năm 2025.

Kể từ thời điểm đó, ông và đội ngũ của mình chỉ có khoảng hai năm để hoàn thành phần lớn công cuộc cải cách và chương trình lập pháp nhằm bảo vệ Hoa Kỳ và nền văn minh Phương Tây.

Lý do là vì trong lịch sử hiện đại, hầu hết các tổng thống đều mất quyền kiểm soát Hạ Viện và/hoặc Thượng Viện trong cuộc bầu cử giữa nhiệm kỳ, thường diễn ra sau hai năm đầu nhiệm kỳ.

Trong giai đoạn này, sẽ có vô số mối đe dọa, hiểm nguy và các cuộc tấn công chính trị không hồi kết từ truyền thông, nhưng họ không được phép chùn bước.

Nếu Tổng Thống Trump và đội ngũ của ông thất bại trong việc hoàn thành sứ mệnh này, thì chúng ta có thể sẽ không còn một cơ hội nào khác trong suốt cuộc đời mình để cứu lấy nền văn minh Phương Tây.

Các thế lực Toàn Cầu đã và đang đẩy nhanh lộ trình của họ trong việc tạo ra các cuộc khủng hoảng và khai triển mô hình kiểm soát kiểu Trung Cộng – một hệ thống quản trị dựa trên giám sát công nghệ cao – nhằm áp đặt lên các quốc gia Phương Tây.

Xin Chúa ban phước cho Tổng Thống Trump và phong trào bảo vệ tự do.

Tôi luôn cầu nguyện cho chúng ta thành công, và luôn ủng hộ bằng mọi cách trong khả năng của tôi.

Tất cả chúng ta phải luôn cảnh giác và tích cực tham gia vào sự nghiệp bảo vệ Tự Do và thịnh vượng cho quốc gia cũng như cho con cháu của chúng ta.

Hãy tham gia.

Hãy lên tiếng.

Hãy hành động.

Đây có thể là khoảng thời gian cuối cùng của chúng ta.